ಹಿಮಗಿರಿಯ ನವಿಲು

(ಸಾಮಾಜಿಕ ಕಾದಂಬರಿ)

ಸಾಯಿಸುತೆ

ಸುಧಾ ಎಂಟರ್‌ಪ್ರೈಸಸ್

ನಂ. 761, 8ನೇ ಮೈನ್, 3ನೇ ಬ್ಲಾಕ್,
ಕೋರಮಂಗಲ, ಬೆಂಗಳೂರು – 560 034.

HIMAGIRIYA NAVILU - (Kannada): a social novel written by Smt. Saisuthe; published by Sudha Enterprises, # 761, 8th Main, 3rd Block, Koramangala, Bangalore - 560 034.

ಮೊದಲನೆಯ ಮುದ್ರಣ	:	1982
ಎರಡನೆಯ ಮುದ್ರಣ	:	2016
ತೃತೀಯ ಮುದ್ರಣ	:	2023
ಪುಟಗಳು	:	120
ಬೆಲೆ	:	ರೂ. 120/–
ಉಪಯೋಗಿಸಿದ ಕಾಗದ	:	70 ಜಿ.ಎಸ್.ಎಂ. ಮ್ಯಾಪ್‌ಲಿಥೋ
ಮುಖಪುಟ ವಿನ್ಯಾಸ	:	ಶ್ರೀ ಚಂದ್ರನಾಥ ಆಚಾರ್ಯ
ಹಕ್ಕುಗಳು	:	ಲೇಖಕಿಯವರದು

ಸಗಟು ಮಾರಾಟಗಾರರು
ವಸಂತ ಪ್ರಕಾಶನ
360, 10ನೇ 'ಬಿ' ಮುಖ್ಯರಸ್ತೆ, 3ನೇ ಬ್ಲಾಕ್,
ಜಯನಗರ, ಬೆಂಗಳೂರು – 560 011
ದೂರವಾಣಿ : 080–40917099 / ಮೊ: 78792106719
email : vasantha_prakashana@yahoo.com
website: www.vasanthaprakashana.com

ಅಕ್ಷರ ಜೋಡಣೆ :
ವಸಂತ ಪ್ರಕಾಶನ

ಮುದ್ರಣ :
ರೀಗಲ್ ಪ್ರಿಂಟ್ ಸರ್ವೀಸ್

ಮುನ್ನುಡಿ

ಪ್ರಿಯ ಓದುಗರಲ್ಲಿ,

ಜಗದೀಶ್ ಮುಂದೆ ಹಲವು ಪ್ರಶ್ನೆಗಳನ್ನು ಹರಡಿಹೋದ ಲಾವಣ್ಯ ನಮ್ಮಲ್ಲೂ ಹಲವು ಪ್ರಶ್ನೆಗಳನ್ನು ಉಳಿಸಿ ಹೋಗಿದ್ದಾಳೆ. ಇದು ಕಾದಂಬರಿಯನ್ನ ಓದಿರುವ ಓದುಗರ ತಕರಾರು.

ಈ ಕಾದಂಬರಿ ಮತ್ತೆ ಮುದ್ರಣಗೊಂಡಿದೆ. ಇನ್ನಷ್ಟು ಸುಂದರವಾಗಿ ನಿಮ್ಮ ಮುಂದಿಡುತ್ತಿದ್ದಾರೆ ಕಲಾವಿದ ಶ್ರೀ ಚಂದ್ರನಾಥ ಅಚಾರ್ಯ ಮತ್ತು ಸುಧಾ ಎಂಟರ್‌ಪ್ರೈಸಸ್‌ನ ಮಾಲೀಕರು. ಅವರಿಬ್ಬರ ಜೊತೆಗೆ ಓದುಗರಿಗೂ ನನ್ನ ಧನ್ಯವಾದಗಳು.

ಸಾಯಿಸುತೆ
"ಸಾಯಿಸದನ"
12, 2ನೇ ಮುಖ್ಯರಸ್ತೆ, 2ನೇ ಅಡ್ಡರಸ್ತೆ,
ಮಾರುತಿನಗರ, ಕೋಗಿಲೆ ಕ್ರಾಸ್,
ಯಲಹಂಕ, ಬೆಂಗಳೂರು – 560064.
ದೂ.: 080–28571361

ನಮ್ಮಲ್ಲಿ ದೊರೆಯುವ ಸಾಯಿಸುತೆಯವರ
ಇತರ ಕಾದಂಬರಿಗಳು

ಶ್ವೇತ ಗುಲಾಬಿ	ಬೆಳದಿಂಗಳ ಚೆಲುವೆ
ಮಿಡಿದ ಶ್ರುತಿ	ವರ್ಷಬಿಂದು
ಮೇಘವರ್ಷಿಣಿ	ಸಪ್ನ ಸಂಭ್ರಮ
ನವಚೈತ್ರ	ನನ್ನ ಭಾವ ನಿನ್ನ ರಾಗ
ಪೂರ್ಣೋದಯ	ಸುಮಧುರ ಭಾರತಿ
ಅಪೂರ್ವ ಮೈತ್ರಿ	ಮೌನ ಆಲಾಪನ
ನಿಶೆಯಿಂದ ಉಷೆಗೆ	ಮತ್ತೊಂದು ಬಾಡದ ಹೂ
ಸಪ್ತರಂಜನಿ	ಶಿಶಿರದ ಇಂಚರ
ವಸುಧೈವ ಕುಟುಂಬ	ಮುಂಗಾರಿನ ಹುಡುಗಿ
ಪ್ರೇಮಸಾಫಲ್ಯ	ಸಾಮಗಾನ
ಸದ್ಗೃಹಸ್ಥೆ	ಕಡಲ ಮುತ್ತು
ಕಾರ್ತೀಕದ ಸಂಜೆ	ಆಡಿಸಿದಳು ಜಗದೋದ್ಧಾರನಾ
ನಾ ನಿನ್ನ ಧ್ಯಾನದೊಳಿರಲು	ಪಂಚವಟಿ
ಸುಪ್ರಭಾತದ ಹೊಂಗನಸು	ಶ್ಯಾನುಭೋಗರ ಮಗಳು
ಕರಗಿದ ಕಾರ್ಮೋಡ	ಮೂಡಿ ಬಂದ ಶಶಿ
ಹೃದಯ ರಾಗ	ಜನನೀ ಜನ್ಮಭೂಮಿ
ಅಮೃತಸಿಂಧು	ಬಿರಿದ ನೈದಿಲೆ
ಬಣ್ಣದ ಚುಂಬಕ	ಶರದೃತುವಿನ ಚಂದ್ರ
ಸ್ವರ್ಣ ಮಂದಿರ	ಮೋಹನ ಮುರಳಿ ಕರೆಯಿತು
ಶ್ರೀರಸ್ತು ಶುಭಮಸ್ತು	ಮುಗಿಲ ತಾರೆ
ಗಂಧರ್ವಗಿರಿ	ಅಗ್ನಿದಿವ್ಯ
ಶುಭಮಿಲನ	ಧವಳ ನಕ್ಷತ್ರ
ಸಪ್ತಪದಿ	ಕಲ್ಯಾಣಮಸ್ತು
ಚೈತ್ರದ ಕೋಗಿಲೆ	ದಂತದ ಗೊಂಬೆ
ಬೆಳ್ಳಿದೋಣಿ	ಸುಭಾಷಿಣಿ
ವಿವಾಹ ಬಂಧನ	ಮಮತೆಯ ಸಂಕೋಲೆ
ಮಂಗಳ ದೀಪ	ಮಂತ್ರಾಕ್ಷತೆ
ಡಾ॥ ವಸುಧಾ	ಸಪ್ತಧಾರೆ
ಮುಂಜಾನೆಯ ಮುಂಬೆಳಕು	ಹೇಮಂತದ ಸೊಗಸು
ಸೊಬಗಿನ ಪ್ರಿಯದರ್ಶಿನಿ	ಬೆಳಕಿನ ಹಣತೆ
ರಾಗಬೃಂದಾವನ	ಗ್ರೀಷ್ಮದ ಸೊಬಗು
ಬಿಳಿ ಮೋಡಗಳು	ಗ್ರೀಷ್ಮ ಋತು
ಅನುಬಂಧದ ಕಾರಂಜಿ	ಪ್ರಿಯ ಸಖೀ
ಮಿಂಚು	ಚಿರಬಾಂಧವ್ಯ
ನಾಟ್ಯಸುಧಾ	ಆಶಾಸೌರಭ
ಪಸರಿಸಿದ ಶ್ರೀಗಂಧ	ಗಿರಿಧರ

ಮೂರು ದಿನದಿಂದ ಹಿಡಿದ ಸೋನೆ ಮಳೆ ಅಂದು ಸ್ವಲ್ಪ ಕಮ್ಮಿ ಆಗಿತ್ತು. ಹಳ್ಳಿಯ ಕಡೆ ಹೋಗಿದ್ದ ಜಗದೀಶ್ ತುಸು ಮುಜಗರದಿಂದಲೇ ಹಿಂದಿರುಗಿದರು. ಎರಡು ಕೊಂಬೆಗಳ ಮೇಲಿನ ನಡಿಗೆ ಅವರದು. ಸಿಟಿಗೆ ಬಂದ ಉದ್ದೇಶವೇ ಬೇರೆ ಇತ್ತು. ಅಂತು ಈ ಸ್ಥಿತಿಯಲ್ಲಿ ಮುಂದುವರಿದಿತ್ತು.

ಬಾಗಿಲು ತೆರೆದ ಭರಣಿ ಸಮಾಧಾನದ ಉಸಿರು ದಬ್ಬಿದ. "ಇವತ್ತು ಬರೋಲ್ವೇನೋಂತ ಹೆದ್ರಿಬಿಟ್ಟಿದ್ದೆ. ಈ ಪಟ್ಟಣದ ವಾಸ ನನ್ನಂಥವ್ರಿಗಲ್ಲ" ಎಂದ. ಇದು ಒಂದೇ ಸಮ ಐದು ವರ್ಷದಿಂದ ಹೇಳುತ್ತ ಬಂದಿದ್ದ. ಆದರೆ ಫಲವೇನು ಸಿಕ್ಕಿರಲಿಲ್ಲ.

"ಷಟಪ್ ಅಂದರೆ ಬಾಯ್ಮುಚ್ಕೋಂತ – ಇದ್ನ ಗಾಯತ್ರಿ ಹೇಳಿಕೊಟ್ಟಿದ್ದಾಳೆ ತಾನೇ?" ರೇಗಿದರು. ಬಾಯಿ ಮೇಲೆ ಕೈ ಭದ್ರವಾಗಿ ಇಟ್ಟುಕೊಂಡು ಹೋದ.

ಭಣಭಣಗುಟ್ಟುವ ಮನೆ, ಕ್ಷಣ ತಲೆ ಚಿಟ್ಟು ಹಿಡಿದುಹೋಯಿತು. "ಅವ್ಳಿಗೆ ಯಾಕೆ ಬೇಕಾಗಿತ್ತು ಓದು? ಈಗ ಮದ್ವೆ ಮಾಡೋದು, ಗಂಡನ ಮನೆಗೆ ಕಳ್ಸೋದು ಯಾವ್ದೂ ತಪ್ಪಲಿಲ್ವಲ್ಲ" ಈ ಸಲ ಹೋದಾಗಲೂ ಅಂಬಕ್ಕನ ಗೊಣಗಾಟ.

ಕಾಫೀ ಕುಡಿದಾದ ಮೇಲೆಯೇ ಜಗದೀಶ್ ಬಟ್ಟೆ ಬದಲಾಯಿಸಲು ಕೋಣೆಗೆ ಹೋಗಿದ್ದು. ಮಂಚದ ಪಕ್ಕದ ಟೇಬಲ್ಲು ಮೇಲಿದ್ದ ಮಗಳ ಭಾವ ಚಿತ್ರ ನಕ್ಕಂತಾಯಿತು.

ಕೈಗೆತ್ತಿಕೊಂಡರು. "ಅಪ್ಪ...." ಕೊರಳಿಗೆ ಜೋತು ಬಿದ್ದಂತಾಯಿತು. "ನಂಗೆ ಮದ್ವೆನೇ ಬೇಡ. ನಾನು ನಿನ್ನ ಬಿಟ್ಟೇ ಹೋಗೋಲ್ಲ" ಮೆಡಿಕಲ್‌ಗೆ ಸೇರಿದ ಹೊಸದರಲ್ಲಿ ಹೇಳಿದ ಮಾತು. ಅವರ ತುಟಿಯಂಚಿನಲ್ಲಿ ನೋವಿನ ಮುಗುಳ್ನಗು ತೇಲಿತು.

ಫೋಟೋನ ಅದರ ಸ್ಥಳದಲ್ಲಿಟ್ಟರು. ಗಾಯತ್ರಿ ಅವರ ಸರ್ವಸ್ವ. ಎದೆ ಭಾರವಾಗಿ ಕಣ್ಣಂಚು ಒದ್ದೆಯಾಯಿತು. ಅತ್ತೇ ಬಿಟ್ಟರು ಕೂಡ. ಆದರೆ ಸಂತೈಸಲು ಯಾರಿರಲಿಲ್ಲ.

ಬೆನ್ನ ಮೇಲೆ ರಪ್ ಎಂದು ಒಂದು ಏಟು ಬಿದ್ದಾಗಲೇ ಅದು ಚಕ್ರವರ್ತಿಯ ಏಟೆಂದು ಗುರ್ತಿಸಿದ್ದು.

"ಯೂ ಫೂಲ್, ಇನ್ನು ಮಗ್ಳು ಫೋಟೋ ನೋಡಿ ಅಳೋದು ಬಿಡ್ಲಿಲ್ಲ. ದಿಸ್

ಈಸ್ ಟೂ ಮಚ್" ಆತ್ಮೀಯತೆಯಿಂದ ಬಳಸಿದರು. "ಯಾವಾಗ್ಬಂದೆ ಹಳ್ಳಿಯಿಂದ? ಅಂಬಕ್ಕ ನಂಗೇನಾದ್ರೂ ಕಳಿಸಿದ್ದಾರ?"

ಚಕ್ರವರ್ತಿ ಜಗದೀಶ್ ಚಡ್ಡಿ ದೋಸ್ತುಗಳು. ಚಿಕ್ಕಂದಿನ ಸ್ನೇಹ ಪರಿಪಕ್ವವಾಗಿತ್ತು. ಭಾವನೆಗಳನ್ನು ಹಂಚಿಕೊಳ್ಳಲು, ನೋವನ್ನು ತೋಡಿಕೊಳ್ಳಲು ಹರ್ಷವನ್ನು ಅನುಭವಿಸಲು ಇಬ್ಬರಿಗೆ ಒಬ್ಬರು ಬೇಕೆ ಬೇಕು.

ಮತ್ತೊಮ್ಮೆ ಕಾಫಿ ಹಿಡಿದು ಬಂದ ಭರಣಿ. ಇದು ಅಭ್ಯಾಸ... ಆದರೆ ಗಾಯತ್ರಿ ಇದ್ದಾಗ ತಪ್ಪುತ್ತಿತ್ತು.

"ಏನು ಅಂಕಲ್, ನೀವೇ ಡಾಕ್ಟ್ರು... ಪದೇ ಪದೇ ಕಾಫೀ ಕುಡ್ಯೋದು ಕೆಟ್ಟದ್ದು. ನಲ್ವತ್ತು ಆದ್ಮೇಲೆ ಹೆಲ್ತ್ ವಿಷ್ಯದಲ್ಲಿ ಹುಷಾರಾಗಿರಬೇಕು" ಗೊಣಗುತ್ತಿದ್ದಳು.

ಇದು ಆಗದ ವಿಷಯ ಚಕ್ರವರ್ತಿಗಳಿಗೆ. ಮುಖ ಸಿಂಡರಿಸುತ್ತಿದ್ದರು. "ಛೇ, ನಿಂಗೆ ತಲೆಯಲ್ಲಿ ಬುದ್ಧಿ ಕಡ್ಮೆ. ಅಂಬಕ್ಕ ಉಂಡೆ, ಹುರಿಯಿಟ್ಟು ತಿಂದು ಮೊದ್ದಾಗಿದ್ದೀಯ. ಯಾವ್ದೇ ವ್ಯಕ್ತಿಗೆ ವಯಸ್ಸು ನೆನಪಿಸೋದು ವೆರಿ ಬ್ಯಾಡ್, ನಾನು ಎಂದಾದ್ರೂ ಹುಟ್ಟಿದ ಹಬ್ಬ ಮಾಡಿಕೊಂಡಿದ್ದುಂಟಾ? ನೆವರ್.... ಮನೆಯಲ್ಲಿ ಒಂದು ಪಾಯಸ ಮಾಡಿ ವಿಶ್ ಮಾಡೋದ್ನ ಕೂಡ ನಾನು ಇಷ್ಟಪಡೋಲ್ಲ. ಬಿ ಕೇರ್‌ಫುಲ್... ಯಾವತ್ತು ವಯಸ್ಸನ್ನ ನೆನಪಿಸ್ಬೇಡ." ಅವಳಿಗೆ ತಾಕೀತು ಮಾಡುತ್ತಿದ್ದರು. ಅಂಥ ಸಂದಂರ್ಭಗಳು ಬಹಳ ಹೆಚ್ಚುತ್ತಿದ್ದವು.

ಅದನ್ನು ನೆನಪಿಸಿಕೊಂಡೇ ಕಾಫಿ ಕುಡಿದ ಚಕ್ರವರ್ತಿಗಳು, "ಗಾಯತ್ರಿ ಪತ್ರ ಬಂತಾ?" ಕೇಳಿದರು. ತಲೆ ಅತ್ತಿತ್ತ ಆಡಿಸಿದರು. "ಬಹುಶಃ ಬಂದಿದ್ರೆ ಭರಣಿ ಮುಖ ನೋಡಿದ ಕೂಡ್ಲೇ ಕೊಡ್ತಾ ಇದ್ದ. ಬಹುಶಃ ಪತ್ರ ಬರೆಯಲಾರದಷ್ಟು ಬಿಜಿ" ವ್ಯಂಗ್ಯ ನೋವು ಬೆರೆತ ದನಿಯಲ್ಲಿನ ನಿರಾಶೆ ಗುರ್ತಿಸಿದ ಚಕ್ರವರ್ತಿಗಳು ಬೇಸರಗೊಂಡರು.

"ಕ್ವೈಟ್ ನ್ಯಾಚುರಲ್ ಡಿಯರ್ ಫ್ರೆಂಡ್. ಮದುವೆಯಾದ ಹೊಸದರಲ್ಲಿ ಬದುಕು ಅತ್ಯಂತ ರಮ್ಯ, ಭಾವಮಯ. ಅವರಿಬ್ಬರದೇ ಒಂದು ಲೋಕ ಸೃಷ್ಟಿಯಾಗಿರುತ್ತೆ. ಅಲ್ಲಿ ನಿಂಗೂ ಜಾಗ ಇರೋಲ್ಲ. ಯು ಮಸ್ಟ್ ಬಿ ಪ್ರಿಪೇರ್ಡ್ ಟು ಫೇಸ್ ಇಟ್" ಸ್ನೇಹಿತನ ಭುಜದ ಮೇಲೆ ಕೈ ಹಾಕಿ ಸಾಂತ್ವನಿಸಿದರು.

ಜೊತೆಯಲ್ಲಿ ಕ್ಲಬ್‌ಗೆ ಹೊರಡಿಸಿಕೊಂಡು ಹೋದರು ಕೂಡ.

ಚಕ್ರವರ್ತಿ ಜಾಲಿ ವ್ಯಕ್ತಿ. ಎಲ್ಲರೊಂದಿಗೆ ಬೆರೆಯುವ ಅವರ ರೀತಿಯೇ ಅನನ್ಯವಾಗಿತ್ತು. ಈಗಲೂ ಹಳೆಯ ಗೆಳತಿಯರು ಸಿಕ್ಕಾಗ ಕಣ್ಣೊಡೆದು ಪುಲಕಿತರನ್ನಾಗಿಸುತ್ತಿದ್ದರು.

ಪರಿಚಯದ ಎಳೆಯೊಂದಿಗೆ ಎಳೆದುಕೊಂಡು ಬಂದ ಡಾ॥ ಸ್ಮಿತಾನ "ಇವ್ನು ನನ್ನ ಚೆಡ್ಡಿ ದೋಸ್ತು. ಮೆಡಿಕಲ್‌ಗೆ ಬಂದ್ಮೇಲೆ ಬೇರೆ ಬೇರೆಯಾಗಿದ್ದು. ಇವ್ನು ಆ ವೇಳೆಗೆ ಅತ್ಯಾತುರವಾಗಿ ವಿವಾಹ ಬಂಧನಕ್ಕೆ ಸಿಲುಕಿಕೊಂಡಿದ್ದ" ದೀರ್ಘ ವಿವರಣೆಯೊಂದಿಗೆ ಪರಿಚಯಿಸಿದರು.

"ಹಲೋ...." ಅಷ್ಟೇ ಅಂದಿದ್ದು.

ಆಕೆ ಹೋದ ಮೇಲೆ ಚಕ್ರವರ್ತಿಗಳು ಜೋರಿನ ನಗೆ ಹಾರಿಸಿದರು. "ಯೂ ಫೂಲ್, ನೀನು ಸ್ವಲ್ಪ ಪ್ರಯತ್ನ ಪಟ್ಟಿದ್ರೆ...." ಕಣ್ಣೊಡೆದು ಹುಬ್ಬು ಕುಣಿಸಿದರು.

"ಯೂ ಷಟಪ್..." ಮೇಲೆದ್ದರು ಜಗದೀಶ್.

ಚಕ್ರವರ್ತಿ ಮನೆಯವರಿಗೆ ಡ್ರಾಪ್ ಮಾಡಿ, "ಮನುಷ್ಯನ ಬದುಕಿನದು ಒಂದು ಟ್ರೇಡ್ ಸೀಕ್ರೆಟ್. ಬದುಕನ್ನು ಚಿಯರ್‌ಫುಲ್ ಆಗಿ ತಗೋಬೇಕು. ತೀರಾ ಮಡಿವಂತಿಕೆ...." ಭುಜದ ಮೇಲೆ ಕೈಯಿಟ್ಟು ರೇಗಿಸಿದರು. ಮುಖ ದಪ್ಪಗೆ ಮಾಡಿ ಇಳಿದುಹೋದರು.

ಭರಣಿ ಒಬ್ಬನೇ ಟಿ.ವಿ. ಮುಂದೆ ಕೂತಿದ್ದ. ಅವನ ಕೆಲಸ ಮುಗಿದ ಕೂಡಲೇ ಅವನು ಮಾಡುತ್ತಿದ್ದುದು ಇದೆ. ಗಾಯತ್ರಿ ಗಲಾಟೆ ಮಾಡಿ ವಿ.ಸಿ.ಆರ್. ತರಿಸಿಟ್ಟಿದ್ದರಿಂದ ಬಹಳ ಅನುಕೂಲವಾಗಿತ್ತು.

ಸ್ವಿಚ್ ಆಫ್ ಮಾಡಿ ಎದ್ದು ಹೋದ ತಟ್ಟೆ ಹಾಕಲು.

ಎಂದಿನಂತೆ ಕೋಣೆಗೆ ಹೋದ ಜಗದೀಶ್ ಅಲ್ಲೇ ಕೂತುಬಿಟ್ಟರು. ಬಟ್ಟೆ ಕೂಡ ಬದಲಾಯಿಸದೆ. ನಿರಾಶೆ, ಹತಾಶೆಯ ನಡುವಿನ ಮನ. ಮಗಳ ಹಂಬಲಿಕೆ ಅವರ ಚೈತನ್ಯವನ್ನೇ ಕುಗ್ಗಿಸಿತು.

"ತಟ್ಟೆ ಹಾಕಿದ್ದೀನಿ" ಭರಣಿ ಬಂದ.

ಮಂಕಾಗಿ ಕೂತಿದ್ದ ಅವರನ್ನು ನೋಡಿ 'ಅಯ್ಯೋ' ಅನ್ನಿಸಿತು. ಹದಿನೈದು ದಿನದಿಂದ ಪ್ರತಿ ದಿನ ಪೋಸ್ಟ್ ಮ್ಯಾನ್‌ಗೆ ಕಾಯುತ್ತ ಇದ್ದು 'ಒಂದು ಪತ್ರ ಬರೆಯಲಾರದಷ್ಟು ಕೆಲಸವೇ' ನೋವಿನಿಂದ ತುಡಿಯುತ್ತಿದ್ದರು.

"ದಿನ ಒಂದು ಪತ್ರ ಬರೀತೀನಿ. ಎಲ್ಲಾ ವಿವರ ಸೇರಿಸಿ ಹತ್ತೆಂಟು ಪುಟದಷ್ಟು ಸಾಮಾಗ್ರಿ ಇರುತ್ತೆ ಅದರಲ್ಲಿ. ಅಪ್ಪ ಅದನ್ನೆಲ್ಲ ಸೇರ್ಸಿ ಪಬ್ಲಿಷ್ ಮಾಡಿದ್ರೆ 'ಮಗಳ ಪತ್ರಗಳು' ಅನ್ನೋ ಪತ್ರಾಗಾರವೇ ಅಗುತ್ತೆ" ಹೊರಡುವ ಮುನ್ನ ಹೇಳಿದ ಮಾತುಗಳು.

ಆಮೇಲೆ ಪತ್ರದಿಂದ ಪತ್ರಕ್ಕೆ ಸಾಲುಗಳೇ ಕಡಿಮೆಯಾದವು. ದಿನದಿಂದ ದಿನಕ್ಕೆ ಪತ್ರಗಳ ಸಂಖ್ಯೆ ಕಡಿಮೆಯಾಯಿತು. ಹದಿನೈದು ದಿನದಿಂದ ಒಂದು ಪತ್ರವಿಲ್ಲ. ನಾಲ್ಕು ಪತ್ರಗಳನ್ನು ಭರಣಿಯೇ ಪೋಸ್ಟ್ ಮಾಡಿದ್ದ.

"ಎದ್ದು ಊಟ ಮಾಡಿ. ಒಂದೊಂದು ಸಲ ಬೆಂಗಳೂರಿನಿಂದ ಮೈಸೂರಿಗೆ ಬರೋಕೆ ಐದಾರು ದಿನ ತಗೊಳ್ಳುತ್ತೆ. ಅಂಬಕ್ಕ ಹಳ್ಳಿಯಿಂದ ನಮ್ಗೇ ಬರ್ದ ಪತ್ರ ಎಷ್ಟು ದಿನಕ್ಕೆ ಬಂದು ಸೇರಿತು? ಇನ್ನು ಅಮೆರಿಕಾದಿಂದ ಪತ್ರ ಬರೋಕೆ...." ಹೇಳುತ್ತಿದ್ದವನು ನಿಲ್ಲಿಸಿದ, ಅವರ ಕೋಪದ ನೋಟ ನೋಡಿ.

"ಏನಾದ್ರೂ ಮಾಡ್ಕೊಳ್ಳಿ, ಅಂಬಕ್ಕನಿಗೆ ಒಂದು ಪತ್ರ ಹಾಕಿ ಹೋಗ್ಬಿಡ್ತೀನಿ" ಎಂದ. ಅದಕ್ಕೆ ಅವರು ಮೆತ್ತಗಾಗುವುದೆಂದು ಅವನಿಗೆ ಗೊತ್ತು. "ನಡೀ ಬಡ್ಡು. ಆಟೋಬಾಂಬ್ ಕೈಯಲ್ಲೇ ಇಡಕೊಂಡ್ ಓಡಾಡ್ತಾನೆ" ಗೊಣಗಿದರು.

ಅವನಿಗೆ ಅಷ್ಟು ಸಾಕಾಗಿತ್ತು. ಭರಣಿ ಜಗದೀಶ್ ಹೆಂಡತಿಯ ದೂರದ ಸಂಬಂಧ. ಯಾರೂ ಇಲ್ಲದ ಒಂಟಿ ಕಾಲು ಸ್ವಲ್ಪ ಊದವಾಗಿದ್ದರಿಂದ ಮದುವೆಯೇನು ಆಗಿರಲಿಲ್ಲ. ಹುಡುಗನಾಗಿದ್ದಾಗ ಬಂದು ಸೇರಿದ್ದು. ಈಗ ನಲವತ್ತು ವಸಂತಗಳನ್ನು ಇವರುಗಳ ಒಡನಾಟದಲ್ಲೇ ಪೂರ್ಣಗೊಳಿಸಿದ್ದ.

ಬಂದು ಕೂತರು. ಬೆಳೆದ ಸಣ್ಣಕ್ಕಿಯ ಘಮಲು ಮೂಗಿಗೆ ಬಡಿಯಿತು. "ಅಪ್ಪ, ನಂಗೆ ಬ್ರೆಡ್, ಚಪಾತಿ ಒಂದೂ ಇಷ್ಟವಾಗೋಲ್ಲ. ಅಲ್ಲೂ ಅಕ್ಕಿ ಸಿಕ್ಕುತ್ತೆ ಅಂತಾರೆ" ಮಗಳ ಮಾತು ನೆನಪಾಗಿ ಗಂಟಲು ಹಿಡಿಯಿತು. "ಯಾಕೋ ಊಟ ಮಾಡೋಕೆ ಆಗೋಲ್ಲ."

ಭರಣಿಗೆ ಹಣೆ ಚಚ್ಚಿಕೊಳ್ಳಬೇಕೆನಿಸಿತು. "ಅದಕ್ಕೂ ಒಂದು ಮಿತಿ ಬೇಡ್ವಾ? ಗಾಯತ್ರಿ ಅಮೇರಿಕಾಗೆ ಹೋಗಿ ಆರು ತಿಂಗಳೇ ಆಯ್ತು. ಅಂದಿನಿಂದ ಇವ್ವೊತ್ತಿನವರ್ಗೂ ಎಂದಾದ್ರೂ ಸರ್ಯಾಗಿ ಹೊಟ್ಟೆ ತುಂಬ ಊಟ ಮಾಡಿದ್ದೀರಾ? ಹಾಗಂತ ಗಾಯತ್ರೀನೂ ಉಪವಾಸ ಮಾಡ್ತಾ ಇದ್ದಾಳ? ನಂಗೆ ಅಂಬಕ್ಕನನ್ನು ಕರೆಸೋದೇ ಸರಿಯೆನಿಸುತ್ತೆ."

ಅವರ ಈ ಅಸ್ತ್ರಕ್ಕೆ ಪ್ರತಿ ಅಸ್ತ್ರವಿಲ್ಲವೆಂಬುದು ಗೊತ್ತು. ಹಣೆಗೆ ಕೈಯೊತ್ತಿ ಗಬಗಬನೆ ಸೇರಿದಷ್ಟು ತಿಂದರು.

ಕೈ ತೊಳೆದು ಟವಲಿಗೆ ಕೈಯೊತ್ತುತ್ತ ಬಂದ ಜಗದೀಶ್ "ಪದೇ ಪದೇ ಅಂಬಕ್ಕನ ಹೆಸರು ಹೇಳಿ ನನ್ನೇ ಹೆದರಿಸ್ತೀಯಾ? ಕರೆಸು, ನೋಡೇಬಿಡೋಣ" ರೇಗಿಕೊಂಡು ಕೋಣೆಗೆ ಹೋದರು.

ಮಾತೃ ಪ್ರೇಮದ ರುಚಿಯನ್ನು ಕಂಡದ್ದು ಅಂಬಕ್ಕನಿಂದಲೇ. ಮದುವೆಯಾದ ನಂತರವೇ ಅಂಬಕ್ಕನ ಮನೋವೈಶಾಲ್ಯತೆಯ ಪರಿಚಯವಾದದ್ದು.

ತೀರಾ ಬಡತನದಲ್ಲಿ ತಾಯಿಯನ್ನು ಕಳೆದುಕೊಂಡು ಯಾರು ಯಾರಲ್ಲಿಯೋ ಬೆಳೆದಿದ್ದು. ವಾರಾನ್ನ ಮಾಡಿಕೊಂಡೇ ಓದು ಸಾಗಿಸಿದ್ದು. ಒಂದಿಷ್ಟು ಸಹಾಯ ಮಾಡಿದ್ದ ವೆಂಕಪ್ಪಯ್ಯನವರು ಹಳ್ಳಿಗೆ ಕರೆದೊಯ್ದು ಸರಸ್ವತಿಯನ್ನು ಅವನ ಮುಂದೆ ನಿಲ್ಲಿಸಿದ್ದರು.

"ಇವ್ಳು ನನ್ನ ಒಬ್ಳೇ ಮಗ್ಳು. ದಂತದ ಗೊಂಬೆ ಅಲ್ಲದಿದ್ರೂ ಲಕ್ಷಣವಾಗಿದ್ದಾಳೆ. ಸಾಕಷ್ಟು ಭೂಮಿ ಕಾಣಿ ಇದೆ. ಮದ್ವೆ ಮಾಡ್ಕೊಂಡ್.... ಆರಾಮಾಗಿರು" ಎಂದಾಗ ತುಟಿ ತೆರೆಯಲು ಆಗಿರಲಿಲ್ಲ.

ಹೆಣ್ಣು, ಮದುವೆ, ದಾಂಪತ್ಯದ ಕನಸುಗಳೆ ಇಲ್ಲದ ಕಾಲದಲ್ಲಿ ಜಗದೀಶ್ ಮದುವೆ ನಡೆದಿದ್ದು. ಅಕ್ಕರೆಯ ಮಗಳು ಸರಸ್ವತಿ, ಅವಿಭಕ್ತ ಕುಟುಂಬದಲ್ಲಿ ಬೆಳೆದವಳು. ಸಂಪ್ರದಾಯದ ಮಧ್ಯೆ ಬಂಧಿ.

ಹೆಚ್ಚು ನಾಚಿಕೆಯ ಸ್ವಭಾವದ ಸರಸ್ವತಿ ಅವನಿಗೆ ಕಾಣಸಿಗುತ್ತಿದ್ದುದು ಮಾತಾಡಲು ಸಿಗುತ್ತಿದ್ದುದು ರಾತ್ರಿಯೆ. ದಣಿದ ಮೈಮನ, ಸಂಕೋಚ ಮುಜುಗರದ ನಡುವಿನ ಸೇರುವಿಕೆ ಅವನಲ್ಲಿನ ಕುತೂಹಲ ತಣಿಸುತ್ತಿರಲಿಲ್ಲ ಮಾತ್ರವಲ್ಲ ಮುದುರುವಿಕೆಯ

ಹೂನಲ್ಲಿ ಮಕರಂದವನ್ನು ಹುಡುಕುವ ಸಾಹಸ.

ಆಗ ಅವರ ಊಟ, ತಿಂಡಿಯನ್ನು ಗಮನಿಸುತ್ತಿದ್ದವರು ಅಂಬಕ್ಕ. "ತುಪ್ಪ ಹಾಕಿಸ್ಕೋ, ಕಣ್ಣೆಲ್ಲ ಕೆಂಪತ್ತಿದೆ. ಒಂದಿಷ್ಟು ಎಣ್ಣೆ ಇಟ್ಕೊಂಡ್ ಎರಕೋ" ಇಂಥ ಕಾಳಜಿಯನ್ನು ವಹಿಸುತ್ತಿದ್ದವರು ಆಕೆಯೊಬ್ಬರೇ.

ಅವಿಭಕ್ತ ಕುಟುಂಬ ಒಡೆದುಹೋಗುವ ವೇಳೆಗೆ ಸರಸ್ವತಿ ಬಸಿರಾದದ್ದು. ಹೆಣ್ಣು ಮಗು ಹೆತ್ತು ಕಣ್ಮುಚ್ಚಿಕೊಂಡಳು. ಮಬ್ಬಿನಲ್ಲಿದ್ದವರಿಗೆ ಪೂರ್ತಿ ಕತ್ತಲಾದ ಅನುಭವವಾಯಿತು ಅಷ್ಟೆ.

ಆಮೇಲೆ ಗಾಯತ್ರಿಯನ್ನು ಸಾಕಿ ಸಲುಹಿದ್ದು ಅಂಬಕ್ಕನೇ. ಸರಸ್ವತಿ ಸತ್ತ ನಂತರ ಆಕೆ ಬಲವಂತ ಮಾಡಿದರು.

"ಇನ್ನೊಂದು ಮದ್ವೆ ಮಾಡ್ಕೋ."

ಜಗದೀಶ್‌ಗೆ ಅಂಥ ಅಗತ್ಯವೇನು ಕಾಣಲಿಲ್ಲ. ಸರಸ್ವತಿ ಬದುಕಿದ ದಿನಗಳಿಗೂ ಈಗಿನ ದಿನಗಳಿಗೂ ಒಂದೇ ವ್ಯತ್ಯಾಸ. ಆಕೆ ಕತ್ತಲೆಯ ಕೋಣೆಯಲ್ಲಿ ಸನಿಹದಲ್ಲಿರುತ್ತಿದ್ದಳು ಅಂದು, ಈಗ ಒಂಟಿಯಾಗಿ ಮಲಗುತ್ತಿದ್ದರು. ಆದರೆ ಕೋಣೆಯಲ್ಲೇ ಮಲಗಬೇಕೆಂಬ ನಿರ್ಬಂಧವಿಲ್ಲ. ಎಷ್ಟೋ ರಾತ್ರಿಗಳು ತೂಗುಯ್ಯಾಲೆಯ ಮೇಲೆ ಮಲಗಿ ನಿದ್ರಿಸುತ್ತಿದ್ದರು.

ಮತ್ತೆ ಮತ್ತೆ ಅದೇ ಪ್ರಸ್ತಾಪ ಮಾಡಿದಾಗ ಖಡಾಖಂಡಿತವಾಗಿ ನಿರಾಕರಿಸಿದರು. "ಬೇಡ ಅಂಬಕ್ಕ, ನಂಗೆ ಇನ್ನೊಂದು ಮದ್ವೆ ಮಾಡಿಕೊಳ್ಳೋ ಇಚ್ಛೆಯೇ ಇಲ್ಲ. ಕೈ ತುಂಬ ಕೆಲ್ಸ ಇದೆ. ಗಾಯತ್ರಿನ ನೋಡಿಕೊಳ್ಳೋಕೆ ನೀನಿದ್ದೀಯಾ." ಆ ನಿರ್ಣಯವನ್ನು ಅವರು ಬದಲಿಸಲು ಹೋಗಲಿಲ್ಲ.

ಮಗಳು ಅವರ ಕಣ್‌ಬೆಳಕು. ತೋಟ, ಗದ್ದೆ, ಹೊಲ ಇದರಲ್ಲೇ ಅವರ ಉಳಿದ ವೇಳೆ ಕಳೆಯುತ್ತಿತ್ತು. ಸರಸ್ವತಿಯ ಸಾವು ಅಂಥ ಕೊರತೆಯೆನಿಸಲಿಲ್ಲ. ಮದುವೆ, ಹೆಣ್ಣು, ದಾಂಪತ್ಯವೆಂದರೆ ಇಷ್ಟೇ ಎನ್ನುವ ಉದಾಸೀನ ಅವರಲ್ಲಿ ಭದ್ರವಾಗಿ ಬೇರೂರಿತು.

ಆದರೆ....

ಗಾಯತ್ರಿ ಮಿಡ್ಲ್‌ಸ್ಕೂಲ್‌ನ ನಂತರ ಭೇಟಿಯಾದ ಚಕ್ರವರ್ತಿ "ಗಾಯತ್ರಿ ಬಹಳ ಇಂಟಲಿಜೆಂಟ್. ಒಳ್ಳೇ ಶಿಕ್ಷಣ ಸಿಗಬೇಕಾದ್ರೆ... ಗ್ರಾಮಾಂತರ ಪ್ರದೇಶದಲ್ಲಿ ಸಾಧ್ಯವಿಲ್ಲ. ಅವರ ಜೊತೆಗೆ ಅಲ್ಲಿ ಓದಿದ ವಿದ್ಯಾರ್ಥಿಗಳು ಹೈಯರ್ ಎಜುಕೇಷನ್‌ಗೆ ಹೋದಾಗ ಒಂದು ರೀತಿಯ ಕಾಂಪ್ಲೆಕ್ಸ್‌ಗೆ ತುತ್ತಾಗುತ್ತಾರೆ. ಅವ್ಳ ವಿದ್ಯಾಭ್ಯಾಸ ಸಿಟಿಯಲ್ಲೇ..." ಇಂಥದೊಂದು ಯೋಚನೆ ಅವರ ತಲೆಯಲ್ಲಿ ಬೇರೂರಿಸಿಬಿಟ್ಟಿದ್ದರು.

ಕನಸುಗಳನ್ನು ಕಾಣದ ವ್ಯಕ್ತಿ ಮಗಳ ಶಿಕ್ಷಣದ ಬಗ್ಗೆ ಅಂಥದೊಂದು ಕನಸು ಕಾಣಲು ಅನುವಾಯಿತು ಅವರ ಮನ.

ಇದನ್ನು ಮೊದಲು ವಿರೋಧಿಸಿದ್ದು ಅಂಬಕ್ಕ. "ಹೈಸ್ಕೂಲ್ ಇಲ್ಲೇ ಇದೆ. ಅಂಥದ್ದರಲ್ಲಿ ಆ ಹುಡ್ಗೀನ ಬೇರೆ ಕಡೆ ಕಳಿಸೋದೇಕೆ? ಇಲ್ಲೇನು ಕಲಿಸೋಲ್ವಾ?"

ಆಕೆಯದು ಸವಾಲ್.

ಆಕೆಯ ಇಷ್ಟದ ಪ್ರಕಾರ ಹತ್ತು ಕಾಯಿ ಕಡುಬು ತಿಂದ ನಂತರ ವಿಷಯವನ್ನು ವಿವರಿಸಿದರು. "ನಮ್ಮ ಗಾಯತ್ರಿ ದೊಡ್ಡ ಓದು ಓದಬೇಕನ್ನೋದು ನನ್ನ ಆಸೆ. ಸಿಟಿಗೆ ಒಂದಲ್ಲ ಒಂದು ಕಾರಣಕ್ಕೆ ಹೋಗಲೇಬೇಕಾಗಿರುತ್ತೆ, ವಾರಕ್ಕೆ ಎರಡು ಮೂರು ಸಲ ಅಲ್ಲೊಂದು ಮನೆ ಹಿಡಿದರಾಯಿತು" ಪುಸಲಾಯಿಸಿದರು.

ಇದಕ್ಕೆ ಆಕೆ ಒಪ್ಪುವ ಸಾಧ್ಯತೆಯೇ ಇರಲಿಲ್ಲ. ಕಡೆಗೆ ಚಕ್ರವರ್ತಿಯೇ ಒಂದು ಉಪಾಯ ಸೂಚಿಸಿದರು.

"ಗಾಯತ್ರಿ ನನ್ಮನೆಯಲ್ಲಿ ಇರಲಿ. ಮನೆ ದೊಡ್ಡದೇ ಓದೋ ನನ್ಮಕ್ಳು ಇದ್ದಾರೆ. ಡಿಗ್ರಿ ಕಲಿತ ನನ್ನ ಹೆಂಡ್ತಿಯ ಮಾರ್ಗದರ್ಶನವು ಇರುತ್ತೆ. ನಿಮ್ಮ ಅಭ್ಯಂತರವೇನಾದ್ರೂ ಇದ್ಯಾ?"

ಆಗಲೂ ಆಕೆಯದು ಅಪಸ್ವರವೇ. ಆದರೆ ಗಾಯತ್ರಿ ಒಂಟಿ ಕಾಲಿನಲ್ಲಿ ನಿಂತಳು. ಎರಡು ದಿನ ಅನ್ನ ಬಿಟ್ಟಾಗ ಆಕೆ ಮೆತ್ತಗಾಗಬೇಕಾಯಿತು.

"ಏನಾದ್ರೂ ಮಾಡ್ಕೊಳ್ಳಿ. ಈ ತಪ್ಪೆಲ್ಲ ನಿನ್ನದೇನೇ ಜಗದೀಶ. ಎಷ್ಟು ಓದಿದ್ರೂ ಅವ್ಳು ನಿನ್ಮನೆಯಲ್ಲಿ ಇರ್ತಾಳಾ? ನಿಂಗೆ ಕೆಲವು ವಿಷ್ಯಗಳಲ್ಲಿ ಬುದ್ಧಿ ಕಮ್ಮಿ" ಮೂದಲಿಕೆ ಜಗದೀಶ್ ಪಾಲಿಗೆ. ಲೆಕ್ಕಿಸಲಿಲ್ಲ ಅವರು.

ಒಂದೂವರೆ ವರ್ಷ ಹಳ್ಳಿಗಿಂತ ಓಡಾಟದಲ್ಲಿದ್ದುದೇ ಹೆಚ್ಚು. ಯಾಕೋ ಸರಿಯೆನಿಸದೆ ಜಗದೀಶ್ ಮನೆ ಮಾಡಿಯೇಬಿಟ್ಟರು. ಅದಕ್ಕೂ ಚಕ್ರವರ್ತಿಯ ಸಹಾಯವೇ.

ಮಗಳು ಕಾಲೇಜಿಗೆ ಬರುವ ವೇಳೆಗೆ ಅವರು ಪೂರ್ತಿ ಸಿಟಿಯವರೇ ಆದರು. ಬರೀ ಹಳ್ಳಿ ಮನೆಯಲ್ಲಿ ಅಂಬಕ್ಕ, ಒಂದಿಬ್ಬರು ಆಳುಗಳು.

ಎಷ್ಟು ಅಚ್ಚುಮೆಚ್ಚು ಅಂದರೆ ಗಾಯತ್ರಿ ತಂದೆ ಇಲ್ಲದೆ ಒಪ್ಪತ್ತು ಊಟ ಮಾಡದಂಥದ್ದು. 'ಅಪ್ಪ, ಅಪ್ಪ' ಎಂದು ಅವರ ಹಿಂದೆ ಮುಂದೆ ಸುತ್ತುವ ಅವಳು ಒಂದು ಹೊಸ ಲೋಕ ಸೃಷ್ಟಿಸಿದ್ದಳು. ಮುಂದಿನ ಅಪಾಯ ತಿಳಿಯದೆ ಹೆಚ್ಚು ಸುಖಿಯಾಗಿದ್ದರು ಜಗದೀಶ್.

ಮೆರಿಟ್ ಸ್ಟೂಡೆಂಟ್ ಅಲ್ಲದ ಅವಳನ್ನು ಡೊನೇಷನ್ ಕೊಟ್ಟು ಮೆಡಿಕಲ್‌ಗೆ ಸೇರಿಸಿದರು. ಅವಳಿಗೊಂದು ಹೊಸ ಜಗತ್ತಿನ ಅನುಭವ. ಕೊನೆಯ ವರ್ಷದಲ್ಲಿದ್ದ ದೇಶಪಾಂಡೆಯ ಪರಿಚಯ, ಪ್ರೇಮ.

* * *

ಮೂರು ದಿನ ಹಳ್ಳಿಯಲ್ಲಿ ಉಳಿದ ಜಗದೀಶ್ ನಾಲ್ಕನೆಯ ದಿನದ ರಾತ್ರಿ ಬಂದಾಗ ಮಗಳಿನ್ನೂ ಮನೆಗೆ ಬರದ್ದಿದ್ದುದು ಆಶ್ಚರ್ಯ. ಕಾಲೇಜು ಬಿಟ್ಟು ಎಲ್ಲಾದರೂ ಹೋದಾಗಲೆಲ್ಲ ತಂದೆಯನ್ನು ಜೊತೆಯಲ್ಲಿ ಕರೆದೊಯ್ಯುತ್ತಿದ್ದಳು.

"ಭರಣಿ.... ಗಾಯತ್ರಿ ಎಲ್ಲಿ ಹೋದ್ಲು?" ಮೊದಲ ಸಲ ಜೋರಾಗಿ ಮಾತಾಡಿದ್ದರು. "ನೆನ್ನೆ ಮೊನ್ನೆಯೆಲ್ಲ ಲೇಟು. ಇವತ್ತು ಮಧ್ಯಾಹ್ನ ಹೋದವರು ಇನ್ನೂ ಬಂದಿಲ್ಲ" ಜಗದೀಶ್ ಚಡಪಡಿಸಿ ಹೋದರು.

ಲಕ್ಷಾಂತರ ರೂಪಾಯಿ ಆದಾಯ ತರುವ ಭತ್ತದ ಒಣ ಪೈರಿಗೆ ಬೆಂಕಿ ಬಿದ್ದಿದ್ದರೂ ಇಷ್ಟೊಂದು ಆತಂಕಗೊಳ್ಳುತ್ತಿರಲಿಲ್ಲ. ತಡಬಡಿಸಿ ಹೋದರು.

"ದೊಡ್ಡ ಓದು ಓದೋ ಹುಡ್ಗಿ. ಸ್ನೇಹಿತರು, ಗೆಳತಿಯರು ಇರ್ತಾರೆ. ಓಡಾಟ, ಮತ್ತು.... ಮತ್ತೊಂದು ಇರುತ್ತೆ. ಗಾಬ್ರಿ ಪಡೋಂಥದ್ದೇನು!" ಭರಣಿಯ ಮಾತಿನಲ್ಲಿದ್ದ ವ್ಯಂಗ್ಯವನ್ನು ಅರ್ಥಮಾಡಿಕೊಳ್ಳುವ ಸ್ಥಿತಿಯಲ್ಲಿರಲಿಲ್ಲ ಜಗದೀಶ್. ಸ್ಥಿಮಿತವನ್ನೇ ಕಳೆದುಕೊಂಡುಬಿಟ್ಟಿದ್ದರು. "ಎಲ್ಲಿಗೆ ಹೋಗಿರಬೇಕು! ನಿಂಗೇನು ಹೇಳಿ ಹೋಗಲಿಲ್ವಾ?"

ಅವನಿಗೆ ತಲೆ ಚಚ್ಚಿಕೊಳ್ಳಬೇಕೆನಿಸಿತು. ಗಾಯತ್ರಿ ಮೆಡಿಕಲ್ ಸೇರಿದ ಮೇಲೆ ಪೂರ್ತಿ ಬದಲಾಗಿದ್ದಳು. ಅದನ್ನು ಜಗದೀಶ್ ಗುರ್ತಿಸಲಿಲ್ಲವಾ?

"ಅದೇನು ಸಣ್ಣ ಕೂಸಾ ಅಂಗಡಿಗೆ, ಸ್ಕೂಲ್‌ಗೆ ಹೋಗೋವಾಗ ಹೇಳಿ ಹೋಗೋಕೆ? ಬರ್ತಾಳೆ ಬಿಡಿ" ಅವನು ಒಳಗೆ ಹೋಗಿಬಿಟ್ಟ.

ಎಲ್ಲಿಗೆ ಹೋದರೂ ತಂದೆಯನ್ನೋ, ಭರಣಿಯನ್ನೋ ಜೊತೆಯಲ್ಲಿ ಕರೆದೊಯ್ಯುತ್ತಿದ್ದವಳು ಪೂರ್ತಿ ನಿಲ್ಲಿಸಿದ್ದಳು. ಅದೂ ಇದೂ ಬೇಕೆನ್ನುವ ಬದಲು ಇಷ್ಟು ಹಣ ಕೊಡೀಂತ ಮಾತ್ರ ಕೇಳುತ್ತಿದ್ದಳು.

ಒಂದು ಸಲ ಬೇಸರ ವ್ಯಕ್ತಪಡಿಸಿದಳು. "ನನ್ನ ಅಕೌಂಟ್‌ಗೆ ಹಣ ಹಾಕ್ಬಿಡಿ. ಬೇಕಾದಾಗ ಡ್ರಾ ಮಾಡ್ಕೋತೀನಿ. ಪದೇ ಪದೇ ನಿಮ್ಮನ್ನು ಕೇಳೋಕೆ ಬೇಸರ" ಮಗಳ ಮಾತನ್ನು ಕೇಳಿ ತಬ್ಬಿಬ್ಬಾದರು.

ಅವರಿನ್ನೂ ಮಿಡಲ್‌ಸ್ಕೂಲ್‌ನಲ್ಲಿ ಓದುತ್ತಿದ್ದ ಗಾಯತ್ರಿಯನ್ನೇ ಇನ್ನು ಅವಳಲ್ಲಿ ಕಂಡಿದ್ದರು. ನಿಂತ ನೆಲ ಮೂರು ಅಡಿ ಕೆಳಗಿಳಿದ ಅನುಭವ.

"ನೋಡು, ನಾನು ಇಲ್ಲೇ ಇರ್ತೀನಲ್ಲ, ಯಾವಾಗ ಕೇಳಿದ್ರೂ ಕೊಡ್ತೀನಿ. ಸುಮ್ನೇ ಯಾಕೆ ನೀನು ಬ್ಯಾಂಕ್‌ಗೆ ಹೋಗೋದು. ನಾನು ಇಲ್ಲದಿದ್ದಾಗ ಬೀರುನಲ್ಲಿ ಇರುತ್ತೆ" ಎಂದರು.

ಅದನ್ನು ಗಾಯತ್ರಿ ಒಪ್ಪುವ ಸ್ಥಿತಿಯಲ್ಲಿರಲಿಲ್ಲ. ಇದು ತಂದೆ ಮಗಳ ಅನನ್ಯ ಪ್ರೇಮದ ಬಗ್ಗೆ ಕಂದಕ ತೋಡಿದಂತಾಯಿತು. ಜಗದೀಶ್‌ಗೆ ಅದರ ಅರಿವೇನೂ ಇರಲಿಲ್ಲ.

"ಆಯ್ತು ಗಾಯತ್ರಿ, ಅದಕ್ಕೆ ಬೇಜಾರು ಮಾಡಿಕೊಳ್ಳಬೇಕೆ? ನಾಳೇನೇ ಬ್ಯಾಂಕ್‌ಗೆ ಹೋಗೋಣ" ಮಗಳ ತಲೆ ನೇವರಿಸಿದರು.

ಹಣದ ಬಗ್ಗೆ ಅತಿ ಎಚ್ಚರ ವಹಿಸಿದ್ದ ಅವರು ಮಗಳ ಖರ್ಚುಗಳ ಬಗ್ಗೆ ಹೌಹಾರಿದರು. ಭರಣಿಯ ಮುಂದೆ ಗೊಣಗಾಡಿದರು.

ಪೈರಿನ ನಾಟಿ ಮಾಡಿಸಲು ಹಳ್ಳಿಗೆ ಹೋಗಿದ್ದ ಜಗದೀಶ್ ಹಿಂದಿರುಗಿದಾಗ ಜೋರು ನಗೆ ಅವರನ್ನು ಗೇಟಿನ ಬಳಿಯೇ ನಿಲ್ಲಿಸಿತು.

ಓಡಿ ಬಂದ ಗಾಯತ್ರಿ ಅವರ ತೋಳು ಹಿಡಿದು "ನೋಡಿ ಅಪ್ಪ... ಇವ್ರು ಬಿ.ಪಿ. ದೇಶಪಾಂಡೆ ಅಂತ. ಈ ಸಲ ಕೊನೆಯ ವರ್ಷದ ಎಂ.ಬಿ.ಬಿ.ಎಸ್. ಮಗ್ಸಿದ್ದಾರೆ. ನಂತರ ಸ್ಟೇಟ್ಸ್‌ಗೆ ಹೋಗ್ತಾರೆ" ಪರಿಚಯಿಸಿದಳು.

ಕೈ ಕುಲುಕಿ ಮತ್ತೆ ಒಳಗೆ ಕರೆದೊಯ್ದು ಉಪಚರಿಸಿದರು ಜಗದೀಶ್. ಮೊದಲ ಸಲ ಒಬ್ಬ ಯುವಕನನ್ನು ಕರೆತಂದು ತಂದೆಯ ಮುಂದೆ ನಿಲ್ಲಿಸಿದ್ದಳು.

ಅವನು ಹೋದ ಮೇಲೆ ಮಗಳನ್ನು ವಿಚಾರಿಸಿದರು.

"ನಿಂಗೆ ದೇಶಪಾಂಡೆಯ ಪರಿಚಯ ಹೇಗೆ? ಅವ್ರು ನಿನ್ನ ಕ್ಲಾಸ್‌ಮೇಟ್ ಕೂಡ ಅಲ್ಲ" ಗಾಯತ್ರಿ ತಂದೆಯ ಮಾತಿಗೆ ಗೊಳ್ಳನೆ ನಕ್ಕುಬಿಟ್ಟಳು. "ಏನಪ್ಪ ಹೀಗೆ ಮಾತಾಡ್ತೀರಾ! ಕ್ಲಾಸ್‌ಮೇಟ್ ಅಲ್ಲದಿದ್ದರೇನಾಯ್ತು, ಒಂದೇ ಕಾಲೇಜಿನಲ್ಲಿ ಓದೋರು" ತನ್ನನ್ನು ಸಮರ್ಥಿಸಿಕೊಂಡಳು.

ಬರೀ ಕಾಲೇಜು, ಓದು, ಮನೆಯೆಂದುಕೊಂಡಿದ್ದ ಅವಳ ಬದುಕು ವಿಸ್ತಾರವಾಯಿತು. ಓಡಾಟ ಅಧಿಕವಾಯಿತು. ಹೊಟೇಲ್, ಕ್ಯಾಂಟೀನ್‌ಗಳಲ್ಲಿ ಊಟ, ತಿಂಡಿ! ಕಾದಿದ್ದ ಭರಣಿಗೆ ನಿರಾಶೆ.

ಜಗದೀಶ್ ಊರಿನಲ್ಲಿದ್ದ ದಿನಗಳು ಬೇಗ ಮನೆಗೆ ಬರುತ್ತಿದ್ದಳು. ಆದರೆ ಅಂದು ಮನೆಗೆ ಬಂದಾಗ ರಾತ್ರಿ ಹನ್ನೊಂದು.

ಜಗದೀಶ್ ಭೂಮಿಗಿಳಿದು ಹೋಗಿದ್ದರು. ಆ ವೇಳೆಗೆ ಒಂದಿಬ್ಬರು ಅವಳ ಗೆಳತಿಯರ ಮನೆಗೆ ಫೋನ್ ಮಾಡಿ ವಿಚಾರಿಸಿದ್ದರು ಕೂಡ.

ಗೇಟಿನವರೆಗೂ ಬಂದ ದೇಶಪಾಂಡೆ ಇಳಿಸಿ ಆಟೋದಲ್ಲಿ ಹೋದ. ಜಗದೀಶ್ ನಖಶಿಖಾಂತ ಉರಿದುಹೋಯಿತು.

"ಏನಿದು?" ಅವರ ಕಂಠ ನಡುಗುತ್ತಿತ್ತು.

"ಫಿಲಂಗೆ ಹೋಗಿದ್ವಿ, ಬೇಗ ಆಟೋ ಸಿಗಲಿಲ್ಲ. ಅದಕ್ಕೇ ಲೇಟಾಯಿತು" ಎಂದಳು ಸೌಮ್ಯವಾಗಿ. ಅವರ ಮನದಲ್ಲಿ ನಡೆದ ಆಂದೋಲನ ಅರ್ಥಮಾಡಿಕೊಳ್ಳುವ ಸ್ಥಿತಿಯಲ್ಲಿರಲಿಲ್ಲ ಅವಳು. "ಸಾರಿ, ನಂಗೋಸ್ಕರ ಯಾಕೆ ಊಟಕ್ಕೆ ವೆಯಿಟ್ ಮಾಡೋಕೆ ಹೋದ್ರಿ" ಆ ಮಾತೊಂದನ್ನು ಸೇರಿಸಿ ರೂಮಿಗೆ ಹೋದಳು.

ಹಾಕಿದ ಬಾಗಿಲು ರಪ್ಪೆಂದು ಅವರ ಮುಖಕ್ಕೆ ಬಂದು ಬಡಿದಂತಾಯಿತು. ಒಂದು ಕಡೆ ನಿಶ್ಶಬ್ದವಾಗಿ ಕೂತುಬಿಟ್ಟರು. ಮಗಳ ಮೇಲಿನ ಮಮತೆಯ ಸಂಕೋಲೆಯಲ್ಲಿ ಬಂಧಿತರಾದ ವ್ಯಕ್ತಿ.

ಚಿಕ್ಕಂದಿನ ಬೆಳವಣಿಗೆ, ನಂತರದ ದಾಂಪತ್ಯದಲ್ಲಿ ಬರೀ ಶೂನ್ಯ, ನೀರಸ ಗಾಯತ್ರಿ ಅವರ ಮಡಿಲಿಗೆ ಬಂದಾಗ ಜಗತ್ತು ಪೂರ್ಣವಾಗಿ ಬದಲಾದಂತೆ

ಹರ್ಷಿಸಿದ್ದರು. ಅವರಲ್ಲಿನ ಏಕಾಂಗಿತನದ ಕೊರಗು ಮಾಯವಾಗಿ ಬದುಕಿನಲ್ಲಿ ಆಸಕ್ತಿ ಹುಟ್ಟಿತ್ತು.

ಬಂದ ಭರಣಿ "ಹೊರ್ಗೇ ಊಟ ಮಾಡಿ ಬಂದಿರ್ಬಹ್ದು. ನೀವು ಮಾಡ್ಬನ್ನಿ. ಇಲ್ಲದಿದ್ರೆ ನಾನು ಹಸಿವಿನಿಂದ ಸಾಯಬೇಕು. ಆಗ ಬಲವಂತ ಮಾಡೋಕು ಯಾರು ಬರೋಲ್ಲ" ವ್ಯಥಿತ ದನಿಯಲ್ಲಿ ನುಡಿದ.

ತಟ್ಟೆಯ ಮುಂದೆ ಕೂತರು. ತುತ್ತು ಒಳಗೆ ಇಳಿಯಲಿಲ್ಲ. ಮಗಳು ಹೇಳಿದ್ದು ಕೇಳುತ್ತ ಊಟ ಮಾಡುವುದೇ ಅವರ ಪಾಲಿಗೆ ಸಂತೃಪ್ತಿ.

"ಭರಣಿ, ನಂಗೆ ಊಟ ಮಾಡೋಕೆ ಆಗೋಲ್ಲ ಕಣೋ... ನೀನು ಊಟ ಮಾಡು" ಎದ್ದು ಹೋದರು.

ಕೋಣೆಗೆ ಹೋಗಿ ಕತ್ತಲಲ್ಲಿ ಕೂತುಬಿಟ್ಟರು.

ಶೂನ್ಯವನ್ನು ಸೀಳಿಕೊಂಡು ಬಂದ ಬೆಳಕು ಅವರನ್ನು ಎಚ್ಚರಿಸಿತು. "ಅಪ್ಪ..." ಅವರ ತೆಕ್ಕೆಬಿದ್ದು ಅಳತೊಡಗಿದಳು. "ದಯವಿಟ್ಟು ಕ್ಷಮ್ಸಿ, ಇನ್ನು ಯಾವತ್ತೂ ಲೇಟು ಮಾಡಿ ಬರೋಲ್ಲ" ಆ ಸಾಂತ್ವನದಲ್ಲಿ ಜಗದೀಶ್ ಎಲ್ಲಾ ಮರೆತುಬಿಟ್ಟರು.

ಕಳೆದುಕೊಂಡ ಗಂಟು ಸಿಕ್ಕಿದಂತೆ ಹರ್ಷಿಸಿದರು.

ಗಾಯತ್ರಿ ಮತ್ತು ದೇಶಪಾಂಡೆಯ ಓಡಾಟವೇನು ನಿಲ್ಲಲಿಲ್ಲ. ಆಗಾಗ ಮನೆಗೆ ಕರೆತರುತ್ತಿದ್ದಳು. ಊಟ, ತಿಂಡಿ ಜೊತೆ ಗಂಟೆಗಟ್ಟಲೆ ರೂಮಿನಲ್ಲಿ ಕೂತು ಮಾತಾಡುತ್ತಿದ್ದರು.

ಮಗಳಿಗೆ ವಿದ್ಯಾಭ್ಯಾಸದಲ್ಲಿ ಪೂರ್ತಿ ಅನಾಸಕ್ತಿವುಂಟಾಗಿದೆಯೆಂದು ಅವರ ಅರಿವಿಗೆ ಬಂದಾಗ ಕುಸಿದರು. ಇನ್ನೂ ಮೊದಲ ವರ್ಷದ ಪರೀಕ್ಷೆ ಬರೆದಿರಲಿಲ್ಲ.

ಆ ದಿನ ಗಾಯತ್ರಿ ಬಂದಾಗಲೂ ಹನ್ನೊಂದು ಗಂಟೆ. ಮಗಳಿಗಾಗಿ ಬಾಲ್ಕನಿಯಲ್ಲೇ ನಿಂತು ಕಾದರು. ತನಗೆ ಸಿಗದ್ದೆಲ್ಲ ಅವಳಿಗೆ ಸಿಗಲೀ ಎನ್ನುವ ಆಕಾಂಕ್ಷೆ ಅವರದು. ಆದರೆ ಇಲ್ಲಿ ಬೇರೆ ದಾರಿ ಹಿಡಿದಿತ್ತು.

ಅವಳು ಬಟ್ಟೆ ಬದಲಾಯಿಸಿದ ಮೇಲೆ ಭರಣಿಯ ಬದಲು ತಾವೇ ಅವಳ ಕೋಣೆಗೆ ಹೋದರು. ಆರಾಮಾಗಿ ಕಣ್ಮುಚ್ಚಿದ್ದವಳು ಲೈಟು ಹಾಕಿದ ಕೂಡಲೇ ಕಣ್ಣಿಗೆ ಕೈ ಅಡ್ಡವಿಡಿದಳು.

"ದೀಪ.... ಆರ್ಸು" ಭರಣಿಯೆಂದು ತಿಳಿದು ಹೇಳಿದಳು. "ಭರಣಿ ಅಲ್ಲ, ನಾನು" ಎಂದಾಗ ಎದ್ದು ಕೂತಳು. ಮೊದಲಿನಂತಹ ವಿವಶತೆ ಅವಳ ಕಣ್ಣುಗಳಲ್ಲಿ ಕಾಣಲಿಲ್ಲ. "ಯಾಕಪ್ಪ, ನಂಗೆ ನಿದ್ದೆ ಬರ್ತಾ ಇದೆ" ಹಿಂದೆ ಇಂಥ ಮಾತು ಕೇಳಿದ್ದರೆ ಇನ್ನಷ್ಟು ಬೆಚ್ಚಗೆ ಹೊದ್ದಿಸಿ ಪಕ್ಕದಲ್ಲಿ ಕೂತು ತಟ್ಟಿ ನಿದ್ದೆ ಮಾಡಿಸುತ್ತಿದ್ದರು. ಇಂದು ಆ ಸ್ಥಿತಿ ಇರಲಿಲ್ಲ.

ಛೇರನ್ನು ಮಂಚದ ಬಳಿಗೆ ಎಳೆದು ಹಾಕಿಕೊಂಡರು.

"ಯಾಕೆ ಲೇಟು?" ಕೇಳಿದರು.

ಮತ್ತೆ ಫಿಲಂ ಎನ್ನುವುದು ಸರಿ ಕಾಣಲಿಲ್ಲ. "ದೇಶಪಾಂಡೆ, ಅವ್ರ ಆಂಟಿ ಮನೆಗೆ ಕರ್ಕೊಂಡ್ಹೋಗಿದ್ರು. ಅಲ್ಲೇ ಊಟ ಆಯ್ತು" ಇದು ಹಸಿ ಸುಳ್ಳೆಂದು ಇಬ್ಬರಿಗೂ ಗೊತ್ತು. ಇವಳು ಬರುವುದಕ್ಕೆ ಅರ್ಧ ಗಂಟೆ ಮೊದಲು ಚಕ್ರವರ್ತಿ ಫೋನ್ ಮಾಡಿ "ಹೋಟೇಲ್ ಚಾಂದಿನಿಯಲ್ಲಿ ನಿಮ್ಮಗ್ಳು ಇನ್ನೊಬ್ಬ ಯುವಕನನ್ನು ನೋಡ್ದೆ. ಲವ್ ಆಫೇರ್‌ನಲ್ಲಿ ಬಿದ್ದಂತೆ ಕಾಣ್ತಾಳೆ. ಒಂದಿಷ್ಟು ಬುದ್ಧಿ ಹೇಳು ಮೊದ್ಲು ಕೋರ್ಸ್ ಮುಗೀಲಿ."

ಜಗದೀಶ್ ಎದೆಯಲ್ಲಿ ಆಳವಾದ ಗಾಯವಾದಂತಾಯಿತು. "ಸುಳ್ಳು ಹೇಳ್ಬೋ ಅಗತ್ಯವಿರಲಿಲ್ಲ ಗಾಯತ್ರಿ. ನಾವು ಹಳ್ಳಿಯಿಂದ ಇಲ್ಲಿಗೆ ಬಂದ ಉದ್ದೇಶವೇನು?" ಅವಳ ತಲೆ ತಗ್ಗಿತು.

ಇಡೀ ಕೋಣೆಯನ್ನು ನಿಶ್ಯಬ್ದ ಆವರಿಸಿತು.

"ಈಗೇನಾಗಿದೆ ಅಪ್ಪ! ನಿಮ್ಗೆ ಹಳ್ಳಿ ನೋಡಿ ಗೊತ್ತು. ಇಲ್ಲಿ ಇಂಥ ತಿರ್ಗಾಟ, ಫ್ರೆಂಡ್‌ಶಿಪ್ ಎಲ್ಲಾ ಮಾಮೂಲು. ಅದನ್ನೇ ದೊಡ್ಡದು ಮಾಡಿಕೊಂಡು ಬುದ್ಧಿ ಹೇಳೋಕೆ ಬರೋದು..." ಅವಳು ಪೂರ್ತಿ ಮಾಡದ ವಾಕ್ಯವನ್ನು ಅವರೇ ಪೂರ್ಣಗೊಳಿಸಿದರು "ಸರಿಯಲ್ಲಾಂತ ನಿನ್ನ ಅಭಿಪ್ರಾಯ. ಆದರೆ ನಿಂಗೆ ಕೋರ್ಸು ಪೂರ್ತಿ ಮಾಡುವ ಮನಸ್ಸೇ ಇಲ್ಲ ಅನ್ನಿಸುತ್ತೆ..." ಮಗಳ ಕೈಯನ್ನು ತಮ್ಮ ಕೈಯೊಳಗೆ ತಗೊಂಡರು "ಸ್ವಲ್ಪ ಅರ್ಥಮಾಡ್ಕೋ ಗಾಯತ್ರಿ, ನನ್ನ ಸಮಸ್ತವೂ ನೀನೇ. ನಿಂಗೇನಾದ್ರೂ ಆದರೆ ತಡಕೊಳ್ಳೋಕ್ಕಾಗೋಲ್ಲ ದೇಶಪಪಾಂಡೆ ಬಗ್ಗೆ ನಂಗೇನು ಗೊತ್ತು. ಕೋರ್ಸು ಮುಗಿಯೋವರ್ಗೂ ಬರೀ ಸ್ನೇಹದ ಮಟ್ಟದಲ್ಲಿಯೇ ಇರಲಿ..."

ಆದಾದ ನಾಲ್ಕನೆಯ ದಿನ ಡಾ॥ ಚಕ್ರವರ್ತಿ ಹುಡುಕಿಕೊಂಡು ಬಂದವರು ಗೆಳೆಯನ ಹಾರ್ಟ್‌ಬೀಟ್, ನಾಡಿ ಬಡಿತ, ಬ್ಲಡ್ ಪ್ರೆಷರ್ ಎಲ್ಲಾ ಚೆಕ್ ಮಾಡಿ ನಾರ್ಮಲ್ ಆಗಿದೆಯೆಂದು ಡೆಫಿನೆಟ್ ಮಾಡಿಕೊಂಡರು.

"ತೀರಾ ಕಾಮನ್ ಮ್ಯಾಟರ್... ಅದು ನಿನ್ನ ತಗೊಳ್ಳೊ ರೀತಿಯಲ್ಲಿ ಹೋಗುತ್ತೆ. ಈಚೆಗೆ ಗಾಯತ್ರಿ ಕಾಲೇಜ್‌ಗೆ ಹೋಗ್ತಾ ಇಲ್ಲ. ಮನೆಯಿಂದ ನೇರವಾಗಿ ಅವ್ಳು ಹೋಗೋದು ದೇಶಪಾಂಡೆ ರೂಮಿಗೆ."

ಒಂದು ಸ್ತಬ್ಧ ಚಿತ್ರದಂತಾದರು ಜಗದೀಶ್. ಇಂಥ ಭಯ ಅವರಿಗೆ ಇದ್ದೇ ಇತ್ತು. ಆದರೆ ಅದನ್ನು ಇಷ್ಟು ಬೇಗ ಎದುರಿಸಬೇಕಾಗುತ್ತೆ ಅಂದುಕೊಂಡಿರಲಿಲ್ಲ.

"ಐ ಲಾಸ್ಟ್ ಎವ್ವೆರಿಥಿಂಗ್... ಎಲ್ಲ ಕಳಕೊಂಡ್ಬಿಟ್ಟೆ ಚಕ್ರವರ್ತಿ. ಬಹುಶಃ ಕೆಲವರ ಬದುಕು ಶೂನ್ಯದಲ್ಲಿ ಹುಟ್ಟಿ ಅದರಲ್ಲೇ ಮುಕ್ತಾಯವಾಗುತ್ತೆ. ನಂದು... ಅಷ್ಟೇ" ನಿರಾಶೆಯಿಂದ ನುಡಿದಾಗ ಚಕ್ರವರ್ತಿ ರೇಗಿಕೊಂಡರು.

"ಅದು ಸೆಲ್ಫ್ ಕ್ರಿಯೇಟ್ ಮಾಡಿಕೊಂಡಿದ್ದು. ಅಪ್ಪ ಅಮ್ಮಂದಿರಿಂದ ಏನೂ ಸಿಗ್ಲಿಲ್ಲ. ಸರಸ್ವತಿಯಿಂದ್ಲೂ ನಿಲ್. ಆದರೆ ಒಂದು ಅವಕಾಶನ ದೇವರು ಒದಗಿಸಿಕೊಟ್ಟಿದ್ದ.

ಅದ್ನ ನೀನೇ ನಾಶ ಮಾಡಿಕೊಂಡೇ. ನಿನಗೆ ಇಷ್ಟವಾಗುವಂಥ ಒಂದು ಹುಡ್ಗೀನ ನೀನು ಹೆಂಡ್ತಿ ಸತ್ತ ಮೇಲೆ ಮದ್ವೆ ಆಗ್ಬಹುದಿತ್ತು."

ಇದು ಜಗದೀಶ್‌ಗೆ ಒಪ್ಪಿಗೆಯಾಯಿತು. ಸಹಭಾಗಿನಿಯಾಗಿ ಬರುವ ಹೆಣ್ಣಿನ ಬಗ್ಗೆ ಯಾವುದೇ ಭಾವನೆಗಳಿರಲಿಲ್ಲ ಅವರಿಗೆ. ಅದೆಲ್ಲ ಒಂದು ರೀತಿಯ ಭ್ರಮೆಯೆಂಬ ಅನಿಸಿಕೆ.

"ದಯವಿಟ್ಟು ಆ ವಿಷ್ಯ ಬೇಡ. ನನ್ನಲ್ಲಿ ಕನಸುಗಳು, ಸಂವೇದನೆ ಹುಟ್ಟಿಸದ ಸರಸ್ವತಿಯನ್ನೇ ನಾನು ಎಲ್ಲಾ ಹೆಣ್ಣುಗಳಲ್ಲೂ ಕಾಣೋದು. ಗೋ ಟು ಹೆಲ್, ಪ್ಲೀಸ್, ಇದಕ್ಕೊಂದು ಪರಿಹಾರ ಸೂಚಿಸು. ನಾನು ಯಾವ ಕಾರಣಕ್ಕೂ ಗಾಯತ್ರಿನ ಕಳೆದುಕೊಳ್ಳೋಕೆ ಸಿದ್ಧವಿಲ್ಲ" ಉದ್ವೇಗದಿಂದ ಬಡಬಡಿಸಿದರು.

ಚಕ್ರವರ್ತಿ ಜೋರಾಗಿ ನಕ್ಕರು. "ನೀನು ಶುದ್ಧ ಫೂಲಿಷ್, ಸಂಬಂಧಗಳ ಜ್ಞಾನವಿಲ್ಲ. ಕಳೆದುಕೊಳ್ಳೋದೂಂದ್ರೆ ಅರ್ಥವೇನು? ಗಾಯತ್ರಿಗೆ ಈಗ ವಯಸ್ಸಿಗೆ ಅನುಗುಣವಾಗಿ ಬೇಕಾಗಿರುವುದು ನಿನ್ನ ಮಮತೆಯಲ್ಲ, ಗಂಡಿನ ಪ್ರೇಮ. ಇದು ರಿಯಲ್ ಫ್ಯಾಕ್ಟ್. ಮೊದ್ಲು ಅವಳ ಮನಸ್ಸಿನಲ್ಲಿ ಏನಿದ್ಯೋ ತಿಳ್ಕೋ" ಗುಡುಗಿದ್ದರು.

ಬರೀ ಮಗುವಿನಂತೆ ಗಳಗಳ ಅತ್ತಿದ್ದು ಜಗದೀಶ್.

ಆ ಸಂಜೆಯೇ ಬಂದ ದೇಶಪಾಂಡೆಯನ್ನು ಕರೆದು ಕೂಡಿಸಿಕೊಂಡು ವಿಚಾರ ಎತ್ತುವ ಮುನ್ನವೇ, "ಸಾರಿ, ಮಾತಾಡೋದು ಏನಿದ್ರೂ ನಿಮ್ಮ ಮಗಳ ಹತ್ರ. ನಂಗೆ ಅದಕ್ಕೆಲ್ಲ ಪುರುಸೊತ್ತಿಲ್ಲ" ಹೋಗಿಯೇಬಿಟ್ಟ.

ಊಟದ ನಂತರ ಮಗಳಲ್ಲಿ ಪ್ರಸ್ತಾಪಿಸಿದರು.

"ನೀನು ಸರ್ಯಾಗಿ ಕಾಲೇಜಿಗೆ ಹೋಗ್ತಾ ಇಲ್ಲಾಂತ ತಿಳಿತು" ಅವಳು ಹತ್ತು ನಿಮಿಷ ಮೌನವಾಗಿ ಕೂತ ನಂತರ ಉಸುರಿದಳು. "ಹೌದು, ನಾನೇ ನಿಮ್ಹತ್ರ ಹೇಳ್ಬೇಕೂಂತ ಅಂದ್ಕೊಂಡೆ, ಧೈರ್ಯವಾಗ್ಲಿಲ್ಲ. ನಂಗೆ ಓದೋಕೆ ಇಂಟರೆಸ್ಟಿಲ್ಲ."

ಈಗ ಮೌನ ಇವರ ಬಳಿ ಸರಿಯಿತು.

"ಇಲ್ಲಿಗೆ ಬಂದಿದ್ದೇ ನಿನ್ನ ಓದಿನ ಉದ್ದೇಶಕ್ಕಾಗಿ. ನಿಂಗೆ ಅದೇ ಬೇಡಾಂತ ಅನ್ನಿಸಿದ್ರೆ... ಹಳ್ಳಿಗೆ ಹಿಂದಿರುಗಿಬಿಡೋಣ. ಓಡಾಟ ತಗ್ಗಿದರೆ ಪೂರ್ತಿ ತೋಟದ ಕಡೆ ಗಮನ ಕೊಡ್ಬಹ್ದು."

ತಂದೆಯ ಸೂಚನೆಗೆ ಅವಳು ಒಪ್ಪುವ ಸ್ಥಿತಿಯಲ್ಲೇ ಇರಲಿಲ್ಲ. ಸುಮ್ಮನಾಗಿಬಿಟ್ಟಳು.

ಜಗದೀಶ್ ತಡ ಮಾಡಲಿಲ್ಲ. ಭರಣಿಗೆ ಸಾಮಾನು ಪ್ಯಾಕ್ ಮಾಡಲು ತಿಳಿಸಿಯೇಬಿಟ್ಟರು. ಜೋಪಾನ ಮಾಡಿದ ಅಮೂಲ್ಯ ಮುತ್ತು ಕೈ ಬಿಟ್ಟು ಹೋಗಬಾರದೆನ್ನುವ ತಡಬಡಿಕೆ.

"ಅಪ್ಪ, ಯಾಕೆ ಇಷ್ಟೊಂದು ಆತುರ? ನೀವು ಮನೆ ಖಾಲಿ ಮಾಡಿದ್ರೆ ನಾನು ದೇಶಪಾಂಡೆ ರೂಮಿನಲ್ಲಿರಬೇಕಾಗುತ್ತೆ. ಅದು ನಿಮ್ಮ ಮನಸ್ಸಿಗೆ ಕಷ್ಟ. ನಾವಿಬ್ರೂ

ಮದ್ವೆ ಆಗೋವರ್ರೂ ಮನೆ ಇರಲೀ" ಗಾಯತ್ರಿ ಧೈರ್ಯವಹಿಸಿ ಹೇಳಿದಳು.

ಮದುವೆಯ ವಿಷಯ ದೇಶಪಾಂಡೆ, ಅವಳ ಸ್ವಂತ ವಿಷಯವೆನ್ನುವಂತೆ ಮಾತಾಡಿದಳು. ಈಗ ಏನು ಅಲ್ಲವಾಗಿದ್ದರು ಜಗದೀಶ್. ಅವರೆದೆ ಒಡೆದು ಹೋಗಲಿಲ್ಲ ಅಷ್ಟೆ. ಹಿಡಿಯಷ್ಟಿದ್ದ ಹೃದಯ ಅವರೇ ಕಾಳಿನ ಗಾತ್ರಕ್ಕೆ ಬಂತೇನೋ?

ಅಂದಿನಿಂದ ತಂದೆ, ಮಗಳ ಮಧ್ಯೆ ಮಾತೇ ಇಲ್ಲ. ಅವಳಿಗೆ ಭಯ, ಅಧೈರ್ಯ, ನೋವು, ಇವರಿಗೆ ತಮ್ಮಿಬ್ಬರ ಮಧ್ಯೆ ಮಾತೇ ಇಲ್ಲವೇನೋ ಅನ್ನುವಂತೆ ಭಾವ.

ಆಗ ಅವರು ಸೋತು ಚಕ್ರವರ್ತಿಗಳ ಮೊರೆ ಹೋದರು. "ದೇಶಪಾಂಡೆ ಹತ್ರ ಮಾತಾಡು. ಹೇಗೆ ಮದ್ವೆ ಮಾಡಿಕೊಡಬೇಕು? ಎಲ್ಲಿ ಮಾಡಿಕೊಡಬೇಕು? ಅವ್ರ ತಾಯ್ತಂದೆಯರ ಬಗ್ಗೆಯೆಲ್ಲ ತಿಳ್ಕೋ. ಪ್ಲೀಸ್, ಈ ಮದ್ವೆ ನೀನೇ ನಿಂತು ನಡ್ಸಿಕೊಡ್ಬೇಕು" ಕುಸಿದು ಕೂತರು.

"ಡೋಂಟ್ ವರೀ, ಗಾಯತ್ರಿ ನಿಂಗೆ ಸುಲಭವೇ ಮಾಡಿಕೊಟ್ಟಿದ್ದಾಳೆ. ಗಂಡು ಹುಡುಕೋ ತಾಪತ್ರಯವೇ ಇಲ್ಲ. ಅವಳಮ್ಮ ಕಟ್ಟಿಕೊಂಡ ಮೂರೇ ವರ್ಷಕ್ಕೆ ನಿನ್ನ ಬಂಧನದಿಂದ ವಿಮುಕ್ತಿಗೊಳಿಸಿದಳು. ಇವ್ಳು ಹುಟ್ಟಿದ ಹತ್ತೊಂಬತ್ತು ವರ್ಷಕ್ಕೇನೇ ನಿಂಗೆ ಬಿಡುಗಡೆ ದೊರಕಿಸಿಕೊಟ್ಟಿದ್ದಾಳೆ. ಯೂ ಆರ್ ಲಕ್ಕಿ" ಹಗುರವಾಗಿ ಮಾತಾಡಿದರು. ಆದರೆ ತೀರಾ ವ್ಯಥಿತರಾಗಿದ್ದರು ಚಕ್ರವರ್ತಿಗಳು.

ನಾಲ್ಕಾರು ದಿನಗಳ ಓಡಾಟದ ನಂತರವೇ ದೇಶಪಾಂಡೆ ಸಿಕ್ಕಿದ್ದು. ಅವನಪ್ಪನ ವಿಳಾಸ ಪಡೆದು ಸಂಪರ್ಕಿಸಿದಾಗ ಅವರೇನು ದುಃಖವಾಗಲೀ, ಕೋಪವಾಗಲಿ, ಸಂತೋಷವಾಗಲಿ ವ್ಯಕ್ತಪಡಿಸಲಿಲ್ಲ.

"ನಮ್ಮದೇನು ಅಭ್ಯಂತರವಿಲ್ಲ. ಯಾವ್ದೇ ಫಾರ್ಮಾಲಿಟೀಸ್‌ನ ನಾವು ಇಟ್ಕೊಂಡಿಲ್ಲ. ಇನ್ವಿಟೇಷನ್ ಕಳಿಸಿದ್ರೆ.... ಬರ್ತೀನಿ. ಮಿಕ್ಕಿದ್ದು ಅವ್ರ ಹತ್ತಿರವೇ ಮಾತಾಡಿಕೊಳ್ಳಿ" ಮಗನಿಗೇ ಬಿಟ್ಟರು.

ದೇಶಪಾಂಡೆ ಮೆರಿಟ್ ಸ್ಟೂಡೆಂಟ್. ಒಳ್ಳೆ ಭವಿಷ್ಯವಿತ್ತು. ಅವಕಾಶಕ್ಕಾಗಿ ಕಾದು ಮುದುಕನಾಗುವುದು ಅವನಿಗೆ ಇಷ್ಟವಿಲ್ಲ.

"ನಾನು ಸ್ಟೇಟ್ಸ್‌ಗೆ ಹೋಗೋನಿದ್ದೀನಿ. ಅದಕ್ಕೆ ಬೇಕಾದ ಕೆಲವು ವ್ಯವಸ್ಥೆಗಳನ್ನು ಮುಗ್ಸಿದ್ದೀನಿ. ರಿಜಿಸ್ಟರ್ ಕಛೇರಿಯಲ್ಲಿ ಕೆಲವು ತಿಂಗಳ ಹಿಂದೆಯೇ ನಮ್ಮ ಮದ್ವೆ ಮುಗಿದಿದೆ" ಸ್ಪಷ್ಟವಾಗಿ ಹೇಳಿದ. ಹಿಂಜರಿಕೆಯಿಲ್ಲದ ಅವನ ಸ್ವಭಾವ ಚಕ್ರವರ್ತಿಗಳಿಗೆ ಸರಿಯಾಗಿ ವ್ಯಕ್ತವಾಯಿತು.

ಹಣೆಯೊತ್ತಿ ಕೂತಿದ್ದ ಚಕ್ರವರ್ತಿ ಮೇಲೆದ್ದರು. "ಓಕೇ, ಇನ್ನು ಮಿಕ್ಕ ವ್ಯವಸ್ಥೆಗಳ್ನ ನಾವು ಮಾಡ್ಕೋತೀವಿ. ನಿಮ್ಮ ರಿಜಿಸ್ಟರ್ ಮದ್ವೆ ಗುಟ್ಟಿನಲ್ಲೇ ಇರಲೀ. ಒಂದು ಸಿಂಪಲ್ ಮದ್ವೆಗೆ ಅವಕಾಶ ಕೊಡಿ."

ದೇಶಪಾಂಡೆ ಸುಮ್ಮನೆ ಕೆನ್ನೆಯುಜ್ಜುತ್ತ ಕೂತ.

"ಮಿಸ್ಟರ್ ದೇಶಪಾಂಡೆ, ನಿನ್ನ ಎಂ.ಬಿ.ಬಿ.ಎಸ್. ಮುಗಿದಿರಬಹ್ದು, ಒಳ್ಳೆ ಭವಿಷ್ಯವಿರಬಹ್ದು. ಆದರೆ..." ಅವನ್ನ ಪೂರ್ತಿ ಮಾಡಲು ಬಿಡಲಿಲ್ಲ.

"ವಿ ಮಸ್ಟ್ ಪ್ರಿಪೇರ್ಡ್ ಟು ಫೇಸ್ ಇಟ್, ಓಕೇ.... ಐದು ಲಕ್ಷದಷ್ಟು ಕ್ಯಾಷ್ ಕೊಡ್ಬೇಕಾಗುತ್ತೆ" ಒಂದೇ ಒಂದು ಬೇಡಿಕೆ ಮುಂದಿಟ್ಟ.

ರೆಡಿಯಾದ ಪಾಸ್‌ಪೋರ್ಟ್‌ಗಳನ್ನು ತೋರಿಸಿದ ಕೂಡ. ಚಕ್ರವರ್ತಿ ಸಮ್ಮತಿ ಸೂಚಿಸಿದರು. ಇದೇನು ಸಮಸ್ತವನ್ನೂ ಮಾರಿ ಜಗದೀಶ್ ಒಪ್ಪಿಸಿಬಿಡಬಲ್ಲ. ಆದರೆ ಅವನು ತಡೆಯಲಾರದ್ದು ಮಗಳನ್ನು ಅಗಲುವುದು.

ನೇರವಾಗಿ ಚಕ್ರವರ್ತಿ ಬಂದಿದ್ದು ಜಗದೀಶ್ ಮನೆಗೇನೆ. ಭರಣಿ ಒಬ್ಬನೇ ಇದ್ದ.

"ಗೊಬ್ಬರ ಹಾಕಿಸ್ಬೇಕೂಂತ ಹಳ್ಳಿಗೆ ಹೋದ್ರು. ಕಾಯಿ ಕೂಡ ಕಿತ್ತಿಸ್ಬೇಕಿತ್ತು. ಅಂಬಕ್ಕ ಇದ್ಕೊಂಡ್ ನಿಭಾಯಿಸಿಕೊಳ್ಳೋದ್ರಿಂದ ಅಲ್ಲಿಗೂ ಇಲ್ಲಿಗೂ ಜಗದೀಶಪ್ಪ ಓಡಾಡೋಕೆ ಸಾಧ್ಯವಾಗಿದೆ" ತೋಡಿಕೊಂಡ.

ಗಾಯತ್ರಿಯ ಕೋಣೆಯಲ್ಲಿ ಇಣಕಿ ಬಂದವರು 'ಎಲ್ಲಿ?' ಎನ್ನುವಂತೆ ಕಣ್ಣಲ್ಲಿಯೇ ಕೇಳಿದರು.

ಇನ್ನಷ್ಟು ಸ್ಪಷ್ಟವಾಯಿತು ಭರಣಿಯ ಮುಖ. "ಯಾರೋ ಗೆಳತಿಯರು ಬಂದಿದ್ರು, ಅವ್ರ ಜೊತೆ ಹೋದ್ರು. ಯಾವ್ದೂ ಸರಿ ಹೋಗ್ಲಿಲ್ಲ. ಅಂಬಕ್ಕ ಹೇಳಿದಂತೆ ಹಳ್ಳಿಯಲ್ಲೇ ಉಳಿದಿದ್ರೆ ಚೆನ್ನಾಗಿತ್ತು" ಎಂದ. ಚಕ್ರವರ್ತಿ ಹೌದೆನ್ನುವಂತೆ ತಲೆದೂಗಿ ಭಾರವಾದ ಉಸಿರು ದಬ್ಬಿದರು.

"ಅಂಬಕ್ಕ ಹೇಳೋದು ಸೆಂಟ್ ಪರ್ಸೆಂಟ್ ನಿಜ. ಗಾಯತ್ರಿ ಮೆಡಿಸಿನ್ ಓದಿದ್ರೂ ಗಂಡನ ಹಿಂದೆ ಹೋಗೋಳೇ" ಎಂದ ಭರಣಿಯ ಮುಖದಲ್ಲಿ ಹೆದರಿಕೆ ಕಾಣಿಸಿಕೊಂಡಿತು. "ಎಂಥ ಮಾತು! ಗಾಯತ್ರಿ ಮದ್ವೆಯಾದ್ರೂ ಇಲ್ಲೇ ಇರ್ತಾರೆ. ಷಾಪ್ ತೆಗೀಲಿ, ಆಸ್ಪತ್ರೆಗೆ ಹೋಗ್ಲಿ. ಎಲ್ಲಕ್ಕೂ ಇಲ್ಲಿ ಅನ್ಕೂಲವಾಗೇ ಇದೆ."

ಚಕ್ರವರ್ತಿ ಹೊರಗೆ ಬರುವ ವೇಳೆಗೆ ಜಗದೀಶ್ ಬಂದರು. "ಓಹೋ ನೀನು ಇಲ್ಲಿದ್ದೀಯ! ನಾನು ಮನೆಗೆ ಹೋಗೇ ಬಂದಿದ್ದು. ದೇಶಪಾಂಡೆ ಸಿಕ್ಕಿದ್ನಾ?" ಅವರ ಕೈ ಹಿಡಿದುಕೊಂಡರು.

ಚಕ್ರವರ್ತಿ, ಜಗದೀಶ್ ಕೋಣೆಯೊಳಗೆ ಬಂದು ಕೂತರು.

"ಜಗದೀಶ್, ದೇಶಪಾಂಡೆ ಕ್ಲವರ್. ಒಳ್ಳೆ ಫ್ಯೂಚರ್ ಇದೆ. ಇನ್ನು ನೀನು ನಾಲ್ಕು ವರ್ಷಕಾದರೂ ಅಂತ ಉತ್ತಮ ಗಂಡು ಸಿಗೋಲ್ಲ. ಮದ್ವೆಗೆ ಅವನ ಮನೆಯವರ ತಕರಾರಿಲ್ಲ. ಯು ಆರ್ ಲಕ್ಕಿ" ಹರ್ಷದಿಂದ ಹೇಳಿದರು.

ಮೊದಲು ಸ್ವಲ್ಪ ಇರುಸುಮುರುಸಾದರೂ ನಂತರ ಸಮಾಧಾನಗೊಂಡರು.

"ಆದ್ರೂ ಇವ್ರು ಕೋರ್ಸ್ ಪೂರ್ತಿ ಮಾಡಿದ್ರೆ ಚೆನ್ನಿತ್ತು. ಇಬ್ರೂ ಸೇರಿ ನರ್ಸಿಂಗ್ ಹೋಂ ತೆಗೀಬಹುದಿತ್ತು. ಜೀವನದಲ್ಲಿ ಹೇಗೋ ವೃತ್ತಿಯಲ್ಲೂ ಸಮಭಾಗಿಗಳಾಗ್ಬಹುದಿತ್ತು.

ಗಾಯತ್ರಿ ವಯಸ್ಸು ಹತ್ತೊಂಬತ್ತು" ವಿಷಾದದಿಂದ ನುಡಿದರು.

ಚಕ್ರವರ್ತಿ ನಕ್ಕರು. "ಅವ್ಳ ವಯಸ್ಸು ಹತ್ತೊಂಬತ್ತೇ ಇರೋಲ್ಲ. ಮುಂದಿನ್ವರ್ಷ ಇಪ್ಪತ್ತು, ಅದಕ್ಕೆ ಮುಂದಿನ್ವರ್ಷ ಇಪ್ಪತ್ತೊಂದು.... ಹಾಗೆಯೇ ಸಾಗಿ ಮೂವತ್ತು ಕೂಡ ತಲುಪುತ್ತೆ. ಈಗ ಅದು ಮುಖ್ಯವಲ್ಲ, ಈಗ ಅಭ್ಯಂತರ ಬಂದರೇ... ನಿನ್ನಿಂದಲೇ" ಬೆಟ್ಟು ಮಾಡಿ ತೋರಿಸಿದರು.

ತಲೆಯಾಡಿಸಿದರು. "ಪ್ರೀತಿ ಎಂದೂ ಪನಿಷ್‌ಮೆಂಟ್ ಆಗ್ಬಾರ್ದು. ನಂಗೆ ಇಂಥ ಅವಕಾಶವೇ ಇರ್ಲಿಲ್ಲ. ಅದೆಲ್ಲಿ ದುರುಪಯೋಗವಾಗುತ್ತೋ ಅನ್ನೋ ಭಯ ಅಷ್ಟೆ" ತೀರಾ ಭಾವುಕರಾಗಿಬಿಟ್ಟರು.

"ದೇಶಪಾಂಡೆ ಐದು ಲಕ್ಷ ಡಿಮ್ಯಾಂಡ್ ಮಾಡ್ತಾ ಇದ್ದಾನೆ" ಚಕ್ರವರ್ತಿ ಮಾತಿಗೆ ನಿರ್ವಿಣ್ಣರಾಗಿಬಿಟ್ಟರು. "ಇದೆಂಥ ಪ್ರೇಮ! ಅವನೇನಾದ್ರೂ ದುರುದ್ದೇಶವಿಟ್ಟುಕೊಂಡು ಪ್ರೇಮಿಸಿದ್ರೆ... ಇದಕ್ಕೆ ನನ್ನ ಒಪ್ಪಿಗೆ ಇಲ್ಲ" ಜಗದೀಶ್ ಸ್ವರ ಕಂಪಿಸುತ್ತಿತ್ತು.

"ಕೊಡೋಲ್ಲ ಅನ್ನೋಕೆ ಅರ್ಥವೇ ಇಲ್ಲ. ಕೊಡಬೇಕು. ಕೊಡ್ತೀಯಾ ಕೂಡ. ಅವರಿಬ್ರೂ ಸ್ಟೇಟ್ಸ್‌ಗೆ ಹೋಗ್ತಾ ಇದ್ದಾರೆ" ಎಂದರು ಸರಳವಾಗಿ.

ಜಗದೀಶ್ ಕಣ್ಣಿಗೆ ಕತ್ತಲಿಟ್ಟಿತು. ಏನೇನೂ ಕಾಣದಾಯಿತು. ಬಿಳಿಯ ಮೋಡಗಳು ಬಂದು ಅವರನ್ನು ಆವರಿಸಿದಂತಾಯಿತು. ಇಂಥ ಒಂದು ಯೋಚನೆ ಇರಲೀ, ಕನಸ್ಸು ಕೂಡ ಬೀಳಲಿಕ್ಕಿಲ್ಲ.

ಸದಾ ಮಗಳ ಬಿಂಬವನ್ನು ಕಣ್ಣುಗಳಲ್ಲಿ ತುಂಬಿಕೊಂಡಿದ್ದ ವ್ಯಕ್ತಿ, ಕ್ಷಣ ಮರೆಯಾದರೂ ತಾಳಲಾರದಂಥಹ ತೊಳಲಾಟ.

ಚಕ್ರವರ್ತಿಯ ಎರಡು ಕೈಗಳನ್ನು ಹಿಡಿದುಕೊಂಡುಬಿಟ್ಟರು. "ಐದು ಲಕ್ಷವೇನು, ಇಡೀ ಆಸ್ತಿಯೇ ಅವರುಗಳಿಗೆ ಬರೆದುಕೊಟ್ಟು ಜೀತದಾಳಾಗಿ ಬಿಡ್ತೀನಿ. ಖಂಡಿತ ಗಾಯತ್ರಿ ನನ್ನ ಕಣ್ಮುಂದೆಯೇ ಇರಲಿ" ಕಣ್ಣೀರು ಸುರಿಸಿದರು.

ಜಗದೀಶ್‌ನ ಒಂದು ಸ್ಥಿತಿಗೆ ತರುವ ವೇಳೆಗೆ ಚಕ್ರವರ್ತಿಗಳಿಗೆ ಸಾಕು ಸಾಕಾಯಿತು. ವಿವಾಹ ಅನ್ನೋ ಕಾರ್ಯಕ್ರಮ ಮುಗಿಯಿತು.

ವಿಮಾನ ನಿಲ್ದಾಣದಲ್ಲಿ ತಂದೆಯನ್ನು ಅಪ್ಪಿ ಭೋರೆಂದು ಅತ್ತ ಗಾಯತ್ರಿ. "ದಿನ ಒಂದು ಪತ್ರ ಬರೀತೀನಿ. ವಾರಕ್ಕೆರಡು ಸಲ ಫೋನ್ ಮಾಡ್ತೀನಿ. ನಿಮ್ಮನ್ನ ಬಿಟ್ಟು ಹೋಗೋದು ಇಷ್ಟು ಕಷ್ಟಾಂತ ತಿಳಿದಿರಲಿಲ್ಲ" ಕಂಬನಿಯಿಂದ ಅವರೆದೆ ತೋಯಿಸಿ ವಿಮಾನದಲ್ಲಿ ದೇಶಪಾಂಡೆಯೊಂದಿಗೆ ಹಾರಿ ಹೋಗಿದ್ದಳು.

"ಇಲ್ಲಿ ಮನೆಯೇನು ಖಾಲಿ ಮಾಡೋದ್ಬೇಡ. ಎರಡೇ ವರ್ಷ.... ಇಲ್ಲಿಗೆ ವಾಪ್ಸು ಬಂದು ನರ್ಸಿಂಗ್ ಹೋಂ ತೆಗೀತಾರೆ. ನಾವಿಬ್ರೂ ನಿನ್ನ ಹತ್ರವೇ ಇರ್ತೀವಿ" ಎಂದು ಅವರನ್ನು ಕಾಯಲು ಹೇಳಿ ಹೋಗಿದ್ದರು.

* * *

ಈ ಸಲ ಹಳ್ಳಿಗೆ ಹೋದವರು ಮನಸ್ಸನ್ನು ಬಿಗಿ ಹಿಡಿದು ಹತ್ತು ದಿನ ಉಳಿದರು. ಅಂದು ಒತ್ತು ಶಾವಿಗೆ ಮಾಡಿದ್ದ ಅಂಬಕ್ಕನ ಜೊತೆ ಇನ್ನೊಂದು ಹೆಣ್ಣಿತ್ತು.

"ದೂರದ ಸಂಬಂಧ. ಅಣ್ಣ-ಅತ್ತಿಗೆಯರ ಮಧ್ಯೆ ನಲುಗಿಹೋಗ್ತಾ ಇದ್ದಳು. ಹೇಗೂ ನಂಗೆ ಜೊತೆಯಾಗುತ್ತೇಂತ ಇಲ್ಲಿಗೆ ಕರೆ ತಂದೆ. ನೀನೇನು... ಹೇಳ್ತೀಯಾ?" ಒತ್ತು ಶಾವಿಗೆಗೇ ಪುಡಿ ಉದುರಿಸುತ್ತ ಕೇಳಿದರು.

ಜಗದೀಶ್ ತಲೆ ಎತ್ತಲಿಲ್ಲ. ಅತ್ತ ನೋಟ ಸರಿಸಲಿಲ್ಲ. "ನಿಂಗೆ ಅನ್ಕೂಲ ಆಗುತ್ತೆ ಅನ್ನೋ ಆಗಿದ್ರೆ ಇಟ್ಕೋ. ಇದೆಲ್ಲ ನಂಗೇನು ಗೊತ್ತಾಗುತ್ತೆ. ನೀನು ಎಷ್ಟು ಹೇಳ್ತೀಯೋ ಅಷ್ಟು ಕೊಡ್ತೀನಿ"

ಅಂಬಕ್ಕ ಕರುಣೆಯಿಂದ ನೋಡಿದರು. ಅಂದು ಕರೆತಂದಾಗ ಜಗದೀಶ್ ಹೇಗಿದ್ದನೋ ಹಾಗೆಯೇ ಇದ್ದರು. ನಲ್ವತ್ತೈದು ತುಂಬಿದ್ದು ಪಕ್ವತೆ ಮೂಡಿಸಿತ್ತು. ಮುಖ, ಮೈಯಲ್ಲಿ.

"ಕೊಡೋದು, ಬಿಡೋದೂಂತೇನು ಬೇಡ. ಮನೆಯಲ್ಲೇ ಇರಲೀ, ನಂಗೂ ವಯಸ್ಸಾಯ್ತು. ಎಲ್ಲಾ ನಿಭಾಯಿಸೋದು ಕಷ್ಟ" ಇಂಥ ಮಾತುಗಳನ್ನಾಡಿದರು.

ಅಂದು ರಾತ್ರಿ ಕೋಣೆಗೆ ಹಾಲು ತಂದಿದ್ದು ಆಕೆಯೇ. ಬೆಚ್ಚಿ ಮಂಚದಿಂದ ಎದ್ದು ಕೂತರು. "ಯಾರು.... ಯಾರದು?" ಹೊರಗೆ ಹೋಗಿಬಿಟ್ಟರು.

ಹೆಣ್ಣನ್ನು ನೋಡಿದರೆ ಅವರಿಗೆ ಬೇಗೆಯ ರಾತ್ರಿಗಳೇ ನೆನಪಾಗುತ್ತಿದ್ದುದು. "ಯಾರು ಕೋಣೆಯೊಳಕ್ಕೆ ಒಂದಿಷ್ಟು?" ನಡುಮನೆಯಲ್ಲಿ ಕೂತಿದ್ದ ಅಂಬಕ್ಕನನ್ನು ಕೇಳಿದರು "ನಾನೇ ಏನಾದ್ರೂ ಬೇಕಾಗಿದ್ದರೆ ಬಂದು ತಗೋತಾ ಇದ್ದೆ. ಮೊದ್ಲಿನಿಂದ ನಂಗೆ ಹಾಲು ಕುಡಿದ ಅಭ್ಯಾಸವು ಇಲ್ಲ. ನಿನ್ನ ಬಲವಂತಕ್ಕೋ, ಗಾಯತ್ರಿ ಬಲವಂತಕ್ಕೋ ಅಪರೂಪವಾಗಿ ಕುಡೀತಿದ್ದೆ. ಮತ್ಯಾಕೆ ಹಾಲು ಕಳಿಸ್ದೆ?" ಅಲ್ಲೇ ಶತಪಥ ಹಾಕಿದರು.

ಸಹಾನುಭೂತಿಯಿಂದ ಆಕೆಯ ಎದೆ ತೊಯ್ದುಹೋಯಿತು. ಆದರೆ ಹೇಳಬೇಕಾದ ವಿಷಯಕ್ಕೆ ಇದು ಕಾಲ ಪಕ್ವವಲ್ಲ ಅಂದುಕೊಂಡರು.

"ಏನಾಯ್ತೋ ಜಗದೀಶ... ಕಣ್ಣು ನೋಡು, ಎಷ್ಟು ಕೆಂಪಗಾಗಿದೆ ದಿನ ಹಾಲು ಕುಡೀ..." ಅದಕ್ಕೆ ಬದಲು ಹೇಳದಂತೆ ಕೋಣೆಗೆ ಹೋದರು.

ಆ ಹೆಣ್ಣು ಪ್ರತಿಯೊಂದು ಅವರ ಕೆಲಸಗಳಿಗೆ ಬಂದಾಗ ಏನೇನು ಅನ್ನಿಸಲಿಲ್ಲ. "ಅಂಬಕ್ಕ, ನಾನೆಲ್ಲ ಕೆಲ್ಸ ನಾನೇ ಮಾಡಿಕೊಳ್ಳೋದು ನಂಗೆ ಅಭ್ಯಾಸವಾಗಿದೆ. ನಿನ್ನ ಮನೆ ಕೆಲ್ಸಕ್ಕೆ ಸಹಾಯ ಮಾಡಿದ್ರೆ.... ಸಾಕು" ಎಂದುಬಿಟ್ಟರು.

ಬಸ್ಸು ಹತ್ತಿಯೇಬಿಟ್ಟರು ಸಿಟಿಗೆ.

ಮನೆ ಸೇರಿದ ಕೂಡಲೇ ಭರಣಿ ತರಾಟೆಗೆ ತಗೊಂಡ "ನೀವು ಆರಾಮಾಗಿ ಹಳ್ಳಿಯಲ್ಲಿ ಇದ್ದುಕೊಳ್ಳಿ. ಇಲ್ಲಿ ನಾನು ವಾಚ್‌ಮನ್ ಕೆಲ್ಸ ಮಾಡ್ತೀನಿ. ಅಷ್ಟಕ್ಕಾದ್ರೆ ಯಾರನ್ನಾದ್ರೂ ಇಟ್ಕೊಂಡ್ರೆ ಸಾಕು. ನಾನು ಹಳ್ಳಿಗೆ ಹೋಗ್ತೀನಿ."

ಅವನನ್ನು ಸಮಾಧಾನಿಸುವ ವೇಳೆಗೆ ಜಗದೀಶ್‌ಗೆ ಸಾಕುಬೇಕಾಯಿತು.

"ಒಂದಿಷ್ಟು ಕೆಲ್ಸ ಇದ್ದಿದ್ದರಿಂದ ನಾಲ್ಕು ದಿನ ಹೆಚ್ಚಿಗೆ ಉಳಿಯಬೇಕಾಯಿತು. ಈಗ ಅಂಬಕ್ಕ ಜೊತೆಗೆ ಒಂದು ಹೆಣ್ಣನ್ನು ತಂದಿಟ್ಕೊಂಡಿದ್ದಾಳೆ. ಅಲ್ಲಿನದು ಆರಾಮ. ಗಾಯತ್ರಿ ಹೋಗಿ ಎಂಟು ತಿಂಗ್ಳು ಕಳೆದುಹೋಯ್ತು. ಅವ್ಳು ಬಂದ್ಮೇಲೆ ಹೇಗಿರುತ್ತೆ ನೋಡು ಮನೆ" ಮತ್ತೆ ಮಗಳು ಮನೆಯ ತುಂಬೆಲ್ಲ ಓಡಾಡುವುದನ್ನು ಕಲ್ಪಿಸಿಕೊಂಡು ಸಂತೋಷಪಟ್ಟರು.

ಭರಣಿ ಗೊಣಗಿಕೊಂಡು ಹೋದ.

ಹೊರಗಿನ ತಂಪಿಗೆ ಬಂದು ಮುಖವೊಡ್ಡಿ ನಿಂತರು.

"ಹಲೋ...." ಗೇಟು ಬಳಿಯಲ್ಲಿನ ದನಿ. ಅತ್ತ ಹರಿದ ನೋಟ ನಿಂತು ಬಿಟ್ಟಿತು. "ಮೇ ಐ ಕಮಿನ್" ಗೇಟನ್ನು ಹಿಡಿದೇ ಕೇಳಿದಳು. "ಯಸ್...." ಸಲ್ವಾರ್ ಕಮೀಜ್ ತೊಟ್ಟ ಅವಳು ಹಾರುವ ನಡಿಗೆಯಲ್ಲಿ ಬಂದಳು. "ವ್ಹಾ, ಹ್ಯಾಂಡ್‌ಸಮ್...." ಉದ್ಗರಿಸಿದಾಗ ಜಗದೀಶ್ ಹಿಂದೆ ಮುಂದೆ ಪಕ್ಕದಲ್ಲಿ ನೋಡಿಕೊಂಡರು.

"ಒಂದಿಷ್ಟು ಭರಣಿನ ನೋಡ್ಬೇಕಲ್ಲ" ಅವಳ ಕೆನ್ನೆಗಳಲ್ಲಿ ಕೆಂಪಿನ ಓಕುಳಿಯಾಡಿತು. "ಹೋಗಿ... ನೋಡಿ" ಕೋಣೆಗೆ ಹೋಗಿಬಿಟ್ಟರು.

ಆಗಾಗ ಗಾಯತ್ರಿಯ ಗೆಳತಿಯರು ಬರುತ್ತಿದ್ದರು. ಹೆಚ್ಚು ಮಾತಾಡದಿದ್ದರೂ ಎಂದು ಸಂಕೋಚ ಅವರನ್ನು ಕಾಡಿದಿಲ್ಲ. 'ಹ್ಯಾಂಡ್‌ಸಮ್ ಪದದ ಬಳಕೆ ಯಾರಿಗೆ?' ಅದು ಪ್ರಶ್ನೆಯಾಗಿ ಅವರನ್ನು ಕಾಡಿತು.

ಪೂರ್ತಿ ಸದ್ದಡಗಿದ ಮೇಲೆ ಭರಣಿ ನೀರು ತಂದಿಟ್ಟಾಗ ಕೇಳಿದರು "ಯಾರು ಆ ಹುಡ್ಗೀ?" ಅವನ ಮುಖದಲ್ಲಿ ತೆಳುವಾದ ನಗು ಅರಳಿತು. "ಎದುರು ಮನೆ ನಾಯರ್ ಅವರ ಫ್ರೆಂಡ್ ಮಗಳಂತೆ. ಚಿನಕುರುಳಿ ಮಾತು, ಪಾದರಸದ ನಡಿಗೆ, ಅಬ್ಬಬ್ಬ ಅದೇನು ಮಾತು! ಒಂದು ನಿಮಿಷ ಅವ್ಳ ಬಾಯಿ ಸುಮ್ಮನಿರೋಲ್ಲ. ಎರಡು ಸಲ ಫೋನ್ ಮಾಡೋಕೆ ಬಂದಿದ್ಲು. ಅಷ್ಟೆ ಪರಿಚಯ ಸಾಕಾಯ್ತು" ಹೊರಗೆ ಹೋದ.

ಕಣ್ಮುಚ್ಚಿದರೂ ಆ ಹೆಣ್ಣಿನ ನೋಟವೇ ಅವರನ್ನು ಕಾಡತೊಡಗಿತು. ಇಂಥ ಕಾಡುವಿಕೆಗೆ ಒಳಗಾದವರು ಇಂದು ಕಂಗೆಟ್ಟರು.

ಬೆಳಿಗ್ಗೆ ಕಾಫೀ ಕೊಟ್ಟ ಭರಣಿ ತರಕಾರಿ ತರಲು ಹೋದ. ಹೋಗುವ ಮುನ್ನ ಒಂದು ಮಾತು ಹೇಳಿದ.

"ಕೆನೆ ಮೊಸರು ಬೇಕೂಂದಿದ್ಲು. ಕೇಳಿದ್ರೆ ಡೈನಿಂಗ್ ಟೇಬಲ್ ಮೇಲಿದೆಯೆಂದು ಹೇಳ್ಬಿಡಿ. ಸ್ವಲ್ಪ ಕೂಡ ಸಂಕೋಚವಿಲ್ಲ ಆ ಹುಡ್ಗಿಗೆ."

ಜಗದೀಶ್ ಏನೂ ಮಾತಾಡಲಿಲ್ಲ.

"ಹಲೋ, ಗುಡ್ ಮಾರ್ನಿಂಗ್ ಹ್ಯಾಂಡ್‌ಸಮ್" ಆಹ್ಲಾದಕರ ಗಾಳಿಯಂತೆ

ಅವಳ ಸ್ವರ ಲೀಲಾಜಾಲವಾಗಿ ಹರಿದು ಬಂದಾಗ ತಬ್ಬಿಬ್ಬಾಯಿತು. "ಭರಣಿ ಕೆನೆ ಮೊಸರು ಕೊಡ್ತೀನಿ ಅಂದಿದ್ರು" ನೇರವಾಗಿ ಬಂದು ಅವರ ಮುಂದೆಯೇ ಕೂತಳು.

ಶುಭ್ರವಾದ ಕೆನ್ನೆಗಳನ್ನು ಮುತ್ತಿಡುತ್ತಿತ್ತು ಬಾಬ್ ಕೂದಲು. ಆ 'ಹ್ಯಾಂಡ್‌ಸಮ್' ಎನ್ನುವ ಪದ ಅವರ ಮೇಲೆ ಎಷ್ಟರಮಟ್ಟಿನ ಪರಿಣಾಮ ಬೀರಿತೆಂದರೇ ಜಗದೀಶ್ ಮೈ ಮನಗಳು ಬಿಸಿಯಾಗಿಹೋದವು.

ಟೀಪಾಯಿ ಮೇಲಿನ ಮ್ಯಾಗಝಿನ್‌ಗಳನ್ನೆಲ್ಲ ಜೋಡಿಸಿಕೊಂಡವಳು "ಡೋಂಟ್ ಮೈಂಡ್, ಇದನ್ನೆಲ್ಲ ನಾನು ತಗೊಂಡ್ಹೋಗಿ ಓದಿ ಕೊಡ್ಲಾ? ಭರಣಿ ಕೊಡೋಲ್ಲಾಂದ" ಹಾಲು ಚೆಲ್ಲಿದ ಬೆಳದಿಂಗಳಿನಂತೆ ನಕ್ಕಳು. ಆ ನಗುವು ನಿನಗಾಗಿಯೇ ಎನ್ನುವಂತಿತ್ತು ಕಣ್ಣುಗಳು. ಇದು ನಿಜವೇ?

ಕ್ಷಣ ವಿಚಲಿತರಾಗಿ ಹೋದರು ಜಗದೀಶ್ "ಓಕೇ, ಅಗತ್ಯವಾಗಿ...." ಎಂದಾಗ ತನ್ನ ಹೆಸರು ಸೇರಿಸಿದಳು "ಲಾವಣ್ಯ ಅಂತ. ವೆರಿ ಬ್ಯೂಟಿಫುಲ್ ನೇಮ್ ಅಲ್ವಾ?" ಮುತ್ತುಗಳಂತೆ ಅವಳ ಹಲ್ಲುಗಳು ಮಿಂಚಿದವು.

ಜಗದೀಶ್ ಏನು ಹೇಳಲಾರದೆ ಹೋದರು.

ಎರಡೇ ದಿನದಲ್ಲಿ ಆ ಮನೆಯನ್ನು ಮಾತ್ರವಲ್ಲ, ಅವರನ್ನು ಕೂಡ ಆವರಿಸಿಕೊಂಡುಬಿಟ್ಟಳು.

ಬೆಳಿಗ್ಗೆಯ ಬಂದ ಲಾವಣ್ಯ ಅಡಿಗೆಯ ಮನೆಗೆ ಬಂದು ಭರಣಿ ಮೇಲೆ ಹಾರಾಡಿದಳು. "ಸ್ವಲ್ಪ ಕೂಡ ಶಿಸ್ತಿಲ್ಲ. ಮಧ್ಯಾಹ್ನದವರ್ಗೂ ನೀನು ಹೊರಗಿರು" ದಬ್ಬಿಕೊಂಡು ಬಂದು ಅವನನ್ನು ಹೊರಗೆ ಕಳಿಸಿದಳು.

ಒಂದು ಏಪ್ರನ್ ಕಟ್ಟಿಕೊಂಡು ಇಡೀ ಅಡಿಗೆಯ ಮನೆಯ ಪ್ರತಿಯೊಂದು ಡಬ್ಬಿ, ಪಾತ್ರೆ ಎಲ್ಲವನ್ನೂ ತೆಗೆದು ರಾಶಿ ಹಾಕಿಕೊಂಡು ಅತಿ ನೀಟಾಗಿ, ಕಲಾತ್ಮಕವಾಗಿ ಉಪಯೋಗಿಸುವಂತೆ ಜೋಡಿಸಿದಳು. ಹೊರಗೆ ಬಂದು ಭರಣಿಯನ್ನು ಎಳೆದುಕೊಂಡು ಹೋಗಿ ನಿಲ್ಲಿಸಿದಳು.

"ನೋಡಿದ್ಯಾ, ಹೇಗಿದೆ?"

ಕಣ್ಣರಳಿಸಿ ನೋಡಿದ. ಕಡೆಗೆ ಕೈ ಮುಗಿದ. "ಇಲ್ಲಿ ಅಡಿಗೆ ಮಾಡೋದು ನಾನು. ಹುಡ್ಕೀ ಹುಡ್ಕೀ ಅಡಿಗೆ ಮಾಡಿಕೊಳ್ಳೋದು ಹೇಗೆ?" ಅವನ ನೋಟ ಎಲ್ಲೆಡೆ ಸುತ್ತಿತ್ತು.

"ಇವೆಲ್ಲ ಬರೀ ಓಲ್ಡ್!" ಬಾಬ್ ಕೂದಲನ್ನು ಹಿಂದಕ್ಕೆ ತಳ್ಳುತ್ತ ಹೋದವಳು "ಪ್ಲೀಸ್, ನನ್ನದೊಂದು ರಿಕ್ವೆಸ್ಟ್‌ನ ನೀವು ನಡ್ಸಿಕೊಡ್ಬೇಕು. ಸಂಜೆ ಷಾಪಿಂಗ್ ಹೋಗೋಣ." ಅವಳ ಬೇಡಿಕೆಗೆ ಜಗದೀಶ್ ಷಾಕಾದರು.

ಗಂಟಲೊಣಗಿತು. ಗಂಟಲಲ್ಲಿ ಏನೋ ಸಿಕ್ಕಿ ಹಾಕಿಕೊಂಡವರಂತೆ ಹಿಂಸೆಪಟ್ಟರು.

"ನಂಗೆ ಅವೆಲ್ಲ ಅಭ್ಯಾಸವಿಲ್ಲ" ಎಂದರು.

ಅವರನ್ನು ಒಪ್ಪಿಸಿಯೇ ಲಾವಣ್ಯ ಹೊರಗೆ ಹೋಗಿದ್ದು. "ಸಂಜೆ ನಾನು, ಜಗದೀಶ್ ಹೋಗಿ ಮನೆಗೆ ಬೇಕಾದುದ್ದನ್ನೆಲ್ಲ ತರ್ತೀನಿ. ಹಾಯ್... ಭರಣಿ..." ಚಂಗನೆ ಹಾರಿಹೋದಳು.

ತಲೆ ಬಾಚುವಾಗ, ಷೇವ್ ಮಾಡುವಾಗ ಮಾತ್ರ ಕನ್ನಡಿಯಲ್ಲಿ ಮುಖ ನೋಡಿಕೊಳ್ಳುವ ಅಭ್ಯಾಸ ಮಾತ್ರ ಇದ್ದ ಜಗದೀಶ್ ಇಂದು ಮಗಳ ಕೋಣೆಗೆ ಹೋದರು.

ಕನ್ನಡಿಯ ಮುಂದೆ ನಿಲ್ಲುವ ವೇಳೆಗೆ ಭರಣಿ ಬಂದ. "ಇನ್ನೊಂದು ಕಾಗದನಾದ್ರೂ ಬರೀಬೇಕು ಪುಟ್ಟಿಗೆ. ಇಲ್ಲಿನೋರನ್ನೆಲ್ಲ ಮರ್ತೇಬಿಟ್ಟಳೇನೋ" ಇಂದೇಕೋ ಕಸಿವಿಸಿಯಾಯಿತು. "ಬರೀತೀನಿ... ಬರೀತೀನಿ... ಆರು ಪತ್ರಕ್ಕೆ ಜವಾಬು ಇಲ್ಲ. ಫೋನ್‌ನಲ್ಲಿ ಸಂಪರ್ಕಿಸೋಕೆ ಪ್ರಯತ್ನಿಸಿದ್ದು ಆಯ್ತು."

ಭರಣಿ ಅದೂ ಇದೂ ಸರಿಮಾಡತೊಡಗಿದಾಗ ತಾವೇ ಹೊರಗೆ ಹೋದರು. ಒಂದು ಸಲ ಕನ್ನಡಿಯಲ್ಲಿ ತಮ್ಮ ಪೂರ್ತಿ ಪ್ರತಿಬಿಂಬ ನೋಡಬೇಕೆಂದಾಸೆ. 'ಹ್ಯಾಂಡ್‌ಸಮ್' ಎನ್ನುವ ಪದ ಅವರೊಳಗಿನ ಉಡುಗಿಹೋದ ಆಸೆ ಆಕಾಂಕ್ಷೆ, ಬಯಕೆಗಳನ್ನು ಕೆದಕಿದಂತಾಗಿತ್ತು. ಅವೆಲ್ಲ ಅವರೊಳಗೆ ಸತ್ತು ಹುಟ್ಟಿದ್ದವೇನೋ.

ಅಡಿಗೆಯ ಮನೆಗೆ ಹೋದ ಮೇಲೆ ಕದ್ದು ಓಡುವ ಎಳೆಯ ಹುಡುಗನಂತೆ ಮಗಳ ಕೋಣೆಗೆ ಹೋಗಿ ಬಾಗಿಲು ಹಾಕಿಕೊಂಡರು.

ಗಾಯತ್ರಿಗಾಗಿ ನವೀನ ಮಾದರಿಯ ಡ್ರೆಸ್ಸಿಂಗ್ ಟೇಬಲ್ಲು ಖರೀದಿಸಿದ್ದರು. ಅಂದು ಅದರ ಕ್ವಾಲಿಟಿ, ಬೆಲೆಬಾಳುವಿಕೆಯನ್ನು ಮಾತ್ರ ಗಮನಿಸಿದ್ದರು. ಅದು ಯಾವ ರೀತಿ ಉಪಯೋಗಕ್ಕೆ ಬರುತ್ತದೆಯೆಂಬುದನ್ನು ಮಾತ್ರ ಚಿಂತಿಸಿರಲಿಲ್ಲ.

ನಿಲುವುಗನ್ನಡಿಯ ಮುಂದೆ ನಿಂತರೂ ಆರಕ್ಕೆ ಒಂದಿಂಚು ಮಾತ್ರ ಕಡಿಮೆಯ ಎತ್ತರ. ಐದು ಒಂಬತ್ತು ಗಂಡಿನ ನಾರ್ಮಲ್ ಹೈಟ್. ಬಣ್ಣವನ್ನು ಗಮನಿಸಿದರು. ಬಿಳುಪಿಗೆ ನಸುಕಪ್ಪು ಮಿಶ್ರಿತವಾದರೂ ಬೆಳ್ಳಗಿರುವವರ ಗುಂಪಿನಲ್ಲಿ ನಿಲ್ಲಿಸಬಹುದಿತ್ತು. ನಾಲ್ಕಾರು ಭಂಗಿಯಲ್ಲಿ ತಮ್ಮನ್ನು ನೋಡಿಕೊಂಡರು. ತೆಳುವು ಅಲ್ಲದ, ದಪ್ಪವೂ ಅಲ್ಲದ ಮಟ್ಟಸವಾದ ದೃಢವಾದ ಮೈಕಟ್ಟು. ಕೆನ್ನೆ ಕಣ್ಣಂಚನ್ನು ಹುಡುಕಾಡಿದರೂ ನಲವತ್ತು ತುಂಬಿದೆಯೆನ್ನುವಂಥ ಗೆರೆಗಳು. ಮತ್ತೊಮ್ಮೆ ಅವುಗಳ ಮೇಲೆ ಬೆರಳಾಡಿಸಿದರು. ಎದ್ದು ಕಾಣದೆಂದು ಸಮಾಧಾನಪಟ್ಟುಕೊಂಡರು.

ಡ್ರಾಯರ್‌ನ ಒಳಗೆ ಸೇರಿಹೋಗಿದ್ದ ಕ್ರೀಮ್, ಲೋಷನ್ ಪೌಡರ್‌ಗಳನ್ನು ತೆಗೆದಿಟ್ಟುಕೊಂಡರು. ಇವನ್ನೆಲ್ಲ ತಾವು ಬಳಸಿದರೆ ಮತ್ತಷ್ಟು 'ಯಂಗ್' ಆಗಿ ಕಾಣಬಹುದಲ್ಲ. ಈ ಯೋಚನೆ ಬಹಳ ರೋಚಕವಾಗಿ ಕಂಡಿತು.

ಬಾಗಿಲ ಮೇಲೆ ಟಕಟಕ ಸದ್ದು. ಎಷ್ಟು ಹೆದರಿಬಿಟ್ಟರು ಅಂದರೆ ಬೆವೆತುಹೋದರು. ಅವರಿಗೆ ಏನು ಮಾಡಬೇಕೋ ತೋಚದಂತಾಯಿತು.

"ಏಯ್, ಜಗದೀಶ್..." ಚಕ್ರವರ್ತಿ ಸ್ವರ.

ಹದಿಹರೆಯದ ಹುಡುಗ ಪ್ರೇಮದಲ್ಲಿ ಸಿಕ್ಕಿಬಿದ್ದು ಮನೆಯವರ ಕೈಗೆ ಸಿಕ್ಕಂತ ಫಜೀತಿ. ಚಕ್ರವರ್ತಿಯ ಸ್ವಭಾವ ಬಲ್ಲರು. ಎರಡು ನಿಮಿಷ ತಡವಾದರೆ ಬಾಗಿಲು ಮುರಿಯಲು ಸಹ ಹಿಂಜರಿಯಲಾರನೆಂದುಕೊಂಡು ಸಾವರಿಸಿಕೊಂಡು ಬಂದು ಬಾಗಿಲು ತೆರೆದರು.

"ಕೂತ್ಕೊಂಡ್ ಅಳ್ತಾ ಇದ್ಯಾ! ಮಗ್ಳು ಪತ್ರ ಬರಲಿಲ್ಲಾಂತ ಆತ್ಮಹತ್ಯೆಯ ಯೋಚ್ನೆ ಮಾಡಿದ್ದೀಯಾ! ನೀನೊಂದು ಪ್ರಾಬ್ಲಮ್ ನಂಗೆ" ಎನ್ನುತ್ತಲೇ ಚಕ್ರವರ್ತಿ ಕೋಣೆಯೊಳಗೆ ಬಂದರು.

ಎಲ್ಲಾ ಸ್ವಚ್ಛವಾಗಿತ್ತು. ಗೆಳೆಯನ ಭುಜದ ಮೇಲೆ ಕೈ ಹಾಕಿದರು ಆತ್ಮೀಯತೆಯಿಂದ. "ಅಷ್ಟೊಂದು ಹಚ್ಕೋಬಾರ್ದು, ಹೊಸ ಜಗತ್ತು ಪ್ರವೇಶಿಸುವ ಹೆಣ್ಣು ಒಂದು ರೀತಿಯಲ್ಲಿ ಕನಸ್ಸಿನ ಲೋಕದಲ್ಲಿ ವಿಹರಿಸ್ತಾ ಇರ್ತಾಳೆ. ಅಲ್ಲಿರೋದು ಒಬ್ರೆ.... ನೀನು ನಾನಲ್ಲ... ದೇಶಪಾಂಡೆ. ಬರೀ ಬುದ್ದು ಕಣೋ... ಏನೇನೂ ಅನುಭವವಿಲ್ಲ" ಪ್ರೀತಿಯಿಂದ ಮೂದಲಿಸಿದರು.

ಜಗದೀಶ್ ಮೌನವಹಿಸಿದರು.

ಕೈ ಹಿಡಿದು ಹೊರಗೆ ಕರೆತಂದವರು ಒಂದು ಸಣ್ಣ ಪ್ಯಾಕೆಟ್ ಮತ್ತು ಒಂದು ಲಕೋಟೆಯನ್ನು ತೋರಿಸಿದರು.

"ನಿನ್ನ ಮಗ್ಳು ನನ್ನ ಕಸೀನ್ ಕೈಯಲ್ಲಿ ಕಳಿಸಿದ್ದಾಳೆ. ಅವ್ರ ಪರಿಚಯ ಒಂದು ಸಂಗೀತ ಕಛೇರಿಯಲ್ಲಿ ಆದದ್ದು" ಎಂದರು.

ಜಗದೀಶ್ ತಮ್ಮ ಸಂತೋಷವನ್ನು ತಡೆದುಕೊಳ್ಳಲಾರದೆ ಹೋದರು. ಲಕೋಟೆಯನ್ನಿಡಿದ ಅವರ ಕೈ ಕಂಪಿಸುತ್ತಿತ್ತು.

"ಡೋಂಟ್ ಬಿ ಎಕ್ಸೈಟೆಡ್, ಯಾಕೆ ಅಂಥ ಉದ್ವೇಗ? ನಿಂಗೆ ಬಿ.ಪಿ., ಷುಗರ್ ಮತ್ತೆ ಯಾವ್ದೇ ತೊಂದರೆ ಇಲ್ಲ. ಅದಕ್ಕೆ ಅವಕಾಶ ಕೂಡ ಕೊಡ್ಬೇಡ. ನಾನು ಸಂಜೆ ಬಂದು ಮೀಟ್ ಮಾಡ್ತೀನಿ" ಸಂತೋಷವನ್ನು ಪೂರ್ಣವಾಗಿ ಅನುಭವಿಸಲಿಯೆಂದು ಬಿಟ್ಟು ಹೋದರು.

ನಾಲ್ಕು ಪುಟದಷ್ಟು ದೊಡ್ಡ ಪತ್ರ. ತಡವಾಗಿ ಪತ್ರ ಬರೆದುದಕ್ಕೆ ಕ್ಷಮೆಯೇನು ಯಾಚಿಸಿರಲಿಲ್ಲ. ಇತ್ತೀಚೆಗೆ ಭಾರತದಲ್ಲಿ ಬಿಡುಗಡೆಯಾದ ಫಿಲಂಗಳ ಕ್ಯಾಸೆಟ್‌ಗಳನ್ನು ನೋಡಿದ್ದು, ಭೀಮ್‌ಸೇನ್ ಜೋಷಿಯವರ ಸಂಗೀತ ಸಭೆಯಲ್ಲಿ ಹೆಚ್ಚು ಪಾಶ್ಚಾತ್ಯರೇ ತುಂಬಿದ್ದು. ಭಾರತದ ಸಿನಿಮಾ ತಾರೆಯರ 'ರಾಕ್ ಮ್ಯೂಜಿಕ್'ನಲ್ಲಿ ಹೆಚ್ಚು ಭಾರತೀಯರೇ ತುಂಬಿಕೊಂಡಿದ್ದನ್ನು ವರ್ಣರಂಜಿತವಾಗಿ ವರ್ಣಿಸಿದ್ದಳು. 'ಕೊತ್ತಂಬರಿ ಸೊಪ್ಪು ಕೂಡ ಸಿಗುತ್ತೆ' ನನಗೆಷ್ಟು ಖುಷಿಯಾಯಿತು ಗೊತ್ತ. ಹೆಚ್ಚು ಕ್ಯಾರೆಟ್ ತುರಿದು ಹಾಕಿ ಕೋಸಂಬರಿ ಮಾಡಿದ್ದೆ. ಆದರೆ ದೇಶಪಾಂಡೆಗೆ ಇಷ್ಟವಾಗಲಿಲ್ಲ.

ಅವರಿಗೆ ಜೋಳದ ರೊಟ್ಟಿ ಇಷ್ಟ. ಇಂಥದ್ದೇ ತುಂಬಿಕೊಂಡಿತ್ತು ಅವಳ ಬರಹದಲ್ಲಿ.

ನಾಲ್ಕು ಸಲವೇನು, ಹತ್ತು ಸಲ ಓದಿದರು. ಭರಣಿಗೆ ಮತ್ತೆ ಮತ್ತೆ ಹೇಳಿದರು. ಅವರಿಗೆ ಎಷ್ಟು ಸಂತೋಷವಾಯಿತೆಂದರೆ ತಮಗೆ ತಕ್ಷಣಕ್ಕೆ ಅಮೆರಿಕಾಗೆ ಹೋಗಲು ಸಾಧ್ಯವೇ ಎಂದು ಯೋಚಿಸುವ ಮಟ್ಟಕ್ಕೆ ಹೋಗಿದ್ದರು.

"ಭರಣಿ, ನಾವು ಯಾಕೆ ಒಂದ್ಸಲ ಅಮೆರಿಕಾಗೆ ಹೋಗ್ಬರಬಾರ್ದು?" ತಮ್ಮ ಮನಸ್ಸನ್ನು ಅವನ ಮುಂದೆ ವ್ಯಕ್ತಪಡಿಸಿಯೇಬಿಟ್ಟರು. "ಅದೇನು ತಿರುಪತಿಯೇ, ಕಾಶಿಯೇ, ರಾಮೇಶ್ವರವೇ... ನಾನ್ಹೋಗಿ ಮಾಡೋದೇನಿದೆ! ನೀವು ಬೇಕಾದ್ರೆ... ಹೋಗ್ಬನ್ನಿ" ಖಡಾಖಂಡಿತವಾಗಿ ಒಲ್ಲೆಯೆಂದ. ಅವರಿಗೆ ಅದು ಸರಿಯೆನಿಸಿತು.

ಕೋಣೆಗೆ ಒಯ್ದು ಪತ್ರದ ಅಕ್ಷರಗಳಲ್ಲಿ ಹುಡುಕಾಡಿದರು. ಅಲ್ಲಿ ಬದುಕು ಅವಳ ಸಂತೋಷಮಯ ಜೀವನದ ಬಗ್ಗೆ ಮಾತ್ರ ಬರೆದುಕೊಂಡಿದ್ದಳು.

ಗಳಗಳ ಅತ್ತುಬಿಟ್ಟರು. ಎಷ್ಟು ಅನಾಥತ್ವ ಕಾಡಿತೆಂದರೆ ಮರಳುಗಾಡಿನಲ್ಲಿ ಒಂಟಿಯಾದ ಅನುಭವ. ಮನಃಪೂರ್ತಿ ಅತ್ತರು. ಸಂತೈಸುವ ಒಂದು ಕೈ ತಮ್ಮ ತಲೆಯ ಮೇಲೆ ಇದ್ದಿದ್ದರೇ... ದುಃಖ ಒತ್ತಿಕೊಂಡು ಬಂತು.

ಬಂದದನ್ನು ಬಂದಂತೆ ಸ್ವೀಕರಿಸಿದ್ದರು. ಸರಸ್ವತಿ ಸತ್ತಾಗ ಕೂಡ ತಲೆ ತಗ್ಗಿಸಿದರೇ ವಿನಃ ಹೆಚ್ಚು ಅತ್ತ ನೆನಪು ಅವರಿಗೆ ಇರಲಿಲ್ಲ.

ಬಹಳ ಹೊತ್ತಿನ ಮೇಲೆ ಹೊರಗೆ ಬಂದರು. ಭರಣಿ ಅರ್ಥಮಾಡಿಕೊಂಡು ನಿಟ್ಟುಸಿರು ಚೆಲ್ಲಿದ.

"ನಾನು ನೀವೂ ಎದುರು-ಬದುರು ಕೂತು ಅಳೋಕ್ಕಿಂತ ಹಳ್ಳಿಗೆ ಹೋಗ್ಬಿಡೋಣ. ಕೈ ತುಂಬ ಕೆಲಸಾನು ಇರುತ್ತೆ. ಇಷ್ಟೊಂದು ಕೊರಗೋಕೆ ಸಮಯಾನೂ ಇರೋಲ್ಲ" ಭರಣಿ ಮತ್ತೆ ಅದೇ ಪ್ರಸ್ತಾಪವೆತ್ತಿದ.

ಜಗದೀಶ್ ತಳ್ಳಿ ಹಾಕಿದರು. ಇದೇ ಮನೇನ ಕೊಂಡುಕೋಬೇಕೂಂತ ಇದ್ದೀನಿ. ಸದ್ಯಕ್ಕೆ ಗಾಯತ್ರಿ ಬರೋವರ್ಗೂ ಇಲ್ಲಿಂದ ಕದಲೋ ಹಾಗಿಲ್ಲ. ನಂತರ ನೋಡೋಣ" ಅದನ್ನೇ ಪುನರುಚ್ಚರಿಸಿದರು. "ಹೇಗೂ ಮನೆಯಲ್ಲಿದ್ದೀರಾ ನಾನೊಂದಿಷ್ಟು ವೆಂಕಟೇಶನ ಮನೆಗೆ ಹೋಗ್ಬರ್ತೀನಿ. ತಾಲ್ಲೂಕ್ ಆಫೀಸ್‌ನಲ್ಲಿ ಈಚೆಗೆ ಕೆಲ್ಸ ಸಿಕ್ಕಿದೆಯಂತೆ. ಮುಂದಿನ ಕ್ರಾಸ್‌ನಲ್ಲಿ ಮನೆ ಮಾಡಿದ್ದಾನೆ" ಭರಣಿ ಹೊರಡಲು ತುದಿಗಾಲಿನಲ್ಲಿ ನಿಂತ. ಮೌನವಾಗಿ ಸಮ್ಮತಿ ಸೂಚಿಸಿದರು.

ಹತ್ತೇ ನಿಮಿಷಕ್ಕೆ ಕಾಲಿಂಗ್ ಬೆಲ್ ಸದ್ದು. ಅವರಿಗೆ ಲಾವಣ್ಯ ನೆನಪಾಗಲೇ ಇಲ್ಲ. ಮುಜುಗರದಿಂದಲೇ ಬಂದು ತೆಗೆದರು.

ಗುಲಾಬಿ ಬಣ್ಣದ ಸಲ್ವಾರ್ ಕಮೀಜ್ ತೊಟ್ಟು ಲಾವಣ್ಯ ಇಂದು ಕೂದಲನ್ನು ಹೇರ್ ಪಿನ್‌ನ ಮೂಲಕ ಬಂಧಿಸಿಟ್ಟಿದ್ದಳು. ಇಬ್ಬನಿಯಲ್ಲಿ ತೊಯ್ದ ಸುಂದರ ಹೂನಂತೆ ಕಂಡಳು.

"ಹಲೋ ಹ್ಯಾಂಡ್‌ಸಮ್ ರೆಡಿನಾ?" ತೂಗುಚೀಲವನ್ನಾಡಿಸುತ್ತ ಒಳಗೆ ಬಂದಳು. "ಕ್ವಿಕ್, ಬೇಗ ರೆಡಿಯಾಗ್ಬನ್ನಿ... ಹತ್ತು ನಿಮಿಷದ ಮೇಲೆ ಕಾಯೋಲ್ಲ" ಎಂದಳು.

ಜಗದೀಶ್ ನಕ್ಕುಬಿಟ್ಟರು. "ಎಲ್ಲಿಗೆ? ಯಾಕೆ?"

'ಉಫ್' ಎಂದು ಹಣೆಗೆ ಕೈಯೊತ್ತಿ ಕೂತವಳು. "ಐ ಡೋಂಟ್ ಲೈಕ್ ಇಟ್, ಬೆಳಿಗ್ಗೆ ನಾನು ಹೇಳಿ ಹೋಗಿದ್ದನ್ನ ಆಗಲೇ ಮರ್‍ತುಬಿಟ್ಟಿದ್ದೀರಲ್ಲ. ಬೇಗ ರೆಡಿಯಾಗ್ಬನ್ನಿ..." ಅವರಸರಿಸಿದಳು.

ಜಗದೀಶ್ ಸುಮ್ಮನೆ ಕೂತರು.

"ಸದ್ಯಕ್ಕೆ ಏನು ತರೋ ಅಗತ್ಯವಿಲ್ಲ. ನಾನೆಲ್ಲೋ ಹೋಗ್ಬೇಕಾಗಿದೆ" ಮನಸ್ಸಿನ ವಿರುದ್ಧ ಅವಳನ್ನು ಸಾಗಾಕಲು ನೋಡಿದರು. "ನೋ.... ನೋ" ಅವರ ರಟ್ಟೆ ಹಿಡಿದುಕೊಂಡು ಹೋಗಿ ಕೋಣೆಯೊಳಕ್ಕೆ ತಳ್ಳಿದಳು. "ಬೇಗ ರೆಡಿಯಾಗ್ಬನ್ನಿ...."

ಅವಳು ತೋರುವ ಅಧಿಕಾರ, ಸಲಿಗೆಗೆ ಕೋಪ ಬಂದರೂ ಯಾಕೋ ಪ್ರಿಯವೆನಿಸಿತು. ಇಂಥ ಒತ್ತಾಯ, ಒತ್ತಡಗಳನ್ನು ಅನುಭವಿಸುವಲ್ಲಿ ಕೂಡ ಸುಖವಿದೆಯೆನಿಸಿತು.

ಉಡುಪು ತೊಟ್ಟು ಹೊರಗೆ ಬಂದರು. ಅಡಿಯಿಂದ ಮುಡಿಯವರೆಗೂ ನೋಟ ಹರಿಸಿದಳು. ಅವರೇ ಲಜ್ಜಿತರಾದರು.

"ಈ ಪ್ಯಾಂಟ್‌ಗೆ ಶರ್ಟ್ ಮ್ಯಾಚಿಂಗ್ ಅಲ್ಲ. ನಾನೇ ಸೆಲೆಕ್ಟ್ ಮಾಡ್ಕೊಂಡ್ಬರ್ತೀನಿ" ಕೋಣೆಯತ್ತ ಹೋದವಳನ್ನು ಕರೆದರು. "ನನ್ಹತ್ರ ಅಂಥ ಮ್ಯಾಚಿಂಗೇನು ಇಲ್ಲ" ಮೂತಿ ಉದ್ದ ಮಾಡಿದಳು. "ಓಕೇ, ಅದಕ್ಕೆ ನನ್ಹತ್ರ ಪ್ಲಾನ್ ಇದೆ. ಕ್ವಿಕ್..." ಅವಸರಿಸಿದಳು.

ಬೀಗ ಹಾಕಿದ ಜಗದೀಶ್ ಮೈಯಲ್ಲಿ ನವೋಲ್ಲಾಸ. ಜಗತ್ತನ್ನೇ ಗೆದ್ದ ಉಲ್ಲಾಸ. ಅವಳೊಂದಿಗೆ ಹೆಜ್ಜೆ ಹಾಕಿದರು.

ಅವಳು ಖರೀದಿಸಿದ್ದಕ್ಕೆ ಹಣ ಕೊಟ್ಟರು ಜಗದೀಶ್. ಒಂದು ಮೋಡಿಯ ಲೋಕದಲ್ಲಿದ್ದರು. ಅವಳೊಂದಿಗಿನ ಮಾತು, ನಗು ಎಲ್ಲಾ ಹೊಸ ಅನುಭವ

ಆದರೆ ಅವಳ ಓಡುವ ನಡಿಗೆಗೆ ಜೊತೆಯಾಗುವುದು ಸ್ವಲ್ಪ ಕಷ್ಟವೆನಿಸಿ ಒಂದೆರಡು ಕಡೆ ಎಡವಿದರು ಕೂಡ.

ಕೀ ಬಂಚನ್ನು ಅವಳ ಕೈಗೆ ಕೊಟ್ಟು ಆಟೋ ಹತ್ತಿಸಿ "ನಂಗೆ ಸ್ವಲ್ಪ ಕೆಲ್ಸ ಇದೆ. ಮುಗ್ಸಿಕೊಂಡ್ಬರ್ತೀನಿ" ವಾಚ್ ಕಡೆ ನೋಡಿಕೊಂಡು ಚಕ್ರವರ್ತಿಯ ಕ್ಲಿನಿಕ್‌ಗೆ ಹೋದರು.

ಹೊರಗೆ ಹತ್ತಾರು ಜನ ಪೇಷೆಂಟ್‌ಗಳು. ಕೊಠಡಿಗೆ ನುಗ್ಗಿ ಕೂತರು.

ಅಲ್ಲಿ ಕೆಲಸಕ್ಕಿದ್ದ ರಾಜ ಬಂದು ವಿಶ್ ಮಾಡಿದ. "ಅಮ್ಮಾವ್ರು ಫೋನ್ ಮಾಡಿದ್ರು. ಬೇಗ ಬಂದ್ಬಿಡ್ತಾರೆ" ತಿಳಿಸಿದವನು ಒಂದು ಇನ್ವಿಟೇಷನ್ ಕೊಟ್ಟು "ಹತ್ತನೇ ತಾರೀಖು ನನ್ಮದ್ವೆ ಸಾರ್... ನೀವು ಖಂಡಿತ ಬರ್ಬೇಕು. ಡಾಕ್ಟರ್ ಬರ್ತೀನೀಂತ ಅಂದಿದ್ದಾರೆ" ಎಂದ ವಿನಯದಿಂದ.

ಇನ್ವಿಟೇಷನ್ ತೆರೆದು ಓದಿದವರು, 'ಬರ್ತ್‌ಡೇನಿ, ಇದ್ನ ಇಟ್ಕೋ' ನೂರರ ಎರಡು ನೋಟುಗಳನ್ನು ಧಾರಾಳವಾಗಿ ಅವನ ಮುಂದಿಡಿದರು.

"ಬೇಡ ಸಾರ್, ಮದ್ವೆಗೆ ಸಾಲವಾಗಿ ಡಾಕ್ಟ್ರು ಕೊಟ್ಟಿದ್ದಾರೆ. ಹಣವೇನು ಬೇಡ, ಒಂದಿಷ್ಟು ಕಾಯಿ..." ತಲೆ ಕರೆದುಕೊಂಡ.

ಮುಂದೆ ಹಿಡಿದ ನೋಟುಗಳನ್ನು ತೆಗೆದುಕೊಳ್ಳಲು ಅವರ ಮನಸ್ಸು ಒಪ್ಪಲಿಲ್ಲ.

"ಇದ್ನ ಇಟ್ಕೋ, ಭಾನುವಾರ ಹಳ್ಳಿಗೆ ಬಾ.... ಕೊಡೋಣ" ಆಶ್ವಾಸನೆ ಇತ್ತರು.

ಅಂದಿನ ಪೇಪರನ್ನು ಬಹಳ ಮುತುವರ್ಜಿಯಿಂದ ತಿರುವಿದರು. ಇಂದು ಅಪರೂಪವೆನ್ನುವಂತೆ ಫಿಲಂ ಪುಟದ ಮೇಲೂ ಕಣ್ಣಾಡಿಸಿದರು. ಹೊಸ ಹುಮ್ಮಸ್ಸು.

ಹಿಂದಿನಿಂದ ಚಕ್ರವರ್ತಿ ಬೆನ್ನು ತಟ್ಟಿದರು. "ಗುಡ್, ಕಾಯಿ ಬೆಲ್ಲ, ಕೊಬ್ಬರಿ ಮಾರುಕಟ್ಟೆ ಬಿಟ್ಟು ಚಲನಚಿತ್ರಗಳತ್ತ ಎಂದಿನಿಂದ ಗಮನ ಹರಿದಿದ್ದು? ರೋಮಾನ್ಸ್ ಮೂಡ್‌ನಲ್ಲೇನಾದ್ರೂ ಬಿದ್ದಿದ್ದೀಯ?" ಜೋಕ್ ಮಾಡಿದರು. ಬೆಳ್ಳಗಾಯಿತು ಜಗದೀಶ್ ಮುಖ. ಪೇಪರ್ ಮುಚ್ಚಿ ಪಕ್ಕಕ್ಕೆ ಸರಿಸಿದರು.

"ಅವೆಲ್ಲ ಬಿಡು, ಹೊರ್ಗೆ ಪೇಷಂಟ್‌ಗಳು ಕಾಯ್ತಾ ಇದ್ದಾರೆ. ನಿನ್ನ ಸವಾರಿ ಎಲ್ಲಿಗೆ ದಯಮಾಡಿಸಿತ್ತು?" ಮುಂದಿದ್ದ ಪೇಪರ್ ವೆಯ್ಟನ್ನು ಒಮ್ಮೆ ಸುತ್ತಿಸಿ ಇಟ್ಟರು.

ಕೂತು ಟೈ ಸರಿಮಾಡಿಕೊಂಡ ಚಕ್ರವರ್ತಿ "ಅಮ್ಮಾವರ ಸೇವೆಗೆ! ನಮ್ಮಂಥವ್ರ ಕಷ್ಟ ನಿಂಗೆ ಹೇಗೆ ಗೊತ್ತಾಗ್ಬೇಕು? ಸ್ವತಂತ್ರ ಪೂರ್ತಿ ನಿಲ್. ಎಲ್ಲಿಗೆ ಹೋಗಿದ್ರಿ? ಯಾಕೆ ಹೋಗಿದ್ರಿ? ಇಂಥ ಪ್ರಶ್ನೆಗಳು ಮಾಮೂಲೇ ನಿನ್ನದೇನು... ಹೇಳು? ಏನು ಪ್ರಾಬ್ಲಮ್...?" ಎಂದರು ಸ್ಟೆತಾಸ್ಕೋಪ್ ಕುತ್ತಿಗೆಗೆ ಹಾಕಿಕೊಳ್ಳುತ್ತ.

ಜಗದೀಶ್ ಮೇಲಕ್ಕೆದ್ದರು "ಏನಿಲ್ಲ, ಸುಮ್ನೆ ಈ ಕಡೆ ಬಂದಿದ್ದೆ. ಫ್ರೀಯಾಗಿದ್ರೆ ಒಂದು ಕಪ್ ಕಾಫೀ ಕುಡಿಯೋಣಾಂತ...." ಚಕ್ರವರ್ತಿಗಳು ಸ್ನೇಹಿತನ ಕೈ ಹಿಡಿದು ಕೂಡಿಸಿದರು. "ವೈ ನಾಟ್... ವೈ ನಾಟ್... ಸ್ವಲ್ಪ ಕೂತ್ಕೋ..."

ಆಗ ತಾನೇ ಬಂದ ಜೂನಿಯರ್ ಡಾಕ್ಟರಿಗೆ ಒಪ್ಪಿಸಿ ಹೊರ ನಡೆದರು.

"ನಿನ್ನ ಮಗ್ಳು ವಾಪಸ್ಸು ಬಂದ ಕೂಡ್ಲೇ ನಾನು ಈ ಕ್ಲಿನಿಕ್ ಮುಚ್ಚಿ ದೇಶಪಾಂಡೆ ನರ್ಸಿಂಗ್ ಹೋಂ ಸೇರಿಬಿಡ್ತೀನಿ. ಇಪ್ಪತ್ತು ವರ್ಷದಿಂದ ಇದೇ ಜಾಗದಲ್ಲಿ ನನ್ನ ಪ್ರಾಕ್ಟೀಸ್. ಬೋರಿಡಿದು ಹೋಗಿದೆ. ಕನಿಷ್ಟ ನನ್ನ ಹೆಂಡ್ತಿ ಆ ಬೋರ್ಡು ಛೇಂಜ್ ಮಾಡೋಕು ಬಿಡ್ತಾ ಇಲ್ಲ. ನಮ್ಗೆ ಆಗಿ ಬಂದಿದೆ ರ್‍ರೀ ಅಂತಾಳೆ. ಅವ್ಳ ಸೆಂಟಿಮೆಂಟ್ಸ್ ನಡುವೆ ನಾನು ನರಳಬೇಕು" ದುಃಖವನ್ನು ತೋಡಿಕೊಂಡರು.

ಜಗದೀಶ್ ಮುಕ್ತವಾಗಿ ನಕ್ಕುಬಿಟ್ಟರು. "ಅಂತು ನಿನ್ನ ಆ್ಯಕ್ಟಿಂಗ್ ಬದಲಾಗ್ಲಿಲ್ಲ. ಯಾವ ನರ್ಸಿಂಗ್ ಹೋಂ ಪ್ರಾಫಿಟ್‌ಗಿಂತ ನಿನ್ನ ಆದಾಯ ಕಡ್ಮೇ ಆಗಿದೆ? ಸರ್ವ್ ಮಾಡೋಕೆ ನಿನ್ನದೇ ಆದ ದಾರಿ ಕಂಡುಕೊಂಡಿದ್ದೀಯ. ದೇಶಪಾಂಡೆ ಕೈ ಕೆಳಗೆ ಕೆಲ್ಸ ಮಾಡೋ ಹಣೆಬರಹ ನಿನಗೆ ಯಾಕೆ" ಅಭಿಮಾನದಿಂದ ಅಂದರು.

ಮಾತುಗಳೇನು ಚಕ್ರವರ್ತಿಗೆ ಕೇಳಿಸಲಿಲ್ಲ. ಆದರೆ ಅವರ ಮೇಲೆ ಪರಿಣಾಮ ಬೀರಿದ್ದು ಅವರ ಮುಕ್ತ ನಗು. ಇಂಥ ನಗುವನ್ನು ಜಗದೀಶನ ಮುಖದಲ್ಲಿ ಎಂದಾದರೂ ಕಂಡಿದ್ದೀರಾ? ಎಂದು ತಮ್ಮನ್ನೇ ಪ್ರಶ್ನಿಸಿಕೊಂಡರು.

"ಜಗದೀಶ್, ಐ ಯಾಮ್ ವೆರಿ ಹ್ಯಾಪಿ. ನಿಜ್ವಾಗ್ಲೂ ಇಂದು ನೀನು ಸಂತೋಷವಾಗಿದ್ದೀಯ? ಕಾರಣವೇನಾದ್ರೂ... ಇರಲಿ, ಇಂಥ ಉತ್ಸಾಹ ಗೆಲುವು, ನಗುವು ಮನುಷ್ಯರ ಬಾಳಿಗೆ ಅಗತ್ಯ" ಗೆಳೆಯನ ಮುಖವನ್ನೇ ದಿಟ್ಟಿಸಿದರು. ಒಂದು ರೀತಿಯ ಹೊಸತನ!

ಇಬ್ಬರೂ ಹೊರಗೆ ಬಂದರು. ಜಗದೀಶ್ ತಕ್ಷಣ ವಿಚಲಿತರಾದರು. ತನ್ನ ಮನವನ್ನು ಓದಿಬಿಟ್ಟನಾ ಎಂದು ಎದರಿದರು ಕೂಡ. "ಅಂಥದೇನಿಲ್ಲ, ಇಲ್ಲೇ ಇದ್ದರೆ ನಿನ್ನ ಕ್ಲೋಸ್ ಪೇಷಂಟ್‌ಗಳು ಅಟ್ಯಾಕ್ ಮಾಡಿಯಾರು ಫಿಯೆಟ್‌ನ ಡೋರ್ ತೆಗೆದು ಹತ್ತಿ ಕೂತರು.

ಹೊಸದಾಗಿ ಕುಷನ್ ಸೀಟುಗಳನ್ನು ಮಾಡಿಸಿದ್ದು ಜಗದೀಶ್ ಗಮನಕ್ಕೆ ಬಂತು. ಮಾತು ಬದಲಾಯಿಸಲು ಇದು ಸರಿಯೆನಿಸಿತು.

"ಏನೇನೋ ಬದಲಾಯಿಸಿದ್ದೀಯಾ! ಯಾವಾಗ ಮಾಡಿಸ್ದೆ ಸೀಟುಗಳು?" ಒತ್ತಿ ಕೇಳಿದರು. ಆಕಾಶದತ್ತ ಕೈ ತೋರಿಸಿ ಕಣ್ಣಿಗೊತ್ತಿಕೊಂಡರು. "ಅಷ್ಟಕ್ಕೆ ಮಾತ್ರವೇ ನಂಗೆ ಅವಕಾಶ. ಎಂಬತ್ತರದು ಈ ಫಿಯೆಟ್ ಬದಲಾಯಿಸೋಣಾಂದ್ರೆ ಅವಕಾಶವಿಲ್ಲ. ಬೇರೆ ವೆಹಿಕಲ್ ತಗೋಳ್ಳೋಕೆ ಅವ್ಳ ಒಪ್ಪಿಗೆ ಇಲ್ಲ. ಪ್ರತಿಯೊಂದಕ್ಕೂ ತಕರಾರು ಇದು ನನ್ನ ಸಮಸ್ಯೆ" ಸ್ಟೀರಿಂಗ್ ವ್ಹೀಲ್ ಮುಂದೆ ಕೂತು ಕೀ ಹಾಕಿದರು.

ಕಾರು ಮುಂದಕ್ಕೆ ಹೋದಾಗ ಹಂಸತೂಲಿಕದಂತೆ ತೇಲಿತು. "ಇಂಜಿನ್, ಗೇರ್ ಬಾಕ್ಸ್, ಟೈರ್‌ಗಳ್ನ ಬದಲಾಯಿಸ್ದೆ. ಟಿಂಕರ್ ಮಾಡಿಸೋಣಾಂದ್ರೆ ಮತ್ತೆ ಇದೇ ಕಲರ್. ತಲೆ ಕೆಟ್ಟುಹೋಗಿದೆ. ಎಂದ್ರೋ ಆಕ್ಸಿಡೆಂಟ್ ಮಾಡಿ ಬಿಡ್ತೀನಿ. ಆಮೇಲೆ ಸೀದಾ ಗುಜರಿಗೆ ಕಳುಹಿಸ್ಬೇಕು" ಚಕ್ರವರ್ತಿ ನಗೆಯಾಡಿದರು.

"ನೇರವಾಗಿ ಕಾರು ನಿಮ್ಮ ಮನೆ ಕಡೆ ಹೋಗ್ಲಿ. ನಿಮ್ಮಾಕೆಗೆ ಇನ್‌ಫರ್ಮೇಷನ್ ಮೊದ್ಲೇ ಕೊಟ್ಟಿರುತ್ತೀನಿ" ಎಂದಾಗ ಚಕ್ರವರ್ತಿಗಳು ಮುಖದಲ್ಲಿ ವಿವರ್ಣತೆ ನಟಿಸಿದರು. "ಬೇಡವೋ, ಅಂಥ ಕೆಲ್ಸ ಮಾಡಿಸ್ಬೇಡ. ನನ್ನ ಪನಿಷ್‌ಮೆಂಟ್‌ನ ನಿಂಗೂ ಹಂಚಿಬಿಡ್ತೀನಿ".

ಮಾಮೂಲಿ ರೆಸ್ಟೋರೆಂಟ್ ಮುಂದೆ ನಿಂತಿತು ಕಾರು. ಚಕ್ರವರ್ತಿ ಗೆಳೆಯನತ್ತ ವಾಲಿದರು. "ನಿಂಗೆ ಈ ಕಾರು ಕಳ್ಳತನ ಮಾಡಿಸೋಕೆ ಸಾಧ್ಯನಾ? ಹಾಗಾದ್ರೂ ಹೊಸ ಮಾರುತಿ ತಗೋತೀನಿ" ಕಣ್ಣೊಡೆದರು. ಜಗದೀಶ್ ನಕ್ಕುಬಿಟ್ಟರು.

ಸ್ನೇಹಿತನ ಮಾತು, ನಗು ಜಗದೀಶ್ ಪಾಲಿಗೆ ಟಾನಿಕ್. ಮಿಕ್ಕ ವೇಳೆಯಲ್ಲಿ ನಗುವೇ ಬರುತ್ತಿರಲಿಲ್ಲ.

ಎರಡೆರಡು ಸಮೋಸದ ಜೊತೆ ಜಾಮೂನ್ ತರಿಸಿ ತಿಂದರು. ಚಕ್ರವರ್ತಿಗಳು

ಸೂಕ್ಷ್ಮವಾಗಿ ಗಮನಿಸಿದರು. ಇನ್ನೂ ಹತ್ತು ವರ್ಷ ಚಿಕ್ಕವನಾಗಿ ಕಾಣಿಸುವುದು ಮಾತ್ರವಲ್ಲ, ಹೊಸ ಹುರುಪು ಕಣ್ಣುಗಳಲ್ಲಿ.

"ಮಗ್ಳು ಫೋನ್ ಮಾಡಿದ್ಲಾ?" ಪ್ರಶ್ನೆಗೆ ತಾವು ಇದ್ದ ಪ್ರಪಂಚದಿಂದ ಹೊರಬಂದರು. "ಇಲ್ಲ, ನಾನೇ ಮಾಡಿದ್ದೆ. ಸಿಗ್ಲಿಲ್ಲ. ದನಿಯಾದ್ರೂ ಕೇಳೋ ಆಸೆ..." ಅಂದರು. ಮಗಳ ಮಾತು, ಹಾಡನ್ನೆಲ್ಲ ನಾಲ್ಕಾರು ಕ್ಯಾಸೆಟ್‌ಗಳನ್ನು ಮಾಡಿಟ್ಟು ಕೊಂಡಿದ್ದರು.

ಅವರು ಹಳ್ಳಿಗೆ ಹೋದರು. ಅವರ ಲಗೇಜ್ ಜೊತೆಗೆ ಇಲ್ಲಿಗೆ ಬರುವಾಗ ಮತ್ತೆ ವಾಪಸ್ಸು. ರಾತ್ರಿ ಮಲಗುವಾಗ ಗಾಯತ್ರಿ ಹಾಡಿದ ಭಾವಗೀತೆಯನ್ನು ಕೇಳುತ್ತ ನಿದ್ದೆ ಮಾಡಲು ಪ್ರಯತ್ನಿಸುತ್ತಿದ್ದರು. ಈಗ ಆಗಾಗ ತಪ್ಪಿ ಹೋಗುತ್ತಿದೆಯೆನಿಸಿದಾಗ ಗಾಬರಿಯಾದರು.

"ದನಿ ಕೇಳೋಕೆ ಹಣವೇಕೆ ಖರ್ಚು ಮಾಡ್ತೀಯಾ? ಆರಾಮಾಗಿ ಟೇಪ್ ರೆಕಾರ್ಡರ್‌ನಲ್ಲಿ ಕ್ಯಾಸೆಟ್ ಅಮುಕು...." ಕಾಫಿಯನ್ನು ಹತ್ತಿರಕ್ಕೆಳೆದುಕೊಂಡರು.

ನೆನಪುಗಳು ಭಾರವಾಗಿ ಜಗದೀಶ್ ಮುಖ ಮಂಕಾಯಿತು. "ಈಚೆಗೆ ಮೊದ್ಲಿನ ಉತ್ಸಾಹವೇ ಇಲ್ಲ!" ಇದು ತುಟಿ ಮೀರಿ ಬಂದ ಮಾತುಗಳು.

ಚಕ್ರವರ್ತಿ ಚಿಟಿಕಿ ಹಾಕಿ ಲೊಟ್ಟೆ ಹೊಡೆದರು. "ಇಲ್ಲೂ ನಂಗೆ ಲಕ್. ಒಂದ್ಸಲ ಕಂಪ್ಲೀಟಾಗಿ ಚೆಕಪ್ ಮಾಡಿಬಿಡ್ತೀನಿ" ಉಳಿದ ಕಾಫಿಯನ್ನು ಅಲ್ಲೇ ಇಟ್ಟು ಮೇಲೆದ್ದರು.

ಹೊರಗೆ ಬಂದಾಗ ಜಗದೀಶ್ ಕಾರು ಹತ್ತಲು ಇಷ್ಟಪಡಲಿಲ್ಲ. "ನಂಗೆ ಒಂದಿಷ್ಟು ಕೆಲ್ಸ ಇದೆ. ಮುಗ್ಸಿಕೊಂಡು ಮನೆಗೆ ಹೋಗ್ತೀನಿ. ಬೈ... " ಕೈ ಬೀಸಿ ನಡೆದೇಬಿಟ್ಟರು.

ಜೇಬಿನಲ್ಲಿದ್ದ ಕೀಯನ್ನು ಮುಂದಿನ ಸೀಟು ಮೇಲೆ ಎಸೆದ ಚಕ್ರವರ್ತಿ ಅತ್ತಲೇ ನೋಡಿದರು. ವಿದ್ಯಾರ್ಥಿಯಾಗಿದ್ದಾಗ ಹೇಗೆ ಇದ್ದನೋ ಇಂದಿಗೂ ಹಾಗೆಯೇ ಇದ್ದ. ಕ್ರಾಪ್, ಉಡುಪುಗಳಲ್ಲಿ ಬದಲಾವಣೆ ಇಲ್ಲ.

ಚಕ್ರವರ್ತಿ ಎದೆ ಭಾರವಾಗಿ ನಿಟ್ಟುಸಿರು ದಬ್ಬಿದರು. ಕೆಲವರ ಬದುಕಿನಲ್ಲಿ ಏನೂ ಇಲ್ಲದೆ ಹೋಗಿಬಿಡುವುದು. ಇವನು ನೀಡಿದ ಮಮತೆಯಲ್ಲಿ ಗಾಯತ್ರಿ ಪುನೀತಳಾದಳಷ್ಟೆ. ಇವನಿಗೆ ಎಲ್ಲಾ ಬರಿದು.

ಇಳಿದ ಜಗದೀಶ್ ಅತ್ತಿತ್ತ ಹೆದರಿಕೆಯ ನೋಟ ಹರಿಸಿ ಆಟೋ ಹತ್ತಿ ಮನೆಗೆ ಬಂದರು. ಚಕ್ರವರ್ತಿ ತನ್ನನ್ನು ನೋಡಲು ಇಂದು ಬರದೇ ಇರಲಿಯೆಂದೇ ಹೋಗಿ ಬಂದಿದ್ದರು.

ಮನೆಯೊಳಗೆ ಅಡಿಯಿಟ್ಟಾಗ ಹೊಸದೆನ್ನುವಂತೆ ಕಣ್ಣರಳಿಸಿದರು. ಟೇಬಲ್ ಮೇಲೆ ಕ್ಲಾತ್ ಹಾಸಿ ತಂದ ಗಾಜಿನ ಫ್ಲವರ್ ವಾಸ್‌ನಲ್ಲಿ ಹೊರಗಡೆ ಕಿತ್ತು ತಂದು ಹೂಗಳನ್ನು ಜೋಡಿಸಿದ್ದಳು. ಇಡೀ ಹಾಲ್, ವರಾಂಡ, ಅಡಿಗೆ ಮನೆಯನ್ನು ಕೂಡ ಪೂರ್ತಿ ಬದಲಾಯಿಸಿಬಿಟ್ಟಿದ್ದಳು.

ಅಚ್ಚರಿಯಿಂದ ನಿಂತುಬಿಟ್ಟರು. ಇಡೀ ಮನೆಗೆ ಒಂದು ಸುಂದರ ರೂಪ ಬಂದಿತ್ತು.

"ಹಲೋ ಹ್ಯಾಂಡ್‌ಸಮ್, ಹೇಗಿದೆ?" ಹುಬ್ಬು ಕುಣಿಸುತ್ತ ಬಂದು ಅವನ ಪಕ್ಕದಲ್ಲಿ ನಿಂತಳು. ಅವಳ ಕಣ್ಣೊಳಗಿನ ಮಿಂಚನ್ನು ನೋಡಲಾರದೆ ಅವರ ನೋಟ ಬೇರೆಡೆ ಸರಿಯಿತು. "ತುಂಬ ಚೆನ್ನಾಗಿದೆ. ಯಾಕೆ ಇಷ್ಟೆಲ್ಲ ತೊಂದರೆ ತಗೋತೀರಾ....?" ಸ್ವರ ತಡವರಿಸಿತು.

"ವ್ಹಾಟ್, ಇದು ತೊಂದರೇನಾ? ಐ ಡೋಂಟ್ ಲೈಕ್ ಇಟ್, ಯಾವ ಕಡೇನೋ ನೋಡ್ಕೊಂಡ್ ಮಾತಾಡ್ತೀರಲ್ಲ. ನಿಮ್ಗೆ ಎಲ್ಲಿ, ಏನು ಇಷ್ಟವಾಗ್ಲಿಲ್ಲ ತಿಳ್ಸಿ" ತೋಳು ಹಿಡಿದುಕೊಂಡಳು. ಕ್ಷಣ ಅವರ ತೋಳು ಮೂಲಕ ಹರಿದ ಮಿಂಚು ಇಡೀ ಮೈಯನ್ನು ವ್ಯಾಪಿಸಿತು.

ಮೆಲ್ಲಗೆ ಅವರ ಕೈ ಸರಿಸಿದರು.

"ಎಲ್ಲಾ ಸರಿಯಾಗಿದೆ! ನೀನು ಇಷ್ಟೆಲ್ಲ ತೊಂದರೆ ತಗೊಂಡೆಯಲ್ಲಾಂತ ಅಷ್ಟೆ" ದನಿ ಕಂಪಿಸಿದ್ದು ಅವರ ಅರಿವಿಗೆ ಬಂತು. ಆದರೆ ಲಾವಣ್ಯ ಜುಳು ಜುಳು ಹರಿಯುವ ಜಲಪಾತದಂತೆ ನಕ್ಕುಬಿಟ್ಟಳು. "ನೋ, ನಂಗೆ ಬಹಳ ಇಷ್ಟವಾದ ಕೆಲಸ" ಒತ್ತಿ ನುಡಿದಳು.

ಅವಳೇ ಅಡಿಗೆಯ ಮನೆಗೆ ಹೋಗಿ ಟೀ ಮಾಡಿಕೊಂಡು ಬಂದಳು.

"ನಿಮ್ಗೆ ಎಷ್ಟು ಸ್ಪೂನ್ ಸಕ್ಕರೆ?" ಕೇಳಿದಳು ಅರಳುಗಣ್ಣುಗಳನ್ನು ಅರಳಿಸುತ್ತ. ತಲೆ ಕರೆದುಕೊಳ್ಳುವಂತಾಯಿತು ಜಗದೀಶ್‌ಗೆ. "ನಂಗೆ ಗೊತ್ತು. ಭರಣಿ ನಿಮ್ಮ ಕಪ್‌ಗೆ ಎರಡು ಸ್ಪೂನ್ ಬೆರೆಸ್ತಾನೆ. ನಾನು ಒಂದೂವರೆ ಹಾಕ್ತೀನಿ, ಸಾಕು" ಸಕ್ಕರೆ ಬೆರೆಸಿ ಜಗದೀಶ್‌ಗೆ ಕೊಟ್ಟಳು.

ಅವಳ ಮಾತುಗಳನ್ನು ಕೇಳುತ್ತ ಚಹಾ ಕುಡಿಯುವಲ್ಲಿ ಹೆಚ್ಚು ಮಜಾ ಅನಿಸಿತು. ಎಂದೂ ಟೀಗೆ ಇಂಥ ರುಚಿ ಇರಲಿಲ್ಲವೆಂದುಕೊಂಡರು.

ವಾಚ್ ನೋಡುತ್ತ ಮೇಲೆದ್ದಳು "ಅಂಕಲ್ ಕಾಯ್ತಿರ್ತಾರೆ..." ಚಿಗರೆಯಂತೆ ಹಾರಿ ಹೋದಳು. ಅವರೆದೆಯಲ್ಲಿ ಶಾಸ್ತ್ರೋಕ್ತವಾದ ಭರತನಾಟ್ಯ ತಾಳ, ಲಯ, ನವವಿನ್ಯಾಸ ಎಲ್ಲಾ ಸರಿಯಿತ್ತು.

ಅವಳು ಜೋಡಿಸಿದ ಒಂದೊಂದು ವಸ್ತುವನ್ನು ಮುಟ್ಟಿ ಮುಟ್ಟಿ ನೋಡಿದರು. ಮನಸ್ಸಿಗೆ ಅತ್ಯಂತ ಹಿತವೆನಿಸಿತು.

"ನಿಂಗೇನೋ ಜಗದೀಶ, ಇವತ್ತೂ ಹಸೆಮಣೆ ಮೇಲೆ ಕೂಡಿಸಿ ಮದ್ವೆ ಮಾಡ್ಬಹ್ದು. ನೀನೇ ಮನಸ್ಸು ಮಾಡ್ತಿಲ್ಲ. ಗಾಯತ್ರಿ ಗಂಡನ ಜೊತೆ ಹಾರಿ ಹೋದ್ಲು. ಇನ್ನೊಂದು ನಿಂದು ಅನ್ನೋ ಮಗು ಇದ್ದಿದ್ರೆ..." ಅಂಬಕ್ಕ ಹತ್ತು ದಿನದ ಕೆಳಗೆ ಈ ಮಾತು ಹೇಳಿದ್ದು ನೆನಪಿಗೆ ಬಂತು.

ಭರಣಿ ಇಲ್ಲದಿದ್ದರಿಂದ ಗಾಯತ್ರಿಯ ಕೋಣೆ ಹೊಕ್ಕು ಕನ್ನಡಿಯ ಮುಂದೆ

ನಿಂತರು. ಒಳ್ಳೆಯ ಬಿಳುಪೇ. ಪಕ್ಕಕ್ಕೆ ಬಾಚಿದ ಕ್ರಾಪ್ ಒತ್ತಾಗಿದ್ದರೂ ಅಲ್ಲಲ್ಲಿ ಬೆಳ್ಳಿಯ ರೇಖೆಗಳಂತೆ ಬಿಳಿ ಕೂದಲು ಮಿಂಚುತ್ತಿತ್ತು. ಮೊದಲ ಸಲ ಅದರ ಬಗ್ಗೆ ಯೋಚಿಸಿದರು.

ಚಕ್ರವರ್ತಿ ಹೇರ್‌ಡೈ ಬಳಸುತ್ತಿದ್ದುದು ಅವರಿಗೆ ಗೊತ್ತಿತ್ತು. ತಾವು ಯಾಕೆ ಬಳಸಬಾರದು? ಅಂಥ ಯೋಚನೆ ಬಂದಿದ್ದೇ ತಡ, ತೀರಾ ಸಂಕೋಚದಿಂದ ಮುದುಡಿ ಹೋದರು.

ಆದರೂ ಆ ಆಸೆ ಅವರಲ್ಲಿ ಕಮರಿ ಹೋಗಲಿಲ್ಲ.

ಭರಣಿ ಬರುವ ಮನ್ನವೇ ಹಳ್ಳಿಯಿಂದ ಆಳು ರಾಮ ಬಂದ. "ಅಮ್ಮಾವ್ರು ನಿಮ್ಮನ್ನು ಕರ್ಕೊಂಡ್ಬಾಂದ್ರು. ಜಮೀನು ನೋಡೋಕೆ ಯಾರೋ ಆಫೀಸರ್ ಬಂದಿದ್ದಾರಂತೆ" ತಂತಿಯಂತೆ ವರ್ತಮಾನ ಮುಟ್ಟಿಸಿದ.

ಎಂದಿನಂತೆ ಇಂದು ಅವರ ಮನ ಹೊರಡಲು ಹಾತೊರೆಯಲಿಲ್ಲ. "ಆಯ್ತು ಹೋಗೋಣ ಬೆಳಿಗ್ಗೆ. ನೀನು ಪೇಟೆ ಸುತ್ತಾಡಿ ಬರ್ತೀಯೇನೋ ಹೋಗು" ಹತ್ತರ ಒಂದು ನೋಟನ್ನು ಅವನ ಕೈಯಲ್ಲಿಟ್ಟು ಕಳುಹಿಸಿದರು.

ಹೊಸ ಹರೆಯದ ಯುವಕರಂತೆ ಕಿಟಕಿಯ ಬಳಿ ನಿಂತು ನಾಯರ್ ಮನೆ ಕಡೆ ನೋಟ ಹರಿಸಿದರು. ತೀರಾ ಸಾಧಾರಣ ಮನೆಯಲ್ಲಿ ಅದ್ಭುತವಾದ ಆಕರ್ಷಣೆ. ಎಂದೂ ಆ ಕಡೆ ನೋಡದವರು ಇಂದು ಆ ಕಡೆ ನೋಡುವುದು ಅವರಿಗೆ ಅತ್ಯಂತ ಪ್ರಿಯವಾಗಿ ಕಂಡಿತು.

ಇಡೀ ರಾತ್ರಿ ನಿದ್ರಿಸದೆ ಒದ್ದಾಡಿದರು.

* * *

ಹಳ್ಳಿಗೆ ಬಂದ ಕೂಡಲೇ ಅಂಬಕ್ಕ ತರಾಟೆಗೆ ತಗೊಂಡರು. "ಅದೇನಿದೆ ಅಂತ ಸಿಟಿಯಲ್ಲಿ ಹೋಗಿ ಕೂಡ್ತೀಯಾ? ಇಲ್ಲಿನದೆಲ್ಲಾ ಯಾರು ನೋಡ್ಕೋಬೇಕು? ನನ್ನ ಮೈಯಲ್ಲಿ ತಾನೇ ಇನ್ನೆಷ್ಟು ಶಕ್ತಿ ಇದೆ?"

ಇಂದು ತಲೆಯೆತ್ತಿ ಆಕೆಗೆ ಸಮಜಾಯಿಷಿ ನೀಡಲು ಅಸಮರ್ಥರಾದರು.

"ಈಗೇನಾಯ್ತು?" ತಣ್ಣಗೆ ಕೇಳಿದರು.

ಸಿಮೆಂಟ್ ನೆಲದಲ್ಲಿ ಕೂತ ಅಂಬಕ್ಕ ಜಗದೀಶನನ್ನೇ ನೋಡತೊಡಗಿದರು. ಅವರ ಕರುಳು 'ಚುರುಕ್' ಎಂದಿತು.

"ಜಗದೀಶ, ಈಗ್ಲೂ ನೀನು ಹ್ಞೂ ಅಂದರೆ ಹುಡ್ಗೀನ ನೋಡ್ತೀನಿ?" ಇದು ಎಷ್ಟನೇ ಬಾರಿಯೋ ಹೇಳುತ್ತಿರುವುದು. ತುಸು ಮೌನದ ನಂತರ ಬಾಯಿಬಿಟ್ಟರು. "ಗಾಯತ್ರಿ ಮದ್ವೆ ಆಯ್ತು. ನಂಗೆ ಇನ್ನೆಂಥ ಮದ್ವೆ ಅಂಥ ಅಗತ್ಯವೇನಿದೆ?" ತಮ್ಮ ಕೋಣೆಗೆ ಹೋಗಿಬಿಟ್ಟರು.

ಒಂಟಿಯಾಗಿ ಕೂತರು. 'ಹಲೋ ಹ್ಯಾಂಡ್‌ಸಮ್' ಕರೆದಂತಾಯಿತು. ಪುಳಕಿತರಾಗಿ ಅತ್ತಿತ್ತ ನೋಡಿದರು. 'ಲಾವಣ್ಯ...' ಅರಿವಾಗದಂತೆ ಅವರ ಉಸಿರು ನುಡಿಯಿತು.

ತನ್ಮಯತೆಯಿಂದ ಕಣ್ಮುಚ್ಚಿಕೊಂಡರು.

"ಕೈಕಾಲು ತೊಳ್ಕೋಬೇಕಂತೆ" ಸನಿಹದಲ್ಲಿ ಹೆಣ್ಣಿನ ಸ್ವರ. ಅವರಿದ್ದ ಗುಂಗಿನಿಂದ ಎಚ್ಚೆತ್ತರು. ಟವಲು ಹಿಡಿದು ನಿಂತಿದ್ದಳು. ಮೂವತ್ತರ ಹರೆಯದ ಹೆಣ್ಣು. "ಯಾರು, ಯಾರು ನೀವು?" ಗಾಬರಿಯಿಂದ ಹೊರಗೆ ಬಂದುಬಿಟ್ಟರು.

"ಅಂಬಕ್ಕ ಆಕೆ ಯಾರು?" ಕಾಲು ನೀಡಿಕೊಂಡು ಹಪ್ಪಳ ಒತ್ತುತ್ತಿದ್ದ ಆಕೆಯನ್ನು ಕೇಳಿದರು. ಆಕೆ ಬೇಸರ ಮುಖ ಮಾಡಿದರು. "ಮಗಳ ನೆನಪಿನಲ್ಲಿ ಎಲ್ಲಾ ಮರ್ತುಬಿಡ್ತಾ ಇದ್ದೀಯಾ! ದಿಕ್ಕಿಲ್ಲದ ಗೌರೀನ ನನ್ನ ಸಹಾಯಕ್ಕೆ ಇಟ್ಕೋತೀನೀಂತ ಹೇಳಿದ್ದೆನಲ್ಲ!"

ಆಗ ಜ್ಞಾಪಕಕ್ಕೆ ಬಂತು. "ನಿನ್ನ ಸುತ್ತು ಕೆಲ್ಸ ಮಾಡಿಸ್ಕೋ. ನನ್ನ ಕೆಲ್ಸ ನಾನು ನೋಡಿಕೋತೀನಿ" ಎಂದು ಹೇಳಿ ಹಿತ್ತಲಿಗೆ ಹೋದರು.

ತೋಟದ ಕಡೆ ಹೋಗಿ ಮನೆಗೆ ಬಂದಾಗ ಅಂಬಕ್ಕ ನಡುಮನೆಯಲ್ಲಿಯೇ ತಲೆಯ ಕೆಳಗೆ ಮಣೆ ಇಟ್ಟುಕೊಂಡು ಮಲಗಿಬಿಟ್ಟಿದ್ದರು.

ಕೈಕಾಲು ತೊಳೆದು ಊಟದ ಮನೆಗೆ ಹೋಗುವ ವೇಳೆಗೆ ಮಣೆ ಹಾಕಿ ಎಲೆ ಹಾಕಿ ಸುತ್ತಲೂ ಅನ್ನ, ಸಾರು, ಹುಳಿಯ ಪಾತ್ರೆಗಳಿದ್ದವು. ಎಲೆಯ ಮಗ್ಗುಲಲ್ಲಿ ಉಪ್ಪು, ಉಪ್ಪಿನಕಾಯಿ ಇತ್ತು.

ಎಲೆಯ ಮುಂದೆ ಕೂತುಬಿಟ್ಟರು.

ಗೌರಿ ಅನ್ನ ಬಡಿಸಿ ತುಪ್ಪ ಹಾಕಿದಾಗ "ಇನ್ನ ನಾನು ಬಡಿಸ್ಕೋತೀನಿ ಬಿಡಮ್ಮ" ಎಂದರು. ಅಂಬಕ್ಕ ಮಾತಾಡುತ್ತ ಬಡಿಸುವ ಅಭ್ಯಾಸ. ಕೆಲವೊಮ್ಮೆ ಊಟ ಮಾಡುವಾಗ ಗಾಯತ್ರಿ ಬಂದು ಕೂಡುತ್ತಿದ್ದಳು ಅವರ ಬಳಿ. ಅವೆರಡು ಇಲ್ಲದ ದಿನ ತಾವೇ ಬಡಸಿಕೊಂಡು ಊಟ ಮಾಡುತ್ತಿದ್ದರು. "ಗೌರಿ, ಸ್ವಲ್ಪ ಅಂಬಕ್ಕನ್ನ ಕರೀ...." ಅವಳನ್ನು ಹೊರಗೆ ಅಟ್ಟಿದರು.

ಈಗ ಅವರ ಕಲ್ಪನೆಯಲ್ಲಿ ಲಾವಣ್ಯ ಇದ್ದಳು. ಇಂಥ ಸಮಯದಲ್ಲಿ ತಮ್ಮ ಸನಿಹದಲ್ಲಿದ್ದರೇ... ಕನಸಿನಲ್ಲಿ ವಿಹರಿಸಿತು ಅವರ ಮನ.

"ಇನ್ಮೇಲೆ ನಿಮ್ಮ ಬಟ್ಟೆ ನಾನು ಸೆಲೆಕ್ಟ್ ಮಾಡ್ತೀನಿ" ಕಿವಿಯಲ್ಲಿ ಉಸುರಿದ ಲಾವಣ್ಯ ಮಾತನ್ನು ಬರೆದಿಟ್ಟುಕೊಂಡರು.

ಎಲೆಯಲ್ಲಿನ ಕೈ ಸ್ಥಬ್ದವಾಯಿತು.

"ಇದೇನು ಊಟಾನೋ ಜಗದೀಶ?" ಅಂಬಕ್ಕನ ದನಿ ಎಚ್ಚರಿಸಿತು. "ಗಾಯತ್ರಿಯೇನು ಅವಳ ಗಂಡನ ಜೊತೆಯಲ್ಲಿ ಹಾಯಾಗಿದ್ದಾಳೆ. ನಿಂಗೆ ಮೂರ್ಹೊತ್ತೂ ಅವ್ಳ ಯೋಚ್ನೆ! ಅವ್ಳು ದಿನಕ್ಕೆ ಒಂದೆರಡು ಸಲ ಜ್ಞಾಪಿಸಿಕೋತಾಳಾ? ಸ್ವಲ್ಪ ಅರ್ಥ ಮಾಡ್ಕೋ" ಹುಳಿ ಬಡಿಸಿ ಅಲ್ಲೇ ಕೂತರು.

ನಾನು ಗಾಯತ್ರಿಯನ್ನು ನೆನಪಿಸಿಕೊಳ್ಳುತ್ತ ಇಲ್ಲ, ಲಾವಣ್ಯಳ ಗುಂಗಿನಲ್ಲಿದ್ದೆಯೆಂದು ಹೇಗೆ ಹೇಳಿಯಾರು! ತಲೆ ತಗ್ಗಿಸಿಕೊಂಡು ಊಟ ಮಾಡತೊಡಗಿದರು.

"ಗೌರಿ ಹತ್ರ ಸಂಕೋಚ ಬೇಡ. ಬಹಳ ಒಳ್ಳೆಯವಳು. ಕಷ್ಟ ಕಂಡ ಹೆಣ್ಣು" ಅಂಬಕ್ಕ ಪೀಠಿಕೆ ಶುರು ಮಾಡಿದಾಗ ಅವರಿಗೆ ನಗು ಬಂತು. "ಸಂಕೋಚಪಡೋಕೇನಿದೆ? ನಿಮ್ಗೆ ಸಹಾಯವಾದ್ರೆ ಸಾಕು. ಈ ಮನೆಯಲ್ಲಿ ಅವಳನ್ನು ದಂಡಿಸೋಕೆ ತಾನೇ ಯಾರಿದ್ದಾರೆ?" ಎಂದರು ಸರಳವಾಗಿ.

ಆದರೆ ಅಂಬಕ್ಕನ ಯೋಚನೆಯೇ ಬೇರೆ. ಹೆಣ್ಣಿಂದ ಯಾವುದೇ ರೀತಿಯ ಸುಖವನ್ನು ಕಂಡವನಲ್ಲ ಜಗದೀಶ ಎಂದು ಅವರಿಗೆ ಗೊತ್ತು. ದಿಕ್ಕಿಲ್ಲದ ಗೌರಿಯ ಸ್ನೇಹ ಜಗದೀಶನಿಗೆ ಇರಲಿಯೆಂಬುದೇ ಅವರ ಚಿಂತನೆ. ಮುಕ್ತವಾದ ಮನವಿತ್ತು ಆಕೆಗೆ.

"ಸ್ವಲ್ಪ ಅರ್ಥಮಾಡ್ಕೋ. ಎಷ್ಟು ದಿನಾಂತ ಹೀಗೇ ಇರ್ತೀಯಾ?" ಅಂಬಕ್ಕನ ವಾದಕ್ಕೆ ಜಗದೀಶ್ ಪ್ರತಿಕ್ರಿಯೆ ಸೊನ್ನೆ.

ತಾವೇ ಮೊಸರು ಬಡಿಸಿಕೊಂಡು ಮೌನವಾಗಿ ಊಟ ಮಾಡಿದರು.

"ಗಾಯತ್ರಿ ಪತ್ರ ಬಂತಾ?" ಜಗದೀಶ್ ಕೈ ತೊಳೆದು ಬಂದಾಗ ಕೇಳಿದರು. "ಬಂತು... ಬಂತು.... ಹೇಳೋದೇ ಮರೆತೆ. ಪುಟಗಟ್ಟಲೆ ಬರೆದಿದ್ದಾಳೆ. ಕೊತ್ತಂಬರಿ ಸೊಪ್ಪಿನಿಂದ ಹಿಡಿದು ಎಲ್ಲಾ ಸಿಗುತ್ತೇಂತ ಬರೆದಿದ್ಲು. ಅಲ್ಲೇನು ತೊಂದರೆ ಇಲ್ಲ ಸದ್ಯಕ್ಕೆ" ಎಂದರು.

ಆಕೆ ನಿಡಿದಾದ ನಿಟ್ಟುಸಿರು ಚೆಲ್ಲಿದರು.

"ಅದೆಲ್ಲ ಹಾಗೆ ಇರಲಿ, ತನ್ನ ಪಾಡಿಗೆ ತಾನು ಇದ್ಕೋತಾಳೆ. ನೀನು ಸಿಟಿಗೆ ತಿರುಗೋದನ್ನ ಬಿಟ್ಟು ಗಟ್ಟಿಯಾಗಿ ಹಳ್ಳಿಯಲ್ಲಿ ನಿಲ್ಲು. ಈ ತಿಂಗ್ಳು ತೋಟದಲ್ಲಿ ಮೂರು ಸಲ ಕಳ್ಳತನ ಆಗಿದೆ. ಮೂರು ನೂರು ಕಾಯಿ ಹೋಗಿದೆ ಅನ್ನೋ ಅಂದಾಜು ನಂದು. ನೀನು ಇಲ್ಲಿ ಇಲ್ದೇ ಇರೋವಾಗ ಕಳ್ಳತನ ನಡೆದಿರೋದು" ಎಲ್ಲ ವಿವರಿಸಿದರು.

ಅದು ಅವರಿಗೂ ಗೊತ್ತು. ಮಗಳು ವಿದೇಶಕ್ಕೆ ಹೋದ ಮೇಲೆ ತಿಂಗಳಲ್ಲಿ ನಾಲ್ಕು ಸಲ ಮಾತ್ರ ಹೋಗಿ ಬರುತ್ತಿದ್ದರು. ಈಗ ಅವರಿಗೆ ಹಳ್ಳಿಯಲ್ಲಿ ನಿಲ್ಲಲೇ ಕಷ್ಟ.

"ಇದೆಲ್ಲ ಸ್ವಲ್ಪ ದಿನ. ಅಲ್ಲೂ ಬೇಕಾದಷ್ಟು ಬೆಲೆಬಾಳೋ ಪದಾರ್ಥಗಳ್ನ ಕೊಂಡು ಹಾಕಿದ್ದಾಗಿದೆ. ನಾನು ಆಗಾಗ ಹೋಗ್ದೇ ಇದ್ದರೆ ಅಪಾಯ".

ಜಗದೀಶ್ ಮಾತುಗಳಿಗೆ ಅಂಬಕ್ಕ ಸಿಡಿದು ಬಿದ್ದರು.

"ಅವೆಲ್ಲ ಬೇಡ. ಲಾರಿ ಮಾಡಿ ಸಾಮಾನು ತರ್ಸಿ ಇಲ್ಲೇ ಹಾಕು. ಗಾಯತ್ರಿ ಬಂದ್ಮೇಲೆ ಬೇಕಾದ್ರೆ ತಗೊಂಡ್ಹೋಗ್ಲಿ. ವೃಥಾ ಖರ್ಚಿನ ಜೊತೆ ಇಲ್ಲೆಲ್ಲ ಹಾಳಾಗುತ್ತೆ.

ಜಗದೀಶ್ ಮಾತಾಡದೇ ತಮ್ಮ ಕೋಣೆ ಸೇರಿದರು.

ಗೋಡೆಯ ಮೇಲಿದ್ದ ಪುಟ್ಟ ಗಾಯತ್ರಿಯ ಭಾವಚಿತ್ರ ನಕ್ಕಿತು. ಸನಿಹಕ್ಕೆ ಹೋಗಿ ನಿಂತರು. ಕಣ್ಣಂಚು ಒದ್ದೆಯಾಯಿತು.

"ಗಾಯತ್ರಿ, ನೀನು ನನ್ನ ಬಿಟ್ಹೋಗಿ ತಪ್ಪು ಮಾಡ್ದೇ ಕಣಮ್ಮ" ಗಳಗಳ ಅತ್ತುಬಿಟ್ಟರು.

ಬೆಳಕು ಮಾಡುವುದೇ ಅವರಿಗೆ ಸಾಕಾಯಿತು ಅಂದು. ಭಾರವಾದ ಕಣ್ಣುಗಳನೊತ್ತು ಹೊರಗೆ ಬಂದಾಗ ಎದುರಾದದ್ದು ಗೌರಿ.

"ಮುಖ ತೊಳೆದುಕೊಂಡರೆ ಕಾಫಿ ತಂದುಕೊಡ್ತೀನಿ", ಯಾಕೋ ಆ ಕಣ್ಣುಗಳನ್ನು ಅವರಿಗೆ ದಿಟ್ಟಿಸಲಾಗಲಿಲ್ಲ. "ಅಂಬಕ್ಕ ಎದ್ದಿಲ್ಲವೇನೋ" ಎನ್ನುತ್ತಲೇ ಹಿತ್ತಲಿಗೆ ಹೋಗಿಬಿಟ್ಟರು.

ಗೌರಿಯನ್ನು ಇಂದೇ ಅವರು ನೋಡಿದ್ದು. ಗಟ್ಟಿಮುಟ್ಟಾದ ಮೂವತ್ತರ ಹೆಣ್ಣು. ಮುಖದಲ್ಲಿ ನಿರ್ಲಿಪ್ತತೆಗೆ ಮೀರಿದ ಭಾವವೊಂದಿತ್ತು.

ಕಾದ ನೀರಿನಲ್ಲಿ ಕೈಯಿಟ್ಟು, 'ಚುರ್' ಎನಿಸಿಕೊಂಡರು. ಬಾವಿಯ ಬಳಿ ಹೋಗಿ ಮುಖ ತೊಳೆದವರು ಹಾಗೆಯೇ ಗದ್ದೆಯ ಬಳಿಗೆ ಹೋಗಿಬಿಟ್ಟರು.

ಮನೆಗೆ ಹಿಂದಿರುಗಿದಾಗ ಹೊತ್ತೇರಿಬಿಟ್ಟಿತ್ತು. "ಬ್ಯಾಂಕ್‌ನಲ್ಲಿ ಒಂದಿಷ್ಟು ಕೆಲ್ಸ ಇದೆ" ಎಂದರು ತಟ್ಟೆಯ ಮುಂದೆ ಕೂಡುತ್ತ.

ಅಂಬಕ್ಕನ ಸಿಟ್ಟು ನೆತ್ತಿಗೇರಿತು. "ನೆನ್ನೆ ಬಂದಿದ್ದೀಯ, ಆಗ್ಲೇ ಸಿಟಿಗೆ ಹೋಗೋ ತರಾತುರಿ. ಇದನ್ನೆಲ್ಲ ಕಟ್ಟಿಕೊಂಡು ನಂಗೇನಾಗ್ಬೇಕಿದೆ? ನಾನು ಹಾಯಂತ ಕಾಶಿಗೋ ರಾಮೇಶ್ವರಕ್ಕೋ ಹೋಗ್ಬಿಡ್ತೀನಿ..." ಬಡಬಡಿಸುತ್ತ ಒಂದು ಮೂಲೆಯಲ್ಲಿ ಕೂತುಬಿಟ್ಟರು.

ಅವರಿಗೋಸ್ಕರ ಒದ್ದಾಡುವ ಹಿರಿಯ ಜೀವ ಇದೊಂದೇ. ಹೆಂಡತಿಯ ಕಡೆಯ ಬಳಗದ ಹೆಣ್ಣಾದರೂ ಜಗದೀಶ್‌ನ ಮಗನಂತೆ ಕಂಡು ಈ ಮನೆಯ ಪಾರುಪತ್ಯ ಹೊತ್ತು ಇಂದಿಗೂ ದುಡಿಯುತ್ತಿದ್ದರು.

ಎದ್ದು ಬಂದ ಜಗದೀಶ್ ಆಕೆಯ ಮುಂದೆ ಕೂತರು. "ಕೆಲ್ಸ ಇಲ್ದೆ ನಾನೇನು ಸಿಟಿಗೆ ಹೋಗೋಲ್ಲ. ಒಂದಿಷ್ಟು ಹಣಾನ ವ್ಯಾಪಾರಕ್ಕೇಂತ ಹಾಕಿದ್ದೀನಿ. ದೇಶಪಾಂಡೆ ಅಪ್ಪ ಮಗನಿಗಾಗಿ ಏನೂ ಮಾಡಲಾರರು. ಹಾಗಂತ ನಾನು ಕೈ ಕಟ್ಟಿ ಕೂಡೋಕ್ಕಾಗುತ್ತ? ನರ್ಸಿಂಗ್ ಹೋಂ ಅಂದರೆ ಲಕ್ಷಾಂತರ ರೂಪಾಯಿ ಬೇಕಾಗುತ್ತೆ. ಅದಕ್ಕೋಸ್ಕರ ಏನೇನೋ ಮಾಡ್ತಾ ಇದ್ದೀನಿ" ಲಕ್ಷಣವಾಗಿ ಸುಳ್ಳು ಹೇಳಲು ಸಮರ್ಥರಾದರು.

ಅಂಬಕ್ಕ ಹಳ್ಳಿಯ ಹೆಣ್ಣಾದರೂ ವ್ಯವಹಾರಸ್ಥೆ. ಇದು ಇಷ್ಟವಾಗಲಿಲ್ಲ. ಆಕೆಗೆ.

"ಬಂದವರು ಎಲ್ಲಾದ್ರೂ ಕೆಲ್ಸಕ್ಕೆ ಸೇರಿಕೊಳ್ಳಲಿ ಬಿಡು. ಇನ್ನ ಈ ಒದ್ದಾಟ ನಿಂಗೆ ಬೇಡ. ಜೊತೆಗಾರ ಸಿಕ್ಕಿದ ಕೂಡ್ಲೇ ಪುರ್ ಅಂತ ಹಾರಿ ಹೋದ್ಲು. ಆಗ ಅವ್ಳು ನಿನ್ನ ಯೋಚ್ನೆ ಮಾಡಿದ್ಲಾ? ನೀನು ಈಗ ತೆಪ್ಪಗಿದ್ದುಬಿಡು."

ಆಕೆಯ ಎರಡು ಕೈಗಳನ್ನು ಹಿಡಿದು ಜಗದೀಶ್ ಕಣ್ಣಿಗೊತ್ತಿಕೊಂಡರು.

"ಅಂಬಕ್ಕ, ನೀನು ನನ್ನ ಹೆರಲಿಲ್ಲ. ಆದ್ರೂ ನಂಗೋಸ್ಕರ ಇಷ್ಟೊಂದು ಒದ್ದಾಡ್ತೀಯಾ. ಗಾಯತ್ರಿ ನನ್ನ ಮಗ್ಳು. ನಾನು ಮದ್ವೆಯಾಗಿ ಸಂಸಾರ ಮಾಡಿದೆ ಅನ್ನೋ ನೆನಪಿಗೆ ಉಳಿದಿರೋಳು ಅವಳೊಬ್ಳೇ. ಅದೊಂದು ಕನಸು ನಂಗೆ ಇಲ್ಲದಿದ್ರೆ..."

ಅವರ ಗಂಟಲು ಭಾರವಾಯಿತು.

ಸಂಕಟಪಟ್ಟರು ಅಂಬಕ್ಕ. "ಸದ್ಯ, ನೀನೇನು ಕಣ್ಣಲ್ಲಿ ನೀರಾಕ್ಬೇಡ. ಇಲ್ಲಿನದೆಲ್ಲ ನಾನು ಹೇಗೋ ನೋಡ್ಕೋತೀನಿ" ಸಂತೈಸಿದರು.

ಬೇಗ ಬೇಗ ಊಟ ಮುಗಿಸಿದ ಜಗದೀಶ್ ಬಸ್ಸು ಹತ್ತಿದರು. ಲಾವಣ್ಯ ಮಾನಸಿಕವಾಗಿ ಅವರನ್ನು ಎಷ್ಟು ಸೆಳೆದಿದ್ದಳು ಅಂದರೆ... ಅವಳನ್ನು ಬಿಟ್ಟು ಮಿಕ್ಕೆಲ್ಲ ಶೂನ್ಯವೆನಿಸಿಬಿಟ್ಟಿತ್ತು.

ಮನೆಯ ಬಳಿ ಆಟೋದಿಂದ ಇಳಿದಾಗ ಗೇಟಿಗೆ ಬೀಗ ಹಾಕಿತ್ತು. ಅತ್ತಿತ್ತ ನೋಟ ಹರಿಸಿದರು.

ಹೊರ ಬಂದ ನಾಯರ್ "ಬನ್ನಿ... ಬನ್ನಿ.. ನಿಮ್ಮ ಭರಣಿ ನೆಂಟರ ಮನೆಗೆ ಹೋಗಿದ್ದಾನೆ. ಬೀಗದ ಕೈ ನಮ್ಮಲ್ಲಿದೆ...." ಕರೆದರು.

ಈ ಮನೆಗೆ ಬಂದು ವರ್ಷಗಳೇ ಉರುಳಿ ಹೋಗಿದ್ದರೂ ನಾಯರ್ ಬಳಿ ಮಾತಾಡುತ್ತಿರುವುದು ಮೂರನೇ ಸಲ. ಎಂದೂ ಅವರ ಮನೆಗೆ ಹೋಗಿದ್ದಿಲ್ಲ. ಅವರು ಇವರಲ್ಲಿಗೆ ಬಂದಿದ್ದಿಲ್ಲ.

"ನಾನು ಬರೋದು ಭರಣಿಗೆ ಗೊತ್ತಿರಲಿಲ್ಲ. ಸುಮ್ನೆ ನಿಮ್ಗೆ ತೊಂದರೆ ಕೊಟ್ಟಂಗಾಯ್ತು" ಸಂಕೋಚಿಸಿದರು. ನಾಯರ್ ನಕ್ಕುಬಿಟ್ಟರು. "ಅಂಥದ್ದೇನಿಲ್ಲ ಬನ್ನಿ" ಒಳಗೆ ಕರೆದೊಯ್ದರು.

ನಾಯರ್ ಹೆಂಡತಿ ತೀರಾ ಸ್ಥೂಲ ಶರೀರದಾಕೆ. ಪ್ರಯಾಸದಿಂದಲೆ ಎದ್ದು ಒಂದು ಕಪ್ ಟೀ ಮಾಡಿಕೊಟ್ಟರು.

ಜಗದೀಶ್ ಕಣ್ಣುಗಳು ಹುಡುಕಾಟ ನಡೆಸಿದವು. ಲಾವಣ್ಯ ಊರಿಗೆ ಹೋಗಿಬಿಟ್ಟಳಾ? ಅವಳ ಬಗ್ಗೆ ಅವರಿಗೇನೂ ಗೊತ್ತಿಲ್ಲ.

"ಬರ್ತೀನಿ..." ಮೇಲೆದ್ದರು.

ಗೇಟಿನವರೆಗೂ ಬಂದು ನಾಯರ್ ಬೀಳ್ಕೊಟ್ಟರು. "ಮಗಳು ಯಾವಾಗ್ಬರ್ತಾಳೆ?" ನಿಂತು ಹೇಳಿದರು ಜಗದೀಶ್. "ಎರಡು ವರ್ಷ ಅಂದ್ಕೊಂಡ್ ಹೋಗಿದ್ದು. ಈಗೇನೋ ಮೂರು ವರ್ಷಾಂತ ಬರೆದಿದ್ದಾಳೆ" ಆತ ಮುಕ್ತವಾಗಿ ನಕ್ಕುಬಿಟ್ಟರು.

"ಡೋಂಟ್ ಬಿಲೀವ್ ಮಿಸ್ಟರ್ ಜಗದೀಶ್. ಅದೆಲ್ಲ ಪೇರೆಂಟ್ಸ್‌ನ ಮೋಸ ಮಾಡೋ ಬೋಗಸ್. ನನ್ನ ಮಗ ಲಿಬಿಯಾಗೆ ಹೋಗಿ ಹನ್ನೊಂದು ವರ್ಷವಾಯ್ತು ಇಲ್ಲಿಗೆ ಬರೋದು ಮೂರೋ ನಾಲಕ್ಕೋ ವರ್ಷಕ್ಕೊಂದ್ಸಲ ಬಂದಾಗ ಇಲ್ಲಿಂದ ಹೊರಡೋ ಮಾತು ಆಡ್ತಾನೆಯೇ ಹೊರ್ತು ಇಲ್ಲಿರೋ ಮಾತಲ್ಲ. ಇನ್ನ ಮಗ್ಳು ನರ್ಸ್ ಆಗಿ ಇರಾನ್‌ಗೆ ಹೋದಳು. ಆರು ವರ್ಷದಿಂದ ಆಗಾಗ ಬರ್‍ಯೋದು ಪತ್ರಗಳು, ಅವಳಲ್ಲ. ಈ ಸ್ಥಿತಿ ಹೊರ ದೇಶಗಳಿಗೆ ಹೋಗೋವರದು. ಈಗಿನಿಂದಲೇ ಎದೆ ಗಟ್ಟಿ ಮಾಡಿಕೊಳ್ಳಿ" ಅನುಭವದ ಆಳದಲ್ಲಿದ್ದ ನೋವನ್ನು ಚೆಲ್ಲಿದರು ನಾಯರ್.

ಹತ್ತು ಅಡಿಯಷ್ಟು ಭೂಮಿಗಿಳಿದಂತಾಯಿತು ಜಗದೀಶ್‌ಗೆ. ಹೃದಯವೇ ಒಡೆದು ಚೂರು ಚೂರಾದಂತಾಯಿತು. ಗಾಯತ್ರಿ ಬೆಳೆದಂತೆಯೇ ಅವರ ಕನಸುಗಳು ರೂಪುಗೊಂಡಿದ್ದು.

"ಅಂಥ ಯೋಚ್ನೇಯೇನೂ ನಮ್ಮ ಗಾಯತ್ರಿಗೆ ಇರ್ಲಿಲ್ಲ" ಒಣ ನಗೆ ಬೀರಿ ಹಿಂದಿರುಗಿದವರು ಗೇಟು ಬಳಿ ನಿಂತು ಹಿಂದಕ್ಕೆ ನೋಡಿದರು. ನಾಯರ್ ಮನೆ ಬಾಗಿಲು ಮುಚ್ಚಿತ್ತು. "ಇರೋದು ಗಂಡ, ಹೆಂಡ್ತಿ. ಮೂರ್ಹೊತ್ತು ಬಾಗ್ಲು ಹಾಕ್ಕೊಂಡಿರ್ತಾರೆ. ಈ ಹುಡ್ಗಿ ಬಂದ್ಮೇಲೆ ಅವರ ಮನೆಯೊಳ್ಗೆ ಗಾಳಿ, ಬೆಳಕುಗಳ ಪ್ರವೇಶ" ಭರಣಿ ಒಮ್ಮೆ ಹೇಳಿದ್ದ.

ಕೈಯಲ್ಲಿದ್ದ ಬೀಗದ ಕೈಯತ್ತ ನೋಟ ಹರಿಸಿದರು. ಗೇಟಿನದು ಇರಲಿಲ್ಲ. ಮತ್ತೆ ಹೋಗಿ ಕೇಳುವುದು ಬೇಡವೆನಿಸಿತು. ಅಲ್ಲೇ ನಿಂತರು.

"ಹಾಯ್ ಹ್ಯಾಂಡ್‌ಸಮ್..." ಚಿಮ್ಮಿತು ಕಾರಂಜಿಯಂತೆ ಅವಳ ಸ್ವರ. "ಅದೇನು ಹೊರ್ಗಡೆ ನಿಂತು ತಪಸ್ಸು ಮಾಡ್ತಾ ಇದ್ದೀರಾ?" ಎರಡು ಪ್ಯಾಕೆಟ್ ಹಿಡಿದು ಬಂದವಳು ಅವರ ಬಳಿ ನಿಂತಳು. ಕಣ್ಣಲ್ಲೇ ಹಾಕಿದ ಬೀಗದತ್ತ ಅವಳ ಗಮನ ಸೆಳೆದರು.

"ಒಳ್ಗಡೆ ಬೀಗ ಮಾತ್ರ ಕೊಟ್ಟಿದ್ದಾನೆ" ಬೇಸರ ವ್ಯಕ್ತಪಡಿಸಿದರು. ಫಕ್ಕನೆ ನಕ್ಕುಬಿಟ್ಟಳು "ಕಾಂಪೌಂಡ್ ಹಾರಿದರಾಯ್ತು" ಪ್ಯಾಕೆಟ್ ಅವರ ಕೈಯಲ್ಲಿ ಕೊಟ್ಟು ಹತ್ತಿ ಒಳಕ್ಕೆ ಜಿಗಿದೇಬಿಟ್ಟಳು.

"ಇದು ಸರಿಯಲ್ಲ!" ಅನುಮಾನಿಸಿದರು ಜಗದೀಶ್.

"ಕಮಾನ್ ಯಾರ್... ಬಿಸಿಲಲ್ಲಿ ನಿಂತು ತಪಸ್ಸು ಮಾಡೋದು ಕೂಡ ಸರಿಯಲ್ಲ. ಬೇಗ ಹತ್ತಿ ಧುಮುಕಿ" ಅವಸರಿಸಿದಳು.

ಬಲವಂತಕ್ಕೆ ಪ್ರಯಾಸದಿಂದ ಹತ್ತಿಯೇನೋ ಧುಮುಕಿದರು. ಅವರಿಗೆ ಎದೆಯಲ್ಲಿ ಹಿಡಿದ ಹಾಗಾಗಿ ಆಯಾಸ ಕಾಣಿಸಿಕೊಂಡಿತು.

ತಲೆ ಝುಂ ಎಂದಿತು. ಸ್ಥೂಲ ದೇಹವಲ್ಲ, ಅತ್ಯಂತ ಆರೋಗ್ಯವಾದ, ದೃಢಕಟ್ಟಾದ ಶರೀರ ಸುಧಾರಿಸಿಕೊಳ್ಳಲು ನಿಮಿಷಗಳೇ ಬೇಕಾಯಿತು.

"ಅರೆ, ಯಾಕೆ...?" ಲಾವಣ್ಯ ಜಗದೀಶ್ ಬಳಿ ನಿಂತಾಗ ತಮ್ಮ ದುರ್ಬಲತೆ ತೋರಿಸಿಕೊಳ್ಳದೇ ಮುಗುಳ್ನಕ್ಕರು. "ಏನಿಲ್ಲ, ಇನ್ನು ಸ್ವಲ್ಪ ಎತ್ತರವಿದ್ರೆ... ಕಾಲು ಮುರಿಸಿಕೊಳ್ಳುವ ಸಾಧ್ಯತೆ ಖಂಡಿತ ಇತ್ತು" ಜೋರಾಗಿ ನಕ್ಕಳು. ಅವಳ ನಗುವು ಜಗವನ್ನು ತುಂಬುವಂತೆ, ಸಂಭ್ರಮಗೊಳ್ಳುವಂತೆ ಕನಸುಗಳನ್ನು ಕಟ್ಟುವಂತಿತ್ತು.

"ಇಂಪಾಜಿಬಲ್...." ಕೆಳಗೆ ಹಾಕಿದ್ದ ಪ್ಯಾಕೆಟ್‌ಗಳನ್ನು ಕೈಗೆತ್ತಿಕೊಂಡಳು. "ಜಗದೀಶ್, ನಿಮ್ಗೆ ಒಂದು ಸರ್‌ಪ್ರೈಜ್....." ಹುಬ್ಬು ಕುಣಿಸಿದಳು.

ಆ ಮಾತು ನಗುವಲ್ಲಿ ಜಗತ್ತನ್ನೇ ಮರೆಯುವಂತಿತ್ತು. ಹೆಣ್ಣಿನ ನಗು ಇಷ್ಟೊಂದು ಸುಖ ಕೊಡಬಲ್ಲದೆಂಬ ಅರಿವು ಬಂದಿದ್ದು ಲಾವಣ್ಯಳನ್ನು ನೋಡಿದ ಮೇಲೆ.

ಲಾವಣ್ಯ ತಾನೇ ಬಾಗಿಲು ತೆರೆದಳು. ಕೈಯಲ್ಲಿನ ಪ್ಯಾಕೆಟ್‌ಗಳನ್ನು ರೊಯ್ಯನೆ ಸೋಫಾ ಮೇಲೆ ಎಸೆದು ಬಾತ್‌ರೂಂಗೆ ಹೋಗಿ ಮುಖ ತೊಳೆದು ಬಂದಳು.

"ಅಂಗಡಿಯವ್ನ ತಲೆ ಕೆಡ್ಸಿ ಬಂದ್ಬಿಟ್ಟೆ. ಇಡೀ ಅಂಗಡಿಯ ಬಟ್ಟೆಗಳನ್ನು ಜಾಲಾಡಿದೆ. ಗೋಲ್ಡ್ ಸ್ಪಾಟ್ ತರ್ಸಿ ನನ್ನನ್ನು ಅಲ್ಲಿಂದ ಖಾಲಿ ಮಾಡಿಸ್ದ" ಜಂಬ ಕೊಚ್ಚಿಕೊಂಡಳು.

ಪ್ಯಾಕೆಟ್‌ಗಳನ್ನು ಬಿಚ್ಚಿ ಜಗದೀಶ್ ಮುಂದಿಡಿದಳು. ರೆಡಿಮೇಡ್ ಪ್ಯಾಂಟ್, ಷರ್ಟ್‌ಗಳು, ಅವರ ಹುಬ್ಬುಗಳು ಬೆಸೆದುಕೊಂಡವು.

"ಯಾರಿಗೋಸ್ಕರ?" ಪ್ರಶ್ನಿಸಿದರು. ಬಟ್ಟೆಯ ಮೃದುತ್ವ ಪರೀಕ್ಷಿಸುತ್ತ "ನಂಗೆ ಬಹಳ ಇಷ್ಟವಾದವ್ರಿಗೆ..." ಎಂದಳು.

ಪ್ಯಾಕೆಟ್‌ಗಳನ್ನು ಮತ್ತೆ ಕಟ್ಟಿಟ್ಟ ಜಗದೀಶ್, "ಸ್ವಲ್ಪ ಕೂತ್ಕೋ.... ಬರ್ತೀನಿ" ಎದ್ದು ತಮ್ಮ ಕೋಣೆಗೆ ಹೋಗಿ ಬಾಗಿಲು ಹಾಕಿಕೊಂಡರು.

ಮಂಚದ ಪಕ್ಕದ ಸ್ಟೂಲ್ ಮೇಲಿದ್ದ ಗಾಯತ್ರಿಯ ಫೋಟೋ ನಕ್ಕಂತಾಯಿತು. ಎಂದೂ ಗಾಯತ್ರಿ ಬಗ್ಗೆ ತನ್ನ ವೈಯಕ್ತಿಕ ವಿಷಯಗಳನ್ನು ಲಾವಣ್ಯ ಮುಂದೆ ಪ್ರಸ್ತಾಪಿಸಿರಲಿಲ್ಲ. ಅವಳು ಎಂದೂ ಅಂಥ ಆಸಕ್ತಿಯನ್ನು ವ್ಯಕ್ತಪಡಿಸಿರಲಿಲ್ಲ.

ಮಗಳ ಫೋಟೋ ತೆಗೆದು ಡ್ರಾಯರ್‌ನಲ್ಲಿಟ್ಟು ಮುಚ್ಚಿದರು. ತಾನು ಇಷ್ಟು ದೊಡ್ಡ ಮಗಳಿಗೆ ತಂದೆಯೆಂದು ಅವಳಿಗೆ ತಿಳಿಯುವುದು ಅವರಿಗೆ ಬೇಡವೆನಿಸಿತ್ತು.

ಬಟ್ಟೆ ಬದಲಾಯಿಸಿಕೊಂಡು ಹೊರಗೆ ಬರುವ ವೇಳೆಗೆ ಅಡಿಗೆ ಮನೆಯಲ್ಲಿ ಪಾತ್ರೆಗಳ ಸದ್ದು. ಮೊದಲು ಅವರ ಮನ ಸಂಕೋಚಿಸಿದರೂ ಅದನ್ನ ಮೀರಿ ನಡೆಯುವಂಥ ಆಕರ್ಷಣೆ ಅಲ್ಲಿ ಕೆಲಸ ಮಾಡಿತು.

"ಏನು ಮಾಡ್ತಾ ಇದ್ದೀಯಾ?"

ಎರಡೆಜ್ಜೆ ಒಳಗೆ ಇಟ್ಟಿದ್ದರು ಅಷ್ಟೆ. ಲಾವಣ್ಯ ಅವರನ್ನು ತಳ್ಳಿಕೊಂಡು ಬಂದು ಸೋಫಾ ಮೇಲೆ ಕೂಡಿಸಿದಳು. "ಕೀಪ್ ಕ್ವೈಟ್, ನಾನೇನೋ ಸ್ಪೆಷಲ್ ಮಾಡ್ತಾ ಇದ್ದೀನಿ. ಬರೋವರ್ಗ್ಗೂ ಏಳಬಾರ್ದು" ಅಧಿಕಾರದಿಂದ ಹೇಳಿ ಹೋದಳು.

ಜಗದೀಶ್ ವಿಸ್ಮಿತರಾದರು.

ಲಾವಣ್ಯ ಗಾಯತ್ರಿಗಿಂತ ಚಿಕ್ಕವಳೇ. ತನ್ನ ಮೇಲೆ ತೋರುವ ಪ್ರೀತಿ, ಆತ್ಮೀಯತೆ, ಅಧಿಕಾರಕ್ಕೆ ಅರ್ಥವೇನು? ಅವಳೆಷ್ಟು ಆವರಿಸಿಬಿಟ್ಟಿದ್ದಾಳೆಂದರೆ ಈ ಮನೆಯ ಪ್ರತಿಯೊಂದು ಕೆಲಸಗಳು ಅವಳ ಮೂಲಕವೇ ನಡೆಯುತ್ತಿದೆಯೆನ್ನುವಂಥ ಭ್ರಾಂತಿ.

ಗಾಜಿನ ವಾಜ್‌ನಲ್ಲಿದ್ದ ನಳನಳಿಸುವ ಹೂಗಳನ್ನು ನೋಡಿದರು. ಆಗತಾನೇ ಕಿತ್ತು ತಂದಿರಿಸಿದಂತಿತ್ತು.

ಗಾಯತ್ರಿಯ ಅಭಿರುಚಿ, ಬೇಡಿಕೆಗಳಿಗೆ ಮಣಿದು ಎಷ್ಟೋ ಖರೀದಿಸಿ ತಂದಿದ್ದರು. ತಂದಾಗ ಇದ್ದ ಅವಳ ಆಸಕ್ತಿ ಮರುಕ್ಷಣ ಮಾಯವಾಗುತ್ತಿತ್ತು. ದೇಶಪಾಂಡೆಯ ಸ್ನೇಹದ ನಂತರ ಮನೆಯನ್ನು ಪೂರ್ತಿಯಾಗಿ ನಿರ್ಲಕ್ಷಿಸಿದ್ದಳು.

"ಗಾಯತ್ರಿ ವಾಜ್‌ನಲ್ಲಿ ಹೂಗಳು ಒಣಗಿದೆಯಲ್ಲಮ್ಮ" ಎಂದರೆ ಮುಖ ಒಂದು ತರಹ ಮಾಡುತ್ತಿದ್ದಳು. "ನಂಗೆ ಅದಕ್ಕೆಲ್ಲ ಎಲ್ಲಿ ಪುರಸತ್ತು? ಭರಣಿಗೆ.... ಹೇಳಿ" ಎನ್ನುತ್ತಿದ್ದಳು.

ಅವಳ ನಿರಾಸಕ್ತಿಯಿಂದ ಮನೆಯ ನೀಟಾದ ವ್ಯವಸ್ಥೆಯೇ ಅಧ್ವಾನವಾಗಿತ್ತು. ಟಿ.ವಿ. ಸರಿಯಾಗಿ ಕಾಣಲಿಯೆಂದು ಭರಣಿ ಒಂದು ಕಡೆ ಸೋಫಾ ಜರುಗಿಸಿದರೇ ಅದು ಅಲ್ಲಿಯೇ ಉಳಿದುಬಿಡುತ್ತಿತ್ತು. ಕ್ಲೀನ್ ಮಾಡುವಾಗ ಸರಿಸಿದ ಟೀಪಾಯಿ ಅಲ್ಲೇ. ಇದನ್ನು ಗಮನಿಸಿದರೂ ಸರಿಪಡಿಸುವ ಆಸಕ್ತಿ ಉತ್ಸಾಹವಾಗಲಿ ಜಗದೀಶ್‌ಗೆ ಇರಲಿಲ್ಲ.

ಆದರೆ ಲಾವಣ್ಯಳ ಪ್ರವೇಶದ ನಂತರ ಎಲ್ಲಾ ಮಾರ್ಪಾಡು, ಅದ್ಭುತ ಬದಲಾವಣೆ ಹೊಸದೊಂದು ಲೋಕದ ಸೃಷ್ಟಿ.

ಬಿಸಿ ಬಿಸಿ ಟೊಮೋಟೋ ಆಮ್ಲೆಟ್ ತಂದು ಅವರ ಮುಂದಿಟ್ಟಳು. "ತಗೊಳ್ಳಿ, ನಾನು ಬರೋದ್ರೊಳ್ಗೆ ಇದು ಮುಗಿಯಬೇಕು" ಹರಿಣಿಯಂತೆ ಒಳಕ್ಕೆ ಓಡಿದಳು.

ಫೋರ್ಕ್, ಸ್ಪೂನ್ ಇತ್ತು. ಅದನ್ನೆಂದೂ ಅವರು ಉಪಯೋಗಿಸುತ್ತಿರಲಿಲ್ಲ. ಇಂದು ಲಾವಣ್ಯಾಗಾಗಿ ಕೈಗೆತ್ತಿಕೊಂಡರು.

"ಜಸ್ಟ್ ಎ ಮಿನಿಟ್... ಪ್ರಾರಂಭಿಸಿಬಿಡ್ಬೇಡಿ" ಬಂದು ಹೇಳಿ ಹೋದವಳು ಬೆಣ್ಣೆ ಹಿಡಿದು ಬಂದಳು. "ಈಗ ನೋಡಿ ರುಚಿ" ಬೆಣ್ಣೆಯನ್ನು ಹಾಕಿ ತಾನೇ ಸವರಿದಳು.

ಲೊಟ್ಟೆಯೊಡೆದು ತಿಂದರು. ಆ ತಿಂಡಿ ಅವರಿಗೆ ಅತ್ಯಂತ ಇಷ್ಟವಾಯಿತು. ಭರಣಿ ಬರುವವರೆಗೂ ಕೂತು ಹರಟಿದಳು.

ಹೋಗುವಾಗ ಪ್ಯಾಕೆಟ್ ಬಿಟ್ಟು ಹೋದವಳು ಹಿಂದಕ್ಕೆ ಬಂದು "ಅದು ನಿಮಗಾಗಿ ತಂದಿರೋದು. ನಾಳೆ ನಿಮ್ಮನ್ನು ಆ ಬಟ್ಟೆಗಳಲ್ಲಿ ನೋಡಲು ಇಷ್ಟಪಡ್ತೀನಿ ಹ್ಯಾಂಡ್‌ಸಮ್" ಸುಂದರ ನಗೆ ಚೆಲ್ಲಿ ಮಾಯವಾದಳು.

ಪೂರ್ತಿ ಮೈಮರೆತು ನಿಂತರು ಜಗದೀಶ್, ಇವೆಲ್ಲ ಅವರಿಗೆ ಹೊಸದು, ಇಂಥ ಸಿಹಿ ಮಾತುಗಳನ್ನು ಅವರೆಂದು ಕೇಳಿಯೇ ಇರಲಿಲ್ಲ.

"ಭರಣಿ, ನಂಗೆ ಊಟ ಬೇಡ" ಎಂದು ಹೋಗಿ ಕೋಣೆಯೊಳಗೆ ಬಾಗಿಲು ಹಾಕಿಕೊಂಡರು. "ಹಾಲು, ನೀರೂಂತ ಕೂಗೋದ್ಬೇಡ" ಒಳಗಿನಿಂದಲೇ ಹೇಳಿದರು. ಆ ಕ್ಷಣ ಏಕಾಂತ ಬೇಕೆನಿಸಿತ್ತು.

ಪ್ಯಾಕೆಟ್‌ಗಳನ್ನು ಬಿಚ್ಚಿ ಮಂಚದ ಮೇಲೆ ಹರಡಿದರು. ಎರಡು ಪ್ಯಾಂಟ್, ಎರಡು ಶರ್ಟ್, ತಿಳಿ ನೇರಳೆ ಬಣ್ಣದ ಶರಟಿನ ಮೇಲೆ ಬಿಳಿಯ ಚೆಕ್ಸ್, ಬಣ್ಣಗಳ ಸಂಯೋಜನೆ ಅದ್ಭುತವಾಗಿ ಕಂಡಿತು.

ಸ್ಕೂಲು, ಕಾಲೇಜಿಗೆ ಹೋಗುತ್ತಿದ್ದ ದಿನಗಳಲ್ಲಿ ಸ್ನೇಹಿತರು, ಸಹಪಾಠಿಗಳು ಕೊಡುತ್ತಿದ್ದ ಬಟ್ಟೆಗಳನ್ನೇ ತೊಡುತ್ತಿದ್ದುದು. ಅಂದು ಉಡುಪು ಆಯ್ಕೆ ಮಾಡುವ ಸಾಮರ್ಥ್ಯವಿರಲಿಲ್ಲ.

ಮದುವೆಯಾದ ಮೇಲೆ ಸರಸ್ವತಿಯ ತಂದೆಯೇ ಬದುಕಿರುವವರೆಗೂ ಅಳಿಯನಿಗೆ ಬಟ್ಟೆ ತರುತ್ತಿದ್ದುದು. ಇದು ಚೆನ್ನಾಗಿದೆಯ? ನಿನಗೆ ಇಷ್ಟವಾಯಿತಾ? ಎಂದು ಅವರು ಕೇಳುತ್ತಿರಲಿಲ್ಲ. ಇವರು ಹೇಳುತ್ತಿರಲಿಲ್ಲ. ಬಟ್ಟೆ ಬರೀ ಮೈ ಮುಚ್ಚಲು ಮಾತ್ರ ಎನ್ನುವಂಥ ಭಾವನೆ ಅವರಲ್ಲಿ.

ಇನ್ನ ಎಂದೂ ಸರಸ್ವತಿ 'ನಿಮಗೆ ಚೆನ್ನಾಗಿ ಕಾಣುತ್ತೆ, ನೀವು ಚೆನ್ನಾಗಿದ್ದೀರಿ' ಎಂದು ಹೇಳಿರಲಿಲ್ಲ. ಇದು ಇವರ ದುರಾದೃಷ್ಟವೋ ಅಥವಾ ಅವಳಿಗೆ ಅವಕಾಶ ಆಗಲಿಲ್ಲವೋ.

ಎದೆಗೊತ್ತಿಕೊಂಡು ಕಣ್ಣೀರು ಸುರಿಸಿದರು... ಬಿಕ್ಕಿ, ಬಿಕ್ಕಿ ಅತ್ತರು. ತಡೆಯಲಾರದ ಸಂತೋಷದಿಂದ ನಕ್ಕರು. ಹುಚ್ಚರಂತೆ ಬಡಬಡಿಸಿದರು.

ಭರಣಿ ಬಾಗಿಲು ತಟ್ಟಿದಾಗಲೇ ತಮ್ಮ ಪ್ರಪಂಚದಿಂದ ಹೊರಗೆ ಬಂದಿದ್ದು. ಒದ್ದೆಯ ಟವಲ್‌ನಿಂದ ಮುಖವನ್ನೊರೆಸಿಕೊಂಡು ಬಂದು ಬಾಗಿಲು ತೆಗೆದರು.

ಭರಣಿಗೆ ಆಶ್ಚರ್ಯ. ಅವರೆಂದೂ ಕೋಣೆಯ ಬಾಗಿಲು ಹಾಕಿಕೊಳ್ಳುತ್ತಿರಲಿಲ್ಲ. ಬರೀ ಮುಚ್ಚಿರುತ್ತಿದ್ದರು. ಬೋಲ್ಟ್ ಹಾಕುತ್ತಿರಲಿಲ್ಲ.

"ಇದೇನು ಬಾಗ್ಲು ಹಾಕ್ಕೊಂಡಿದ್ದೀರಾ?" ಅವನ ನೋಟ ಇಡೀ ಕೋಣೆಯನ್ನು ತಪಾಸಿಸಿತು. "ಏನು ಹಾಗೇ ನೋಡ್ತೀಯಾ?" ತಾವೇ ತಿರುಗಿ ಎಲ್ಲೆಡೆ ನೋಟ ಹರಿಸಿದರು.

"ನೋಡೋಕೇನಿದೆ! ಬಾಗ್ಲು ಹಾಕ್ಕೊಂಡಿದ್ದೀರಲ್ಲ. ಏನು ಕಾರಣವೋ ಅಂತ. ಹೆಂಡ್ತೀನ ಕಳ್ದುಕೊಂಡಾಗ ಇನ್ನೊಂದು ಕೆಟ್ಟ ಅಭ್ಯಾಸ ಗಂಟು ಬೀಳಲಿಲ್ಲ. ಮಗ್ಳು ದೂರ ಹೋದ ದುಃಖದಲ್ಲಿ..." ಮುಂದಕ್ಕೆ ಹೇಳಲಿಲ್ಲ.

"ಏನೇನೋ ಮಾತಾಡ್ಬೇಡ!" ಗದರಿದರು.

ಇದಕ್ಕೆಲ್ಲ ಭರಣಿ ಜಗ್ಗುವಂಥ ಮನುಷ್ಯನಲ್ಲ. ಕೋಣೆಯೊಳಗೆ ಹೊಗಿ ಎಲ್ಲೆಡೆ ಹುಡುಕಾಡಿಯೇ ಹೊರಗೆ ಬಂದಿದ್ದು.

"ರೆಡಿಮೇಡ್ ಬಟ್ಟೆ ತಂದುಕೊಂಡಿದ್ದೀರಾ! ಒಳ್ಳೆದಾಯ್ತು ಬಿಡಿ" ಎಂದ. ಆದರೂ ಅವನಿಗೆ ಒಂದು ವಿಸ್ಮಯ "ನಿಮ್ಮ ಬಟ್ಟೆಗಳನ್ನು ನೋಡಿ ನೋಡಿ ನಂಗೆ ಸಾಕಾಗಿದೆ. ನೀವು ಬೇರೆ ತಂದು ಇವನ್ನ ಎಸೀತೀರಾ ಅಥ್ವಾ ನಾನೇ ಇಸ್ತ್ರಿ ಮಾಡೋ ನೆವದಲ್ಲಿ ಸುಟ್ಟುಬಿಡಲಾ?" ಎಂದಾಗ ಕೂಡ ಅವರಿಗಾಗಿ ಬಟ್ಟೆಗಳನ್ನು ತಂದುಕೊಳ್ಳುತ್ತಿರಲಿಲ್ಲ.

ಹಣೆಗೆ ಕೈಯೊತ್ತಿದರು ಜಗದೀಶ್. ವ್ಯಕ್ತಿ ಕೆಲವು ಆಸೆ, ಆಕಾಂಕ್ಷೆಗಳನ್ನು ಬಲವಂತವಾಗಿ ಅದುಮಿಡುತ್ತಾನೆ. ಅದು ಸಮಾಜಕ್ಕಾಗಿ ಯಾಕೆ? ಈ ಪ್ರಶ್ನೆಗೆ ಉತ್ತರ ಹುಡುಕಿಕೊಳ್ಳುವುದು ಕಷ್ಟವೆನಿಸಿತು.

ಹಾಲ್‌ನಲ್ಲಿದ್ದ ಸೋಫಾ ಮೇಲೆ ಮೌನವಾಗಿ ಕೂತರು. ಭರಣಿ ಬಂದು ಅಲ್ಲೇ ಸನಿಹದಲ್ಲಿ ಕೂತ.

"ಒಂದು ತುತ್ತು ಊಟ ಮಾಡಿ" ಮತ್ತೆ ಅದೇ ತಗಾದೆ. "ಬೇಡ, ಸಂಜೆ ತಿಂಡಿ ತಿಂದೆ. ನಾಯರ್ ಮನೆಗೆ ಬಂದಿರೋ ಹುಡ್ಗೀ ಮಾಡಿಕೊಟ್ಟಳು" ನಿಜ ಹೇಳಲು ಹಿಂಜರಿಯಲಿಲ್ಲ.

"ನಾನು ಅಂದ್ಕೊಂಡೆ ಬಿಡಿ. ಇಡೀ ಅಡ್ಗೆ ಮನೆ ತುಂಬ ಈರುಳ್ಳಿ ವಾಸ್ನೇ. ಮೊದ್ಲು ಮೊದ್ಲು ಒಳ್ಗೆ ಸೇರಿಸೋಕೆ ಮುಜುಗರ ಆಗ್ತಾ ಇತ್ತು. ಈಗ ಹೊಂದಿಕೊಂಡು ಬಿಟ್ಟಿದ್ದಾಳೆ" ಎಂದ ಭರಣಿಯ ದನಿಯಲ್ಲಿ ಅಭಿಮಾನ ಇತ್ತು.

ಸ್ವಲ್ಪ ಅವಳ ವಿಷಯ ತಿಳಿಯಲು ಇಚ್ಛಿಸಿದರು.

"ಏನಾಗ್ಬೇಕಂತೆ ನಾಯರ್‌ಗೆ?" ಕೈ ಅಲ್ಲಾಡಿಸಿಬಿಟ್ಟ ಭರಣಿ. "ಯಾರ್ಗೆ ಗೊತ್ತು? ಆ ಹುಡ್ಗಿ ಏನೂ ಹೇಳಿಕೊಳ್ಳೋಲ್ಲ. ಇನ್ನ ನಾಯರ್, ಅವ್ರ ಹೆಂಡ್ತಿ ಜನದ ಹತ್ರ ಮಾತೇ ಆಡೋಲ್ಲ. ಎರಡು ಮಾತಾಡಿಸಿದ್ರೆ.... ಶತ್ರುಗಳನ್ನ ನೋಡಿದಂಗೆ ನೋಡ್ತಾರೆ" ಅವರ ಬಗ್ಗೆ ಗೊಣಗಿದ.

ನಾಯರ್ ಹೇಳಿದ ಮಾತುಗಳು ಅವರಿಗೆ ನೆನಪಾಯಿತು. ಗಾಯತ್ರಿಯನ್ನು ಫ್ಲೈಟ್ ಹತ್ತಿಸಿದ ದಿನ ಅವರು ಪಟ್ಟ ವೇದನೆ ಹೃದಯ ಬಿರಿಯುವಂತಿತ್ತು. ಆ ಕ್ಷಣ ಮಗಳನ್ನು ದೂರ ಕಳಿಸಿ ಬದುಕೋಕೆ ಬದಲು ಸಾವೇ ಹಿತವೆನಿಸಿದ್ದುಂಟು.

"ಅವ್ರ ಮಗ್ಳು, ಮಗ ಪರದೇಶಗಳಲ್ಲಿ ಉಳ್ದುಬಿಟ್ಟಿದ್ದಾರೆ. ಅದೊಂದು ವ್ಯಸನವಾಗಿ ಪರಿಣಮಿಸಿದೆ" ಅಂದರು. ಎದೆ ಹಿಡಿದಂತಾಯಿತು. ಮುಂದೆ ತಮಗೂ ಇಂಥ ಸಮಸ್ಯೆ ಎದುರಾದರೇ!

ಭರಣಿಗೆ ಸಮಯ ಸಿಕ್ಕಂತಾಯಿತು. ಕಾದಾಗಲೇ ಕಬ್ಬಿಣವನ್ನು ಬಡಿಯಬೇಕೆನಿಸಿತು.

"ಗಾಯತ್ರಿ ಕೂಡ ಅದ್ಕಿಂತ ಬೇರೆಯಲ್ಲ ಬಿಡಿ. ನನಗಂತೂ ಆ ಹುಡ್ಗಿ ಹಿಂದಿರುಗಿ ಬರ್ತಾಳೆ ಅನ್ನೋ ನಂಬ್ಕೆ ಇಲ್ಲ. ಆರಾಮಾಗಿ ಹಳ್ಳಿಗೆ ಹೋಗಿ ಬಿಡೋಣ" ಎಂದ.

ಜಗದೀಶ್ ಮುಖ ಕೆಂಪಾಯಿತು. "ಭರಣಿ, ನೀನು ನಂಗೆ ಕೋಪ ಬರಿಸ್ಬೇಡ. ಹೋದವರೆಲ್ಲ ಅಲ್ಲೇ ಉಳ್ದುಬಿಟ್ಟಿದ್ರೆ ಭಾರತದ ಜನಸಂಖ್ಯೆ ಎಷ್ಟೋ ಕಡ್ಮೆಯಾಗಿಬಿಡುತ್ತಿತ್ತು. ಗಾಯತ್ರಿ, ದೇಶಪಾಂಡೆ ಖಂಡಿತ ಹಿಂದಿರುಗಿ ಬರ್ತಾರೆ. ಅದ್ವರ್ಗೂ ಇಲ್ಲಿರೋದು ತಪ್ಪೋಲ್ಲ. ನಂತರ ಬೇಕಾದ್ರೆ ಹಳ್ಳಿಯಲ್ಲಿ ಉಳಿಯೋಣ" ಅಂದರು. ಎದ್ದು ಹೋದ ಭರಣಿ ಗೊಣಗುತ್ತ.

ಅವನಿಗೆ ಇಲ್ಲಿನ ವಾತವಾರಣ, ಎಲ್ಲಕ್ಕಿಂತ ಒಂಟಿಯಾಗಿ ಮನೆಯಲ್ಲಿರುವುದು ಸುತಾರಾಂ ಇಷ್ಟವಿಲ್ಲ. ಪೇಟೆಯ ಜನಕ್ಕೆ ಮುಖ ನೋಡಿದರೂ ಮಾತಾಡಲು ಬಯಸೋಲ್ಲ. ಆಡೋ ಮಾತು ಕೂಡ ಮುತ್ತಿಗಿಂತ ಬೆಲೆ.

ಹಾಲು ತಂದು ಇಟ್ಟವನೇ "ನಾನಂತೂ ಒಂದು ತಿಂಗಳ ಮಟ್ಟಿಗಾದ್ರೂ ಹಳ್ಳಿಗೆ ಹೋಗೋನೆ. ಹೇಗೂ ಇಲ್ಲಿನ ಗಾಳಿ, ನೀರು ಒಗ್ಗಿದೆ. ನೀವೇ ಇದ್ಕೊಳ್ಳಿ. ನಂಗೆ ಹುಚ್ಚು ಹಿಡಿಯೋದ್ಬೇಡ" ತನ್ನ ತೀರ್ಮಾನ ತಿಳಿಸಿದ.

"ಹಾಗೇ... ಮಾಡು" ಎಂದರು ಜಗದೀಶ್.

ಎರಡು ನಿಮಿಷ ನಿಂತ ಭರಣಿ. ಊಟದ ಪಾತ್ರೆಗಳನ್ನು ಮುಚ್ಚಿಟ್ಟು ಮಲಗಲು ಹೋದ.

ಅರ್ಧ ಗಂಟೆ ಮೌನವಾಗಿ ಕೂತರು. ಹೆಂಡತಿ ಅವರ ನೆನಪಿನಲ್ಲಿ ಉಳಿಯದಿದ್ದರೂ ಸಮಾಜದಲ್ಲಿ ಒಂದು ಅಸ್ತಿತ್ವ ಕಲ್ಪಿಸಿ ಹೋಗಿದ್ದಳು. ಅಂಬಕ್ಕ, ಭರಣಿ, ಗಾಯತ್ರಿ... ಎಲ್ಲಾ ಅವಳು ಕೊಟ್ಟ ದೇಣಿಗೆಯೇ.

ಮಲಗಿದ್ದ ಭರಣಿಯ ತೋಳಿನ ಮೇಲೆ ಕೈಯಿಟ್ಟರು. "ಯಾಕೆ ಈ ಉಪವಾಸ, ನಾನೇನೋ ಸಂಜೆ ಮುಂದು ತಿಂಡಿ ತಿಂದಿದ್ದೆ. ಎದ್ದು ಊಟ ಮಾಡು" ಬಲವಂತ ಮಾಡಿದರು.

ಮೊದಮೊದಲು ಬೇಡವೆಂದರೂ ಭರಣಿ ಎದ್ದು ಬಂದು ಎರಡು ತಟ್ಟೆ ಹಾಕಿದ.

"ಒಂದು ತುತ್ತು ಮೊಸರನ್ನನಾದ್ರೂ ತಿನ್ನಿ. ಗಾಯತ್ರಿ ಮಗುವಿನಲ್ಲೇ ನೀವು ಮದ್ವೆ ಆಗಿಬಿಡ್ಬೇಕಿತ್ತು. ಒಂಥರ ಒಂಟಿತನ ಕಾಡ್ತಾ ಇರ್ಲಿಲ್ಲ" ಮತ್ತೊಂದು ಮಾತು ಸೇರಿಸಿದ.

ಅಂಥ ಮಾತುಗಳ ಮುಂದುವರಿಕೆ ಬೇಕಿರಲಿಲ್ಲ.

"ಸುಮ್ನೆ ಊಟ ಮಾಡು" ತಟ್ಟೆಯ ಮುಂದೆ ಕೂತರು. "ಅಲ್ಲಿ ಹೋದ್ರೆ ಅಂಬಕ್ಕನದು ಇದೇ ಮಾತುಗಳು. ಇಲ್ಬಂದ್ರೆ..... ನಿನ್ನ ರಾಗ. ನಂಗೆ ಇಷ್ಟ ಆಗೋಲ್ಲ" ಬೇಗ ಬೇಗ ನಾಲ್ಕು ತುತ್ತು ತಿಂದು ಎದ್ದು ಹೋದರು.

ಆದರೆ ಭರಣಿ ಊಟ ಮುಗಿಸಿ ಬಂದವನು "ನಾಲ್ಕು ದಿನವಾದ್ರೂ ಹಳ್ಳಿಗೆ ಹೋಗ್ಬರ್ತೀನಿ. ಈಗ ಹಳ್ಳಿಯಲ್ಲೂ ನಿಮ್ಗೇ ಅಂಥ ಕೆಲ್ಸವಿಲ್ಲ. ಇಲ್ಲಿನ ಗಾಳಿ, ಬೆಳಕು ನಿಮ್ಗೇ ಒಗ್ಗಿದೆ" ಹೇಳಿದ.

"ಹಾಗೇ ಮಾಡು" ಪೇಪರ್ ಮೊಗಚತೊಡಗಿದರು.

ರಾತ್ರಿಯೇ ತನ್ನ ಬ್ಯಾಗ್ ಸಿದ್ದ ಮಾಡಿಟ್ಟ ಭರಣಿ. ನಾಲ್ಕಕ್ಕೇ ಎದ್ದು ತಿಂಡಿ, ಅಡಿಗೆ ಮಾಡಿಟ್ಟ.

"ಎಲ್ಲಾ ಮಾಡಿಟ್ಟಿದ್ದೀನಿ. ಕೈ ಸುಟ್ಟುಕೋಬೇಡಿ. ಚಕ್ರವರ್ತಿಗಳ ಮನೆಗೆ ಊಟಕ್ಕೆ ಹೋಗ್ಬಿಡಿ. ಒಂದ್ವಾರ ಇದ್ದು ಬರ್ತೀನಿ. ಬೀಗಗಳ್ನ ಸರ್ಯಾಗಿ ಹಾಕ್ಕೊಂಡು ಹೊರ್ಗಡೆ ಹೋಗಿ" ಇದಿಷ್ಟು ಹೇಳಿ ಮುಗಿಸಿದ ಮೇಲೆಯೇ ಜಗದೀಶ್ ಎದ್ದಿದ್ದು.

ನೂರರ ನೋಟೊಂದನ್ನು ಕೊಟ್ಟು, "ಅಂಬಕ್ಕನಿಗೆ ಅರಿಶಿನದ ಕೊಂಬು, ಒಳ್ಳೆ ಹಿಂಗು ಬೇಕಂತೆ ತಗೊಂಡ್ಹೋಗು. ಮತ್ತೆ ಅಲ್ಲಿ ಸಿಗದ್ದು, ಅಡಿಗೆಯ ಮನೆಗೆ ಬೇಕಾದ್ದು ಬೇಕೆನಿಸಿದರೆ ತಗೋ..." ಅವನನ್ನು ಕಳುಹಿಸಿ ತಾವೇ ಬಾಗಿಲು ಹಾಕಿಕೊಂಡರು.

ಇಡೀ ಮನೆಗೆ ಅವರೊಬ್ಬರೇ. ಹಕ್ಕಿಯಂತೆ ಆಕಾಶಕ್ಕೆ ಹಾರಿದಂತಾಯಿತು. ಎಂದೋ ನೋಡಿದ ರಾಜ್‌ಕಪೂರ 'ಆವಾರ' ಚಿತ್ರದ ಗೀತೆಯನ್ನು ಗುಣಗುಣಿಸುತ್ತ

ಕಾಫಿಯನ್ನು ಫ್ಲಾಸ್ಕ್‌ನಿಂದ ಲೋಟಕ್ಕೆ ಬಗ್ಗಿಸಿಕೊಂಡು ಚಪ್ಪರಿಸುತ್ತ ಕುಡಿದರು.

ಚಕ್ರವರ್ತಿಯೊಂದಿಗೆ ನೋಡಿದ ರಾಜ್‌ಕಪೂರ್‌ರ 'ಬರ್ಸಾತ್' ನೆನಪಿಸಿಕೊಂಡರು. ಮಳೆಗಾಲದ ಸುಂದರ ಮೋಡಗಳು, ವರ್ಷಧಾರೆಯಲ್ಲಿ ನೆನೆದ ಮರಗಿಡಗಳು ಮತ್ತು ಹರಿದ ಹೊಳೆ, ಎಲ್ಲಕ್ಕಿಂತ ಅವರ ನೆನಪಿನಲ್ಲಿ ಅಚ್ಚ ಹಸುರಾಗಿ ಉಳಿದ ತುಂಟ ಹುಡುಗಿ ರಾಜ್‌ಕಪೂರ್ ಹಾಡು ಕೇಳಿ ಓಡಿ ಬರುವವಳು... ತಂಟೆ ಮಾಡುವ ತಮಾಷೆ ಮಾಡುವ ಸುಂದರ ಹುಡುಗಿ ಹುಚ್ಚಾಗಿ ಪ್ರೇಮಿಸುವ ದೃಶ್ಯ-ನೆನಪುಗಳನ್ನು ಮರೆಸುವಂತೆ ಲಾವಣ್ಯ ಜ್ಞಾಪಕಕ್ಕೆ ಬಂದಳು.

ಎದ್ದು ಹೋಗಿ ಕಿಟಕಿಯ ಬಳಿ ನಿಂತರು. ಕಾಂಪೌಂಡ್‌ನಲ್ಲಿ ಅರಳಿರುವ ಹೂಗಳಲ್ಲಿ ಕೂಡ ಹೊಸತನವಿತ್ತು. ಮಾಸಿಹೋದ ಸೌಂದರ್ಯ ಪ್ರಜ್ಞೆ ಹೊಸ ಅರ್ಥ ಹುಡುಕಿಕೊಂಡಂತೆ ಕಂಡಿತು.

"ಹಲೋ ಹ್ಯಾಂಡ್‌ಸಮ್...." ನಾಯರ್ ಮನೆಯ ಬಾಗಿಲಿನಿಂದಲೇ ಜೋರಾಗಿ ಕೂಗಿದಳು. "ಗುಡ್ ಮಾರ್ನಿಂಗ್...." ಅರಿವಾಗದಂತೆ ಅವರ ಕೈ ಬೀಸಿತು. ಕಣ್ಣುಗಳಲ್ಲಿ ಹೊಸ ಹುರುಪು, "ಗುಡ್ ಮಾರ್ನಿಂಗ್" ಮೈ ಮರೆತು ಹೇಳಿದರು.

ಗೇಟು ತೆರೆದುಕೊಂಡು ಓಡಿ ಬಂದಳು. ಹದಿನೆಂಟರ ಹರೆಯದವರಂತೆ ಹೋಗಿ ಬಾಗಿಲು ತೆರೆದರು. ಕ್ಷಣ ಏದುಸಿರು ಬಂದಂತಾಯಿತು.

ಇನ್ನು ಕೈಯಲ್ಲಿಯೇ ಇದ್ದ ಕಾಫಿಯ ಲೋಟ ಕೆಳಕ್ಕೆ ಬಿದ್ದು ಸದ್ದು ಮಾಡಿತು.

"ಛೆ, ಎಂಥಾ ಕೆಲ್ಸವಾಯ್ತು!" ಬಗ್ಗಿ ಲೋಟ ಎತ್ತಿಕೊಂಡಳು. "ಭರಣಿ..." ಕೂಗಿದಳು.

"ಅವನಿಲ್ಲ, ಹಳ್ಳಿಗೆ ಹೋದ" ಕ್ಷಣ ಉದ್ವೇಗಕ್ಕೆ ಒಳಗಾದರೂ ಶಾಂತತೆಗೆ ಮರಳಿದರು. "ಇಲ್ಲಿ ಕೊಡು ಲೋಟ, ನಾನು ಕಾಫಿ ಮಾಡಿಕೊಂಡ್ಬರ್ತೀನಿ" ಕೈ ಚಾಚಿದವರ ಕೈಯಲ್ಲಿಡದೇ, "ಡೋಂಟ್ ವರೀ, ನಾನು ಮಾಡಿಕೊಂಡ್ಬರ್ತೀನಿ" ಒಳಗೆ ಹೋದಳು.

ನಡೆದತ್ತಲೇ ನೋಟವರಿಸಿದರು. ಅವಳು ತೋರುವ ಸ್ನೇಹ ತೀರಾ ಅನನ್ಯವೆನಿಸಿತು.

"ಮೇರಾ ನಾಮ್ ರಾಜ್.... ಮೇರಾ ನಾಮ್ ರಾಜ್" ಜೋರು ದನಿಯಲ್ಲಿ ಹಾಡುತ್ತ ಅದಕ್ಕೆ ಅನುಗುಣವಾಗಿ ಸ್ಪೂನ್ ಸದ್ದು ಮಾಡುತ್ತ, ಇಡೀ ಅಡಿಗೆಯ ಮನೆಗೆ ಜೀವಸಂಚಾರವನ್ನುಂಟು ಮಾಡಿದ್ದಳು.

"ತಗೊಳ್ಳಿ..." ಹೊಳೆಯುವ ಪಿಂಗಾಣಿ ಕಪ್, ಸಾಸರ್‌ನ ಜಗದೀಶ್ ಮುಂದೆ ಇಡಿದಳು. "ಫಸ್ಟ್ ಕ್ಲಾಸ್ ಚಹಾ ಮಾಡಬಲ್ಲೇ, ನನ್ನ ಪ್ರಕಾರ ಕಾಫಿ ಮಾಡೋದು ಕಷ್ಟ" ನಯನಗಳನ್ನು ಅರಳಿಸುತ್ತ ತಾನೊಂದು ಕಪ್ ತೆಗೆದುಕೊಂಡಳು.

ತೀವ್ರ ಯೋಚನೆಗೊಳಗಾದರು ಜಗದೀಶ್. ಕಪ್ ಟೀಪಾಯಿ ಮೇಲಿಟ್ಟರು.

"ಗಾಂಭೀರ್ಯ ಹೆಣ್ಣು ಮಕ್ಕಳಿಗೆ ಒಳ್ಳೇದು ಅಂತಾರೆ" ಅವನ ಸ್ವರದಲ್ಲಿ ಗಟ್ಟಿತನವಿತ್ತು.

ಘೊಳ್ಳನೆ ನಕ್ಕಳು. "ಯಾರು ಹೇಳಿದ್ದು? ಯಾವ ಸಂದರ್ಭಕ್ಕೆ? ನಿಮ್ಮ ಭರಣಿ ಹೇಳಿ ಹೋದನಾ?" ಕಪ್ ಎತ್ತಿ ಅವರ ಕೈಗೆ ಕೊಟ್ಟಳು.

ನಿಧಾನವಾಗಿ ಕುಡಿದಿಟ್ಟರು. ಗಟ್ಟಿಯಾಗಿ, ಬೇರೆಯವರ ಮನ ನೋಯಿಸುವಂತೆ ಮಾತಾಡಿ ಅಭ್ಯಾಸವಿಲ್ಲದ ಜಗದೀಶ್ ಬೇಗ ಕರಗಿ ಬೆಣ್ಣೆಯಾಗಿಬಿಡುತ್ತಿದ್ದರು. ಈ ದೌರ್ಬಲ್ಯ ಅರಿತೇ ಗಾಯತ್ರಿ ತಂದೆಯನ್ನು ಬೇಕಾದ ಹಾಗೆ ಉಪಯೋಗಿಸಿಕೊಂಡಿದ್ದಳು.

"ಹೇಗೂ ಇವತ್ತು ನೀವು ಫ್ರೀ ಅಲ್ವಾ! ರಾಜ್‌ಕಪೂರರ 'ಆವಾರ' ಬಂದಿದೆ. ಮಾರ್ನಿಂಗ್ ಷೋಗೆ ಹೋಗೋಣ, ನಡೀರಿ. ಬಿ ಕ್ವಿಕ್... ಹತ್ತು ನಿಮಿಷದಲ್ಲಿ ರೆಡಿಯಾಗಿ" ಹೇಳಿ ದೌಡಾಯಿಸಿಬಿಟ್ಟಳು.

ಎಂದೋ, ಯಾವಾಗಲೋ ಚಕ್ರವರ್ತಿಯ ಬಲವಂತಕ್ಕೋ ಚಿತ್ರಮಂದಿರಗಳಿಗೆ ಭೇಟಿ ಕೊಟ್ಟಿದ್ದಂತೆ. ಸ್ವತಃ ಅತ್ತ ಸುಳಿಯಲು ಇಷ್ಟವಿಲ್ಲ.

ಅಪರೂಪಕ್ಕೆ ಸಿಟಿಗೆ ಬಂದಾಗ ಗಾಯತ್ರಿಯನ್ನೂ ಕರೆದೊಯ್ಯುತ್ತಿದ್ದರು. ಇಲ್ಲಿ ಕಾಲೇಜಿಗೆ ಸೇರಿದ ಮೇಲೆ ಅವಳು ತನ್ನ ಫ್ರೆಂಡ್ಸ್ ಜೊತೆ ಹೋಗಿ ಬರುತ್ತಿದ್ದಳು.

ಅಷ್ಟರಲ್ಲಿ ಫೋನ್ ಬಂತು. ಬೇಸರದಿಂದಲೇ ಎತ್ತಿದರು. "ಹಲೋ ಇದ್ದಿಯೇನೋ ಜಗದೀಶ್. ಅಲ್ಲೇ ಬಂದು ತರಾಟೆಗೆ ತಗೋತೀನಿ. ಈಗ ಇಡು" ಆ ಕಡೆ ಫೋನ್ ಇಟ್ಟ ಸದ್ದು ಕೇಳಿಸಿತು.

ಸಂದಿಗ್ಧದಲ್ಲಿ ಸಿಕ್ಕಿಕೊಂಡಂತಾಯಿತು. ಮತ್ತೆ ಚಕ್ರವರ್ತಿಯ ಮನೆಗೆ ರಿಂಗ್ ಮಾಡಿದರು.

"ನಿಮ್ಗೆ ಫೋನ್ ಮಾಡಿದ ತಕ್ಷಣ ಮನೆ ಬಿಟ್ಟರು" ಅವರ ಹೆಂಡತಿಯ ಉವಾಚ, "ಏಯ್...." ಲಾವಣ್ಯ ಕೂಗಿದಂತಾಯಿತು. ಜಗದೀಶ್ ಮುಖ ಬೆವರಿನಿಂದ ತೊಯ್ದುಹೋಯಿತು.

ಲಾವಣ್ಯ ಎಷ್ಟು ಹಟದ ಹುಡುಗಿಯೆಂದೂ, ಅವಳ ಮಾತಿಗೆ ತಾನು ಹೇಗೆ ಸೋಲುತ್ತೇನೆಂದೂ, ಅವರಿಗೆ ಅರ್ಥವಾಗಿತ್ತು. ಸ್ವಲ್ಪ ಜಾಗ್ರತೆ ವಹಿಸಿದರು.

ಮುಂದಿನ ಬಾಗಿಲಿಗೆ ಬೀಗ ಹಾಕಿ ಹಿಂಬಾಗಿಲಿನಿಂದ ಒಳಗೆ ಹೋಗಿ ಸೇರಿಕೊಂಡರು. ಫೋನ್ ಕಡೆ ದೃಷ್ಟಿ ಹರಿಯಿತು.

ಮನೆಗೆ ಫೋನ್ ಕನೆಕ್ಷನ್ ಕೊಟ್ಟ ದಿನ ಗೊಣಗಿದ್ದು ಭರಣಿ, "ನಮಗ್ಯಾಕೆ ಬೇಕಿತ್ತು! ಫೋನ್ ಮಾಡೋ ಬಂಧುಗಳು, ಸ್ನೇಹಿತರು ಯಾರಿದ್ದಾರೆ? ಇನ್ನು ಮಾಡಿದ್ರೆ... ಚಕ್ರವರ್ತಿಗಳು ಅವ್ರು ದಿನಕ್ಕೊಂದು ಸಲವಾದ್ರೂ ಬಂದು ಹೋಗ್ತಾರೆ. ನಾನು ದಿನ ಒರೆಸಿ ಪೂಜೆ ಮಾಡಬೇಕಷ್ಟೆ. ನೀವು ಬಿಲ್ ಬಂದಾಗ ಹಣ ಕಟ್ಟಬೇಕು."

ಅದು ಸತ್ಯವಾದ ವಿಷಯವೇ ಆಗಿತ್ತು. ಆದರೆ ಫೋನ್‌ಗಾಗಿ ಗಾಯತ್ರಿ ಎಷ್ಟು ಗಲಾಟೆ ಮಾಡಿದಳೆಂದರೆ ಓ.ವೈ.ಟಿ.ಯಲ್ಲಿ ಮನೆಗೆ ಫೋನ್ ಹಾಕಿಸಬೇಕಾಯಿತು. ತನ್ನ ಕೋಣೆಯಲ್ಲಿಯೇ ಇಟ್ಟುಕೊಂಡಳು. ಬಾಗಿಲು ಹಾಕಿಕೊಂಡು ವೇಳೆಯ ಪರಿವೆಯೇ

ಇಲ್ಲದೆ ಮಾತಾಡುತ್ತಿದ್ದಳು.

ಆಗ ಭರಣಿ ಕಂಪ್ಲೇಂಟ್ ಮಾಡಿದ. "ದೇವರೇ ಗತಿ, ಓದೋಕ್ಕಿಂತ ಫೋನ್‌ನಲ್ಲಿ ಮಾತಾಡೋದೇ ಜಾಸ್ತಿಯಾಗಿದೆ. ಸ್ವಲ್ಪ ಗಮನ ಕೊಡಿ" ಆಗ ಜಗದೀಶ್ ನಕ್ಕುಬಿಟ್ಟರು.

"ಮಾರಾಯ, ಫೋನ್ ಇರೋ ಸ್ನೇಹಿತರು, ಬಂಧುಗಳು ಇಲ್ಲ ಅಂದೇ. ಅವಳಿಗೆ ಅಂಥ ಸ್ನೇಹಿತರು ಇದ್ದಾರೆ. ಮಾತಾಡಿಕೊಳ್ಳಲಿ ಬಿಡು" ಅಭಿಮಾನವಿಟ್ಟುಕೊಂಡಿದ್ದರು ಮಗಳ ಬಗ್ಗೆ.

ಇಲ್ಲಿಂದ ಹೋಗೋ ಮೊದಲು, "ಅಪ್ಪ, ಫೋನ್ ಇದೆಯಲ್ಲ, ನಾನು ವಾರಕ್ಕೊಂದು ಸಲವಾದ್ರೂ ಅರ್ಧ ಗಂಟೆ ನಿನ್ಹತ್ರ ಮಾತಾಡ್ತೀನಿ" ಭರವಸೆ ಕೊಟ್ಟು ಹೋದವಳು ಮಾತಾಡಿದ್ದು ಎರಡೇ ಸಲ. ಅವಳು ಕೊಟ್ಟ ವಿಳಾಸಕ್ಕೆಲ್ಲ ಫೋನ್ ಮಾಡಿ ಇವರೇ ಸೋತಿದ್ದರು.

"ಫೋನ್ ತುಂಬ ಕಾಸ್ಟ್ಲಿ.... ಆಗುತ್ತೆ, ಅಪ್ಪ. ಏನಿದ್ರೂ ಪತ್ರದಲ್ಲಿ ಬರೀತೀನಿ" ಒಮ್ಮೆ ಹೇಳಿ ಮತ್ತೆ ಫೋನ್‌ನಲ್ಲಿ ಸಂಪರ್ಕಿಸದಂತೆ ಮಾಡಿದ್ದಳು.

ಮಂಚದ ಪಕ್ಕದ ಸ್ಟೂಲ್ ಮೇಲಿದ್ದ ಮಗಳ ಫೋಟೋ ತೆಗೆದುಕೊಂಡರು.

ಗಾಯತ್ರಿ ಭೂಮಿಗೆ ಬಂದ ಮೇಲೆಯೇ ಅವರಿಗೆ ತಮ್ಮ ಜೀವನದಲ್ಲು ಸಂತೋಷವಿದೆಯೆನಿಸಿದ್ದು. ಕಣ್ ಬೆಳಕು ಅವಳ ಲಾಲನೆ ಪಾಲನೆಯಲ್ಲಿ ಎಷ್ಟು ಮೈ ಮರೆತರು ಅಂದರೆ ಕೆಲವೊಮ್ಮೆ ಅವರಿಗೆ ದಿನಗಳು ಉರುಳಿದ್ದು ಗೊತ್ತಾಗಿರಲಿಲ್ಲ.

ಗಾಯತ್ರಿ ವಿದೇಶಕ್ಕೆ ಹೋಗುವ ಸುದ್ದಿ ಎತ್ತಿದಾಗ ಅವರೆದೆಯೊಡೆದು ಹೋಗಿತ್ತು.

"ಪ್ಲೀಸ್, ಗಾಯತ್ರಿ ನೀನು ದೇಶಪಾಂಡೆನ ಮದ್ವೆ ಆಗೋಕೆ ನನ್ನ ವಿರೋಧ ಖಂಡಿತ ಇಲ್ಲ. ಖಂಡಿತ ವಿದೇಶಕ್ಕೆ ಹೋಗೋ ಮಾತು ಬೇಡ" ಮಗಳೆಂಬುದನ್ನು ಮರೆತು ಅಂಗಲಾಚಿಬಿಟ್ಟಿದ್ದರು.

ಅವಳ ಸಂಕಲ್ಪ ಎಷ್ಟು ದೃಢವಾಗಿತ್ತೆಂದರೆ ತಂದೆ ಎಷ್ಟೇ ವಿರೋಧವಾದರೂ ಎದುರಿಸಿ ನಿಲ್ಲಬಲ್ಲವಳಾಗಿದ್ದಳು.

ಕೆದಕಿದಷ್ಟು ನೆನಪುಗಳು ಭಾರವಾಗಿ ಉಸಿರುಗಟ್ಟಿದಂತಾಯಿತು. ಟೈಮ್ ನೋಡಿಯೇ ಬಂದು ಮುಂದಿನ ಬೀಗ ತೆರೆದರು. ಮೂವೀ ಎಂದರೇ ಅವಳಿಗೆಷ್ಟು ಕ್ರೇಜ್ ಎಂದರೆ ಯಾವುದೇ ಹಳೆಯ ಸಂಗೀತಮಯ ಚಿತ್ರದ ಪ್ರದರ್ಶನದ ಟಾಕೀಸ್‌ನ ಮುಂದೆ ಅವಳಿರುತ್ತಿದ್ದಳು.

ಕಾರಿನ ಸದ್ದು ಕೇಳಿ ಅವರೇ ಬಂದು ಬಾಗಿಲು ತೆಗೆದು ಚಕ್ರವರ್ತಿಯ ಎದುರುಗೊಂಡರು.

"ಹಲೋ, ಯಾರ್, ನಿನ್ನ ಫೋನ್ ಬರಬಹುದೂಂತ ಕಾದು ನಾನೇ ಬಂದೆ" ಗೆಳೆಯನ ಹೆಗಲ ಮೇಲೆ ಕೈಯಿಟ್ಟರು. "ನಾನು ಬಂದಿರೋ ವಿಷ್ಯ" ಜಗದೀಶ್ ಹುಬ್ಬುಗಳು ಬೆಸೆದುಕೊಂಡವು. "ಷಟಪ್, ನಾಚ್ಕೆ ಆಗ್ಬೇಕು. ಭರಣಿ ಬೆಳಿಗ್ಗೆ ಬಂದು

ಹೇಳಿ ಹೋದ, ನಿನ್ನ ಯೋಗಕ್ಷೇಮ ನೋಡಿಕೊಳ್ಳೋಕೆ. ಅಂತು ಕುತ್ತಿಗೆಗೆ ತಾಳಿ ಬಿಗಿಸಿಕೊಂಡ ಹೆಣ್ಣು ನಿನ್ನಿಂದ ಪ್ರೀತಿ ಪಡೆದುಕೊಳ್ಳೋಕ್ಕಾಗ್ಲಿ, ಪ್ರೀತಿ ವ್ಯಕ್ತಪಡಿಸೋಕ್ಕಾಗ್ಲಿ ಅವಕಾಶವಿಲ್ದೇ ಸತ್ತರೂ, ಭರಣಿ, ಅಂಬಕ್ಕ ಅಂಥವ್ರನ್ನ ನಿಂಗಾಗಿ ಹುಳ್ಸಿ ಹೋದ್ಲು" ಎಂದವರು "ಹಾಗೆಂದರೇ ಕರೆದುಕೊಂಡು ಹೋಗ್ಲೀಂತ ಅರ್ಥವಲ್ಲ" ನಗೆ ಹಾರಿಸಿದರು.

ಒಳಗೆ ಬಂದು ಆರಾಮಾಗಿ ಕಾಲು ಮೇಲೆ ಕಾಲು ಹಾಕಿ ಕೂತ ಚಕ್ರವರ್ತಿ ಸಿಗರೇಟ್ ಕೇಸ್ ಓಪನ್ ಮಾಡಿ ತುಟಿಯ ನಡುವೆ ಸಿಗರೇಟನ್ನು ಇಟ್ಟು ಲೈಟರ್ ತಾಗಿಸಿದರು.

"ವ್ಹಾ... ವ್ಹಾ... ಎಂಥ ಸುಖವಿದೆ ಈ ಸ್ವತಂತ್ರದಲ್ಲಿ! ಕ್ಲಿನಿಕ್‌ನಲ್ಲಿದ್ರೆ ಪೇಷಂಟ್‌ಗಳು, ಮನೆಗೆ ಹೋದ್ರೆ... ಅವ್ಳ ಕಾಟ. ಕೂತರೂ ಆಕ್ಷೇಪಣೆ, ನಿಂತರೂ ತಕರಾರು. ತಿಂದರೂ ಕಷ್ಟ. ತಿನ್ನದಿದ್ದರೂ ಕಷ್ಟ. ರಾಜ್‌ಕಪೂರ್ ನಿರ್ಮಿಸಿಕೊಂಡಂಥ ಮಾಂತ್ರಿಕ ಜಗತ್ತಿನಲ್ಲಿ ವಿಹರಿಸುವಾಸೆ" ಚಕ್ರವರ್ತಿಗಳು ಭಾವುಕರಾಗಿಬಿಟ್ಟರು.

ಚಕ್ರವರ್ತಿಗಳು ವೈದ್ಯರಾದರೂ ಸಿನಿಮಾ ಪ್ರೇಮಿ. ರಮ್ಯ ಲೋಕ ಸೃಷ್ಟಿಸಿಕೊಳ್ಳುವಂಥ ಭಾವಜೀವಿ. ಬರ್ಸಾತ್, ಆವಾರ, ಬೂಟ್ ಪಾಲಿಷ್, ಜಾಗ್ತೇ ರಹೋ, ಶ್ರೀ 420 ಚಿತ್ರಗಳನ್ನು ಹಲವು ಸಲ ನೋಡಿದವರು, ಮೆಚ್ಚಿಕೊಂಡವರು. ವಿಡಿಯೋ ಬಂದ ಮೇಲಂತೂ ಆ ಚಿತ್ರಗಳ ಕ್ಯಾಸೆಟ್‌ಗಳನ್ನು ಕೊಂಡು ಶೇಖರಿಸಿಕೊಂಡವರು. ಆರ್.ಕೆ ಸಂಸ್ಥೆಯ ಚಿತ್ರ ಅಂದರೆ ಒಂದು ರೀತಿಯ ಅಭಿಮಾನ.

"ಅತ್ತಿಗೆಗೆ ತಿಳಿಸ್ತೀನಿ" ಷಾಕ್ ಕೊಟ್ಟರು.

ತಾವು ಸೃಷ್ಟಿಸಿಕೊಂಡ ರಮ್ಯಲೋಕದಿಂದ ಹೊರ ಬಂದ ಚಕ್ರವರ್ತಿ "ಓಕೆ... ಓಕೇ... ಐ ಡೋಂಟ್ ಫಿಯರ್, ನಾನು ಹೆದರೋದು ಅವಳ ಪ್ರೀತಿಗೆ, ಹೊರತು ಅವಳಿಗಲ್ಲ" ಸಿಗರೇಟಿನ ಹೊಗೆಯನ್ನು ಮೂಗು ಬಾಯಲ್ಲಿ ತುಂಬಿಕೊಂಡು ಹೊರಗೆ ಬಿಡತೊಡಗಿದರು.

ಗೆಳೆಯನ ಬೆರಳ ಸಂದಿಯಲ್ಲಿದ್ದ ಸಿಗರೇಟು ತುಂಡನ್ನು ಕಿತ್ತು ಕಿಟಕಿಯಿಂದ ಹೊರಗೆ ಎಸೆದರು.

"ನಿನ್ನ ಸಿಗರೇಟು ಹಚ್ಚುವ ಚಟ ನೋಡಿಯೇ ಅತ್ತಿಗೆ ನಿಂಗೆ ಸರ್ಪಗಾವಲು ಆಗಿರೋದು. ದಿಸ್ ಈಸ್ ಬ್ಯಾಡ್. ಸ್ಮೋಕಿಂಗ್ ವಿಷ್ಯದಲ್ಲಿ ಎಚ್ಚರಿಸಬೇಕಾದ ಡಾಕ್ಟ್ರು ಅದಕ್ಕೇ ದಾಸನಾಗ್ಬಾರ್ದು" ರೇಗಿಕೊಂಡರು.

ಚಕ್ರವರ್ತಿಗಳು ಹಣೆ ಚಚ್ಚಿಕೊಂಡರು. "ನನ್ನ ಬಗ್ಗೆ ನಿಂಗೂ ಸಹಾನುಭೂತಿ ಇಲ್ಲ. ಸೆಲ್ಫ್ ಪಿಟಿ ಒಳ್ಳೆದಲ್ಲ ಅಂತಾರೆ. ಡೋಂಟ್ ಇನ್‌ಸಲ್ಟ್ ಮಿ. ಸ್ಟ್ರಾಂಗ್ ಕಾಫೀ ಒಂದು ಕಪ್ ಕೊಡು" ಜೇಬಿನಿಂದ ತೆಗೆದ ಸಿಗರೇಟು ಪ್ಯಾಕನ್ನು ಟೀಪಾಯಿ ಮೇಲೆ ಹಾಕಿದ ಚಕ್ರವರ್ತಿಗಳು ಇನ್ನಷ್ಟು ಆರಾಮಾಗಿ ಸೋಫಾಕ್ಕೆ ಒರಗಿ ಕಣ್ಮುಚ್ಚಿದರು.

ಹೆಜ್ಜೆಯ ಸದ್ದು ಕೇಳಿದ ನಂತರವೇ ಕಣ್ಣು ತೆರೆದಿದ್ದು. "ರಾಜ್‌ಕಪೂರ್ ನಿರ್ದೇಶಿಸಿ, ನಟಿಸಿದ 'ಆಗ್' ನೋಡಿದ್ದೀಯ? ಯುವಕನೊಬ್ಬನ ಆದರ್ಶದ ಸೌಂದರ್ಯದ

ಅನ್ವೇಷಣೆಯ ಚಿತ್ರ. ವಂಡರ್‌ಫುಲ್ ಮೂವೀ. ಆ ಚಿತ್ರದ ನರ್ಗೀಸ್, ರಾಜ್‌ಕಪೂರ್ ಅಭಿನಯನ ಪ್ರತಿಯೊಂದು ದೃಶ್ಯವೂ ನನ್ನ ಕಣ್ ಮುಂದಿದೆ" ತೇಲುಗಣ್ಣುಗಳಲ್ಲಿ ಕನಸುಗಳನ್ನೆಣೆಯುತ್ತ ನುಡಿದಾಗ ಜಗದೀಶ್ ನಿಟ್ಟುಸಿರು ದಬ್ಬಿದರು.

"ನೀನು ಡಾಕ್ಟ್ರ ಪ್ರೊಫೆಷನ್ ಆರಿಸ್ಕೋಬಾರದಿತ್ತು. ಸಮಾಜದ ಋಣ ನಿನ್ಮೇಲೆ ಸಾಕಷ್ಟು ಇರುತ್ತೆ" ಬೇಸರ ವ್ಯಕ್ತಪಡಿಸಿದರು ಜಗದೀಶ್.

ಚಕ್ರವರ್ತಿಗಳ ಮುಖ ಗಂಭೀರವಾಗಿ ಕಣ್ಣುಗಳಲ್ಲಿ ನೋವು ಮಿನುಗಿ ಮಾಯವಾಯಿತು. ಅನುಭವವನ್ನು ಹಂಚಿಕೊಂಡ ವಯಸ್ಸಿನ ಗೆರೆಗಳು ಹಣೆಯಲ್ಲಿ ಕಾಣಿಸಿಕೊಂಡವು.

ಕಾಫಿ ಕಪ್ ಕೈಗೆತ್ತಿಕೊಂಡ ಚಕ್ರವರ್ತಿಗಳು ಅದು ಮುಗಿಯುವವರೆಗೂ ಮಾತಾಡಲಿಲ್ಲ.

"ನಾನು ಇಷ್ಟಪಟ್ಟು ಆರಿಸಿಕೊಂಡ ವೃತ್ತಿಯಲ್ಲ. ನಾನೊಬ್ಬ ಕನಸುಗಳನ್ನು ಕಟ್ಟುವ ವ್ಯಕ್ತಿ. ನಂಗೆ ಸರಳ ಬದುಕು ಇಷ್ಟವಿತ್ತು. ಹಿರಿಯರು ಬಂಧನದಲ್ಲಿ ಕೂಡಿಸಿಬಿಟ್ಟರು. ಅವ್ರ ಋಣವನ್ನು ತೀರಿಸುವುದರಲ್ಲೇ ಮನಸ್ಸು ಮುಪ್ಪಾಯ್ತು" ದುರಂತ ಪ್ರೇಮಿಯಂತೆ ಉಸುರಿದರು. ಇಂಥ ಭಾವುಕತೆಯನ್ನು ಜಗದೀಶ್ ಅಪರೂಪವಾಗಿ ಕಾಣುತ್ತಿದ್ದರು. ಅದೇನು ಅಂಥ ತಲೆ ಕೆಡಿಸುವ ವಿಷಯವಾಗಿ ಕಂಡಿರಲಿಲ್ಲ.

ಬಾಹ್ಯದ ಕಾರ್ಯಚಟುವಟಿಕೆಯ ಕಡೆಯೇ ಪೂರ್ತಿ ಲಕ್ಷ್ಯವಹಿಸಿ ಮನಸ್ಸನ್ನು ನಿರ್ಲಕ್ಷಿಸಿದವರ ಪ್ರಕೃತಿ ಇದೇ ತೆರನಾಗಿರುತ್ತದೆಯೇನೋ ಬೇರೆಲ್ಲ ವಿಷಯಗಳಿಗೆ ಮನಸ್ಸು ಕೊಂಡುಕೊಂಡಿದ್ದರೂ ಮಗಳ ವಿಷಯ ಬಂದಾಗ ಮಾತ್ರ ಭಾವೋದ್ವೇಗಕ್ಕೆ ಒಳಗಾಗುತ್ತಿದ್ದರು.

ಜೀವನದಲ್ಲಿ ಮೊದಲ ಸಲ ಚಕ್ರವರ್ತಿಯ ಕೈ ಹಿಡಿದುಕೊಂಡು ಸಾಂತ್ವನಿಸಿದರು "ನಿನ್ನ ಮನಸ್ಸಲ್ಲಿ ಇಷ್ಟೊಂದು ನೋವು ನಿರಾಶೆಯಿದೆಯೆಂದುಕೊಂಡಿರಲಿಲ್ಲ. ಸಾರಿ ಫ್ರೆಂಡ್. ಮುಪ್ಪಿನಲ್ಲಿ ಹಿಂದಿನ ಬದ್ಕು ಸಿಹಿ ನೆನಪುಗಳಾಗಿ ಉಳಿಯೋದು ಕೆಲವರಿಗೆ ಮಾತ್ರ" ಚಕ್ರವರ್ತಿಗಳು ನಕ್ಕುಬಿಟ್ಟರು. ಇಂಥ ನಗುವೇ ಸದಾ ಅವರನ್ನು ಚೈತನ್ಯಶಾಲಿಯನ್ನಾಗಿ ಇಡುತ್ತಿದ್ದುದು.

ಮೇಲಕ್ಕೆದ್ದವರು "ಇನ್ನೇನು ಕೆಲ್ಸವಿಲ್ಲವಲ್ಲ. ಸದ್ಯಕ್ಕೆ ನನ್ನ ಕ್ಲಿನಿಕ್‌ನಲ್ಲಿ ಅಸಿಸ್ಟೆಂಟ್ ಪೋಸ್ಟ್ ಸ್ಯಾಂಕ್ಷನ್. ಸಂಬಳವಿಲ್ದ ಕೆಲ್ಸ.... ನಡೀ" ತೋಳಿಡಿದುಕೊಂಡರು.

ವಾಚ್ ಕಡೆ ನೋಡಿದ ಜಗದೀಶ್ ನಿರಾಕರಿಸಿದರು. "ಈಗ್ಬೇಡ. ನಿಮ್ಮ ಶ್ರೀಮತಿಯವರು ಹೇಗೂ ಬರ್ತಾರೆ. ನಾಳೆ ಬರ್ತೀನಿ ಬಿಡು" ಗೆಳೆಯನ ಮಾತಿಗೆ ತಲೆದೂಗಿದರು ಚಕ್ರವರ್ತಿಗಳು.

ಬಂದು ತಮ್ಮ ಹಳೆಯ ಫಿಯೆಟ್ ಹತ್ತಿದರು. ಒಳ್ಳೆಯ ಸಂಪಾದನೆ ಇತ್ತು. ಕೆಲವು ನರ್ಸಿಂಗ್ ಹೋಂಗಳಿಗೆ ಹೋಗುತ್ತಿದ್ದರು, ಮಾತ್ರವಲ್ಲ ಹಲವು ಶ್ರೀಮಂತ ಫ್ಯಾಮಿಲಿಗಳಿಗೆ ಫ್ಯಾಮಿಲಿ ಡಾಕ್ಟರ್. ಇಷ್ಟೊಂದು ಆದಾಯವಿದ್ದರೂ ಕಾರನ್ನು

ಕೊಳ್ಳುವುದಾಗಲಿ, ಕ್ಲಿನಿಕ್‌ನ ಬದಲಾಯಿಸುವುದಾಗಲಿ ಸಾಧ್ಯವಾಗಿರಲಿಲ್ಲ.

ಅವರ ಹೆಂಡತಿಗೆ ತೀರಾ ಸೆಂಟಿಮೆಂಟ್ಸ್. ಅವರ ಆದಾಯ ಹೆಚ್ಚೋಕೆ ಕ್ಲಿನಿಕ್ ಇಟ್ಟ ಜಾಗವೇ ಕಾರಣ. ಅದರ ಬದಲಾವಣೆಯಿಂದ ತಮ್ಮ ಅದೃಷ್ಟ ಹಾರಿ ಹೋಗುತ್ತೆ... ಆಕೆಯ ನಂಬಿಕೆ.

"ಸ್ವಲ್ಪ ಅರ್ಥಮಾಡ್ಕೋ. ಕ್ಲಿನಿಕ್ ತೀರಾ ಚಿಕ್ಕದು. ಪೇಷಂಟ್‌ಗಳ ಸಂಖ್ಯೆ ಜಾಸ್ತಿ. ಹೆಸರು, ಹಣ ಬೆಳೆದಂತೆ ಕೆಲವು ಬದಲಾವಣೆಗಳು ಬೇಕಾಗುತ್ತೆ" ಇದು ಇವರ ವಾದ.

ಆಕೆಯ ಪ್ರತಿಕ್ರಿಯೆ ತೀರಾ ಭಿನ್ನ. "ಎಂಥದ್ದು ಅಲ್ಲ, ಅದ್ರಿಂದ ಏನಾಗ್ಬೇಕಿದೆ? ನಮ್ಗೆ ಅದೇ ಕ್ಲಿನಿಕ್ ಸಾಕು. ನೀವು ಬೇರೆ ಯೋಚ್ನೆ ಮಾಡಿದ್ರಿ ಅಂದ್ರೆ... ಹತ್ತು ಪೈಸೆ ಸಂಪಾದನೆ ಇರೋಲ್ಲ" ಮುಂದಿನ ಭವಿಷ್ಯವಾಣಿ ನುಡಿಯುತ್ತಿದ್ದರು.

ಒಂದು ಕಾಂಪ್ಲೆಕ್ಸ್‌ನಲ್ಲಿ ಅಡ್ವಾನ್ಸ್ ಹಣ ಕೊಟ್ಟು ಸುಮ್ಮನಾಗಿಬಿಟ್ಟಿದ್ದರು. ಹೆಂಡತಿಯ ಪ್ರೀತಿ ಸ್ನೇಹದ ಕಪಿಮುಷ್ಟಿಯಲ್ಲಿ ವಿಲವಿಲ ಒದ್ದಾಡಿದ್ದರು.

ಕ್ಲಿನಿಕ್ ಇನ್ನೂ ಅರ್ಧ ಗಂಟೆಗೆ ಮುಚ್ಚುತ್ತದೆಯೆನ್ನುವ ವೇಳೆಗೆ ಕಾಫಿ ಫ್ಲಾಸ್ಕ್ ಹಿಡಿದು ಶ್ರೀಮತಿ ಹಾಜರ್. "ದಿನದ ಲಾಸ್ಟ್ ಪೇಷಂಟ್..." ಎಂದು ರೋಗಿಗಳ ಮುಂದೆಯೇ ನಗೆಯಾಡುತ್ತಿದ್ದರು. ಅದರ ಹಿಂದಿನ ನೋವು ಬಹುಶಃ ಯಾರಿಗೂ ಅರ್ಥವಾಗದು ಅವರೊಬ್ಬರಿಗೆ ಬಿಟ್ಟು.

ಇಂದು ಕಾರು ಹತ್ತಿದವರು ಕ್ಲಿನಿಕ್‌ಗೆ ಹೋಗಲಿಲ್ಲ. ಪಬ್ಲಿಕ್ ಟೆಲಿಫೋನ್ ಬೂತ್‌ನಿಂದ ಕ್ಲಿನಿಕ್‌ಗೆ ಫೋನ್ ಹಚ್ಚಿದರು. "ತೀರಾ ಅರ್ಜೆಂಟ್ ಕೆಲ್ಸವಿದೆ. ಯಾವುದಾದ್ರೂ ಎಮರ್ಜನ್ಸಿ ಪೇಷಂಟ್‌ಗಳು ಇದ್ದರೆ ಗೌಂಡರ್ ನರ್ಸಿಂಗ್ ಹೋಂಗೆ ಕಳ್ಸು" ಮಾತಿಗೆ ಅವಕಾಶ ಕೊಡದಂತೆ ಫೋನಿಟ್ಟರು.

ಅವರು ಅರಸಿಕೊಂಡು ಹೊರಟಿದ್ದು ತೀರಾ ಏಕಾಂತ ಸ್ಥಳಕ್ಕೆ. ಒಂಟಿಯಾಗಿ ಕೂತು ಕನಸುಗಳು ಕಾಣಬೇಕು. ಅದು ಅವರಿಗೆ ಬಹಳ ಇಷ್ಟವಾದ ಕೆಲಸ.

* * *

ಫಿಲಂ ನೋಡಿದ ಖುಷಿಯಲ್ಲಿ ಹಿಂದಿರುಗಿದ ಲಾವಣ್ಯ ನೋಟ ಮೊದಲು ಹರಿದಿದ್ದು ಜಗದೀಶ್ ಮನೆಯತ್ತ. ಬೀಗವಿರಲಿಲ್ಲ ಕಾಲಿಂಗ್ ಬೆಲ್ ಒತ್ತಿದವಳು ಕಾಯದೇ ಎದುರು ಮನೆಯ ಗೇಟು ತೆರೆದುಕೊಂಡು ಹೋಗಿ ಮುಷ್ಟಿ ಬಿಗಿಹಿಡಿದು ಬಾಗಿಲ ಮೇಲೆ ದಢ ದಢ ಗುದ್ದಿದಳು.

ಒಂದೇ ಉಸಿರಿಗೆ ಗಾಬರಿಯಿಂದ ಬಂದು ಬಾಗಿಲು ತೆರೆದ ಜಗದೀಶ್ ಸಮಾಧಾನದ ಉಸಿರು ದಬ್ಬಿದರು. ಮುಖ ಗಂಟಿಕ್ಕಿದರು. "ಇದೇನು ಲಾವಣ್ಯ, ಇಷ್ಟೊಂದು ಹುಡ್ಗಾಟ! ನಾನೆಷ್ಟು ಗಾಬ್ರಿಯಾಗಿದ್ದೆ ಗೊತ್ತಾ?" ಬೇಸರ ವ್ಯಕ್ತಪಡಿಸಿದರು. ಅದು ಅವಳ ಮೇಲೆ ಯಾವ ಪರಿಣಾಮವನ್ನೂ ಬೀರಲಿಲ್ಲ.

"ನೀವು ಎಲ್ಲಿ ಹೋಗಿದ್ರಿ?" ಮೊದಲ ಪ್ರಶ್ನೆ.

ಹಣೆಯೊತ್ತಿಕೊಂಡರು ಜಗದೀಶ್, "ನನ್ನ ಫ್ರೆಂಡ್‌ನ ನೋಡೋಕೆ ಹೋಗಿದ್ದೆ. ನಿಂಗೆ ಅಡ್ವಾನ್ಸ್ ಪ್ರೋಗ್ರಾಂ ಕೊಟ್ಟು ಹೋಗ್ಬೇಕಿತ್ತಾ?" ಹಗುರವಾಗಿ ತಳ್ಳಿಹಾಕಿದರು.

ಆದರೆ ಹದಿನೈದು ನಿಮಿಷ ಜಗದೀಶ್‌ನೊಂದಿಗೆ ವಾದ ಮಾಡಿದಳು, ಜಗಳ ಕಾದಳು. ತಂಟೆ ಮಾಡಿದಳು ತುಂಟ ಹುಡುಗಿಯಂತೆ.

"ಮೈ ಗಾಡ್, ಸಣ್ಣ ಹುಡ್ಗಿಯಂತೆ ಜಗಳ ಆಡ್ತೀಯಲ್ಲ!" ತಮಾಷೆ ಮಾಡಿದರು. ಅವಳ ಅರಳುಗಣ್ಣುಗಳು ಮತ್ತಷ್ಟು ಅಗಲವಾದವು. "ವ್ಹಾಟ್, ನ್ನನ ವಯಸ್ಸೆಷ್ಟು ಗೊತ್ತಾ, ಈ ಏಪ್ರಿಲ್‌ಗೆ ಹದಿನೆಂಟು ತುಂಬುತ್ತೆ. ನಂಗೆ ವಯಸ್ಸಿನ ಬಗ್ಗೆ ತಕರಾರು, ಭರವಸೆ ಒಂದು ಇಲ್ಲ. ಹದಿನೆಂಟರ ಹರೆಯದ ಹುಡ್ಗಿ ಜಗತ್ತು ತಲೆಯ ಮೇಲೆ ಬಿದ್ದಂತೆ ಮೂಲೆಯಲ್ಲಿ ಕೂತು ಹಪಹಪಿಸೋದು. ಮುಪ್ಪಿನ ನೀರಸತನ, ಯೌವನದ ಉತ್ಸಾಹ ವ್ಯಕ್ತಿಗಳನ್ನು ಅವಲಂಬಿಸಿರುತ್ತೆ ಅಷ್ಟೆ. ನಂಗೆ ಎಂಬತ್ತು ಆದಾಗ್ಲೂ ಈಗೇ ಇರ್ತೀನಿ! ಇರಬೇಕಲ್ಲ, ಅಷ್ಟೇ" ದಢದಢ ಹೇಳಿ ಮುಗಿಸಿದಳು.

ಹದಿನೆಂಟರ ಈ ತುಂಟ ಹುಡುಗಿಯ ತಲೆಯಲ್ಲಿ ಎಂಥಹ ಚಿಂತನೆಗಳಿದೆಯೆಂದು ವಿಸ್ಮಿತರಾದರು.

ತನ್ನ ಮಾತುಗಳಿಂದ ವಿಸ್ಮಿತ ಜಗತ್ತನ್ನೇ ತೆಗೆದಿಟ್ಟಳು.

"ನಿಮಗೊಂದು ಸವಾಲ್..." ಗದ್ದಕ್ಕೆ ಕೈಯೂರಿ ಕೂತಳು. "ಇನ್ನೂ ಇಪ್ಪತ್ತನಾಲ್ಕು ಗಂಟೆಗಳಲ್ಲಿ ಇದಕ್ಕೆ ಉತ್ತರ ಹುಡ್ಕಿ ಹೇಳಬೇಕು. ಚಲನಚಿತ್ರ ಜಗತ್ತಿನ ಒಬ್ಬ ಸುಪ್ರಸಿದ್ಧ 'ತಾನು ಸ್ವಪ್ನಗಳ ಮಾರಾಟಗಾರ, ಕನಸುಗಳನ್ನು ಮಾರುವವ' ಎಂದು ಹೇಳಿಕೊಂಡ. ಅವನು ಯಾರು?" ಕಣ್ಣಲ್ಲೇ ಪ್ರಶ್ನಿಸಿದಳು.

ಜಗದೀಶ್ ತಲೆ ಬಿಸಿಯಾಯಿತು. ಹಿಂದೆ ಸಿನಿಮಾ ನೋಡಲು ಅವರಲ್ಲಿ ಹೊಟ್ಟೆಯ ಚಿಂತೆಯೇ ದೊಡ್ಡದಾಗಿದ್ದಾಗ ಬೇರೆಡೆ ಆಸಕ್ತಿ ಇರಲಿಲ್ಲ. ಆಮೇಲೆ ಕೈಯಲ್ಲಿ ನೋಟುಗಳು ಓಡಾಡಿದರೂ ದೂರವೇ ಉಳಿಯಿತು.

"ಸರಿ, ಇದೆಂಥ ಪ್ರಶ್ನೆ ನಂಗೆ? ಯಾವ ಕನಸುಗಾರನ ಬಗ್ಗೆಯೂ ನನಗೇನು ತಿಳಿಯದು" ಮೇಲೆದ್ದವರನ್ನು ಕೈ ಹಿಡಿದು ಕೂಡಿಸಿದಳು. "ಸೋತರೇ, ನಾಳಿದ್ದು ಬೆಳಿಗ್ಗೆ ನನ್ನ ಜೊತೆ ಜಾಗಿಂಗ್‌ಗೆ ಬರಬೇಕಾಗುತ್ತೆ. ನಾನು ಬಡಪೆಟ್ಟಿಗೆ ಬಿಡಲ್ಲೊಲ್ಲೆ. ತಪ್ಪಿಸ್ಕೊಂಡ್ ಹೋದರೆ ಶಿಕ್ಷೆಯ ಪ್ರಮಾಣ ಜಾಸ್ತಿಯಾಗುತ್ತೆ" ಎಚ್ಚರಿಸಿದಳು.

ಪಟ ಪಟ ನಡೆದು ಹೋದವಳನ್ನು ನೋಡಿದರು.

ಉತ್ಪ್ರೇಕ್ಷೆಯಿಂದ ಮಧ್ಯಾಹ್ನದವರೆಗೂ ಕಳೆದರೂ ಮೂರರ ಸುಮಾರಿಗೆ ನಾಯರ್ ಮನೆಯ ಕಿಟಕಿಯಿಂದ ಕೈ ಬೀಸಿದಳು. ಒಮ್ಮೆ ವಾಚ್ ಕಡೆ ನೋಡಿ ಮುಷ್ಟಿ ಹಿಡಿದು ಹೆಬ್ಬೆಟ್ಟು ಎತ್ತಿದಳು.

ತಲೆ ಕೆರೆದುಕೊಳ್ಳುವಂತಾಯಿತು. ಒಂದು ರೀತಿಯ ಹಟ ಅವರಲ್ಲಿ ಮೂಡಿತು.

ಏನಾದರೂ 'ಕ್ಲೂ' ಸಿಗಬಹುದೆಂದು ಮಗಳ ಪುಸ್ತಕಗಳಲ್ಲಿ ತಡಕಿದ್ದು ಜೇಮ್ಸ್ ಹಾರ್ಡಿ ಚೇಸ್, ಲಾರೆನ್ಸ್‌ರ ಕಾದಂಬರಿಗಳ ಸಂಖ್ಯೆಯೇ ಅಧಿಕವಾಗಿತ್ತು.

ಒಮ್ಮೆ ಚಕ್ರವರ್ತಿ ಗಾಯತ್ರಿ ಬಗ್ಗೆ ಅನುಮಾನ ವ್ಯಕ್ತಪಡಿಸಿದ್ದರು. "ಗಾಯತ್ರಿ ಮೆಡಿಸಿನ್ ಪೂರ್ತಿ ಮಾಡೋ ನಂಬ್ಕೇ ಇಲ್ಲ. ಎದೆ ಗಟ್ಟಿ ಮಾಡ್ಕೋ. ನಮ್ಮ ಕನಸುಗಳ್ನ ನನಸು ಮಾಡಿಕೊಳ್ಳೋಕೆ ನಮ್ಮ ಕೈಯಲ್ಲೇ ಆಗೋಲ್ಲ. ನಮ್ಮ ಕನಸುಗಳನ್ನ ಬೇರೆಯವ್ರ ಮೇಲೆ ಏರೋದು ತಪ್ಪು. ಇಲ್ಲು ನಿಂಗೆ ಅದೇ ಎದುರಾಗ್ಬಾರ್ದು" ಕ್ಷಣ ಅವರ ಮಾತುಗಳಿಂದ ಎದೆಬಡಿತ ಸ್ಥಬ್ಧವಾದರೂ ನಂಬಲು ಸಿದ್ಧವಿರಲಿಲ್ಲ.

ಸಣ್ಣಪುಟ್ಟ ಪುಸ್ತಕ, ಕಾಗದ, ಪೇಪರ್‌ಗಳನ್ನೆಲ್ಲ ಜಾಲಿಸಿಬಿಟ್ಟರು. ಒಂದೇ ಒಂದು ಭೋದಕವಾದ, ಚಲನಚಿತ್ರಕ್ಕೆ ಸಂಬಂಧಪಟ್ಟ ಪತ್ರಿಕೆ ಇರಲಿಲ್ಲ.

ಅವನ್ನೆಲ್ಲ ನೋಡಿದ್ದರಿಂದ ಸ್ವಲ್ಪ ಮಗಳ ಬಗ್ಗೆ ತಿಳಿಯಲು ಅನುಕೂಲವಾಯಿತು. ಗಾಯತ್ರಿ ಮದುವೆಗೆ ಮುನ್ನ ಬರೆದ ಪತ್ರ ಸಿಕ್ಕಿತು. ಒಂದೇ ಸಾಲಿನಲ್ಲಿ ತಂದೆ ಒಬ್ಬ ಹುಂಬ ಎನ್ನುವುದನ್ನು ವ್ಯಕ್ತಪಡಿಸಿದ್ದಳು. ಐದು ಲಕ್ಷದಷ್ಟು ದೊಡ್ಡ ಮೊತ್ತಕ್ಕೆ ಆಫರ್ ಮಾಡಲು ತಾನೇ ತಿಳಿಸಿದ್ದಳು ಮತ್ತೊಂದು ವಾಕ್ಯದಲ್ಲಿ.

ಜಗದೀಶ್ ಕೈ ನಡುಗಿ ಪತ್ರ ಕೆಳಗೆ ಬಿತ್ತು. ಆಕಾಶದಿಂದ ಒಂದೇ ಏಟಿಗೆ ಕೆಳಕ್ಕೆ ಬಿದ್ದರೂ ಕಾಲ ಕೆಳಗೆ ಭೂಮಿಯ ಆಸರೆ ಇತ್ತು. ಥಟ್ಟನೆ ನಿಂತರು.

"ಹಲೋ ಹ್ಯಾಂಡ್‌ಸಮ್... ನೀವು ಸೋತರೆ ನನ್ಜೊತೆ ಜಾಗಿಂಗ್‌ಗೆ ಬರಬೇಕಾಗುತ್ತೆ" ಲಾವಣ್ಯ ಅಣಕಿಸಿ ಉಸುರಿದಂತಾಯಿತು.

ಲೆಟರ್‌ನ ಡ್ರಾಯರ್‌ನೊಳಕ್ಕೆ ತುರುಕಿ ಹೊರಗೆ ಬಂದರು. ಹಿಂದಿನ ಮನಸ್ಥಿತಿಯಲ್ಲೇ ಅವರು ಇದ್ದಿದ್ದರೆ ಖಂಡಿತ ಹಾರ್ಟ್ ಅಟ್ಯಾಕ್ ಆಗಿಬಿಡುತ್ತಿತ್ತು. ಈಗ ಭಾರತೀಯ ಚಿತ್ರರಂಗದ ಮಹಾನ್ ಕನಸುಗಳನ್ನು ಮಾರುವ ವ್ಯಕ್ತಿ ಯಾರೆಂದು ತಿಳಿಯಬೇಕಿತ್ತು.

ಮನೆಗೆ ಬೀಗ ತಗುಲಿಸಿ ಆಟೋ ಹಿಡಿದರು. ಬಸ್‌ಸ್ಟಾಪ್‌ನ ಬುಕ್‌ಸ್ಟಾಲ್‌ನಲ್ಲಿ ಸಿನಿಮಾಗೆ ಸಂಬಂಧಪಟ್ಟ ಎಲ್ಲಾ ಪತ್ರಿಕೆಗಳನ್ನು ಖರೀದಿಸಿದರು. ಜೀವನದಲ್ಲಿ ಮೊದಲ ಸಲ ತಾನು ಓದಲೆಂದು ಇಷ್ಟೊಂದು ಪತ್ರಿಕೆಗಳನ್ನು ಕೊಂಡಿದ್ದರು.

ನೇರವಾಗಿ ಮನೆಗೆ ಬಂದವರು ಮುಂದೆ ಹಾಕಿಕೊಂಡು ಕೂತರು. ಪರೀಕ್ಷೆಗೆ ಕೂತ ದಿನಗಳನ್ನು ಬಿಟ್ಟರೆ ಇಷ್ಟೊಂದು ಅಭ್ಯಾಸ ಮಾಡುವ ಅಗತ್ಯ ಎಂದೂ ಬಂದಿರಲಿಲ್ಲ.

ಉದಾಸೀನ ಮಾಡುತ್ತಿದ್ದ ಚಲನಚಿತ್ರ ಜಗತ್ತಿನ ಗ್ಲಾಮರ್ ಜೊತೆ ಹಲವು ವೈಶಿಷ್ಟ್ಯಗಳ ಅರ್ಥವಂತಿಕೆಯ ಪರಿಚಯವಾಯಿತು. ಆಸಕ್ತಿ, ಕುತೂಹಲ ಅವರನ್ನು ಸಂಶೋಧನ ವಿದ್ಯಾರ್ಥಿಯನ್ನಾಗಿಸಿತು.

ಅಷ್ಟು ಓದಿದರೂ ಅವರಿಗೆ 'ಕನಸುಗಳ ಮಾರಾಟ'ಗಾರನನ್ನೇ ಕಂಡು ಹಿಡಿಯಲಾಗಲಿಲ್ಲ. ಶತಪಥ ಹಾಕಿದರು. ಆಗಲೇ ಆರು ಗಂಟೆ ಕಳೆದು ಹೋಗಿತ್ತು.

ಅಪರೂಪಕ್ಕೆ ಚಕ್ರವರ್ತಿ ಇಲ್ಲದ ಸಮಯದಲ್ಲಿ ಅವರ ಮನೆಗೆ ಫೋನ್ ಹಚ್ಚಿದರು.

ಎತ್ತಿದ್ದು ಶ್ರೀಮತಿ ಚಕ್ರವರ್ತಿ. "ಹಲೋ, ಅವ್ರು ತಿಳಿಸಿದ್ರು. ಆದ್ರೂ ಇವತ್ತು ಶುಕ್ರವಾರ ಹಣ ಕೊಡಲು ನನ್ನ ಮನಸ್ಸು ಒಪ್ತಾ ಇಲ್ಲ..." ಆಕೆಯ ಮಾತುಗಳ ತಲೆ ಬುಡ ಅವರಿಗೆ ಅರ್ಥವಾಗಲಿಲ್ಲ. "ಯಾವ ಹಣ?" ಕೇಳಿಯೇಬಿಟ್ಟರು.

"ಸಂಕೋಚ ಬೇಡ. ನೀವು ಅವ್ರಿಗೆ ಕೊಟ್ಟಿದ್ದ ಹತ್ತು ಸಾವಿರ ಬೀರುನಲ್ಲಿ ಇಟ್ಟಿದ್ದು. ಕೇಳಿದ ಕೂಡ್ಲೇ ಕೊಡಲು ತಿಳಿಸಿದ್ದಾರೆ. ದಯವಿಟ್ಟು ನಾಳೆವರ್ರೂ ಅಡ್ಜಸ್ಟ್ ಮಾಡ್ಕೊಳ್ಳಿ" ಆಕೆ ರಿಕ್ವೆಸ್ಟ್ ಮಾಡಿಕೊಂಡರು.

"ಹಾಗೇ ಮಾಡಿ, ಈಗ ಪ್ರೇಮ್ ಇದ್ದರೆ ಸ್ವಲ್ಪ ರಿಸೀವರ್ ಕೊಡಿ" ಎಂದರು. ಫೋನ್ ಹಿಡಿದ ಅವರ ಅಂಗೈ ಬೆವೆತುಹೋಗಿತ್ತು. ಅವರನ್ನು ಹೇಗೆ ಕೇಳುವುದೆಂದೇ ಸಮಸ್ಯೆ.

ರಿಸೀವರನ್ನು ಹಾಗೆಯೇ ಇಟ್ಟುಹೋದ ಆಕೆ ಎರಡು ನಿಮಿಷದ ನಂತರ ಬಂದರು. "ಎಲ್ಲೋ ಹೋಗಿದ್ದಾನೆ. ಯಾವುದಾದ್ರೂ ಮ್ಯಾಟನಿಗೆ ಹೋಗಿರ್ತಾನೆ. ಬಂದ್ಮೇಲೆ ನಿಮ್ಗೆ ಫೋನ್ ಮಾಡೋಕೆ ಹೇಳ್ತೀನಿ. ಏನಾದ್ರೂ... ಅರ್ಜೆಂಟಾ?" ಕೇಳಿದಾಗ ಎಡಗೈಯಲ್ಲಿ ಮುಖದ ಬೆವರು ತೊಡೆದುಕೊಂಡರು. "ಅಂಥದ್ದೇನಿಲ್ಲ..." ಇಟ್ಟುಬಿಟ್ಟರು.

ಟ್ರಾಕ್ಟರ್, ಫಸಲು, ತೋಟ, ಜಮೀನು ಮಗಳ ಬಗ್ಗೆ ಯೋಚಿಸುತ್ತ ದಿನಗಳನ್ನು ದೂಡಿದರು. ಅವನ್ನು ಬಿಟ್ಟು ಬೇರೇನು ತಿಳಿಯದ ಮುಗ್ಧರಂತೆ ದಿನಗಳನ್ನು ಕಳೆದುಬಿಟ್ಟಿದ್ದರು. ಆದರೆ ಲಾವಣ್ಯ ಅವರ ಪಥವನ್ನೇ ಬದಲಾಯಿಸಿಬಿಟ್ಟಿದ್ದಳು.

ಗೇಟಿನಿಂದ ಹೊರ ಬಂದಾಗ ಲಾವಣ್ಯ ಚಿಗರೆಯಂತೆ ಹಾರಿ ಬಂದಳು. "ಬಹಳ ಮ್ಯಾಗಝೀನ್ ಖರೀದಿಸಿದಂತೆ ಕಂಡಿತು." ಜಗದೀಶ್ ಮುಖವೇ ಕೆಂಪಾಗಿ ಬಿಟ್ಟಿತು. "ನಿಂಗೆ ಹೇಗೆ ಗೊತ್ತು? ಕಲ್ಪನೇನಾ...." ಸಹಜವಾಗಿ ಮಾತಾಡಲು ಪ್ರಯತ್ನಿಸಿದರು.

"ಫ್ಯಾಕ್ಟ್, ನಾಟ್ ಫಿಕ್ಷನ್. ನಾನು ಅಲ್ಲೇ ಇದ್ದೆ." ಅವರು ಕೊಂಡ ಪತ್ರಿಕೆಗಳ ಲಿಸ್ಟ್‌ನ ಸಾಲಾಗಿ ಹೇಳಿದಾಗ ದಂಗುಬಡಿದು ಹೋದರು. "ಅಸಾಧ್ಯ ಹುಡುಗಿ..." ಅಭಿಮಾನ ಅವರ ಸ್ವರದಲ್ಲಿ ಇಣಕಿತು.

"ಎಲ್ಲೋ ಹೊರಟಿದ್ದೀರಾ! ನನ್ನ ಹೆಲ್ಪ್ ಏನಾದ್ರೂ ಬೇಕಾ...?" ಕಣ್ಣು ಮಿಟುಕಿಸಿ ಹಲ್ಲು ಕಿರಿದಳು. "ಅಗತ್ಯವಿಲ್ಲ..." ಶಬ್ದ ಬರುವಂತೆ ಗೇಟು ಹಾಕಿಕೊಂಡು ನಡೆದರು.

ಅವಳ ನಗು, ಮಾತು ಸರಳವಾಗಿತ್ತೇ ವಿನಃ ಅಪಹಾಸ್ಯವಾಗಿ ಕಂಡಿರಲಿಲ್ಲ. ಮನತಟ್ಟುವಂತೆ ಹೃದಯ ಮುಟ್ಟುವಂಥ ಮಧುರವಾದ ಮಾತುಗಳ ಬಳಕೆ.

ಹಳೇ ಪತ್ರಿಕೆಗಳ ಮಾರಾಟ ಮಾಡುವ ಅಂಗಡಿಗೆ ಹೋಗಿ ವಿಶೇಷವಾದ

ಚಿತ್ರೋತ್ಸವ, ಫಾಲ್ಕೆ ಅವಾರ್ಡ್, ಫಿಲಂಫೇರ್ ಅವಾರ್ಡ್‌ಗಳ ವಿಶೇಷ ಸಂಚಿಕೆಗಳನ್ನು ಆಯ್ದುಕೊಂಡರು.

ಕೆಲವೇ ಗಂಟೆಗಳಲ್ಲಿ ಅವರ ತಿಳುವಳಿಕೆ ಬಹಳ ಬೆಳೆದಿತ್ತು.

ಬಂಡಲ್‌ನ ಹಿಡಿದು ಆಟೋಗಾಗಿ ಕಾಯುತ್ತಿದ್ದವರಿಗೆ ಪ್ರೇಮ್ ಕಂಡ. "ಹಲೋ ಅಂಕಲ್... ಇದೇನು ಇಲ್ಲಿ!" ನೇರವಾಗಿ ಅವನ ನೋಟ ಪತ್ರಿಕೆಗಳ ಕಟ್ಟು ಕಡೆ ಹರಿಯಿತು. "ಅರರೇ, ಇದೇನಿದು!" ಅನಾಮತ್ತಾಗಿ ತೆಗೆದುಕೊಂಡುಬಿಟ್ಟ. ಇವರಿಗೆ ಗಾಬರಿಯೋ ಗಾಬರಿ. ಸಂಕೋಚದಿಂದ ಮುದ್ದೆಯಾದರು.

ಪತ್ರಿಕೆಯ ಅಂಗಡಿಯವರಿಗೆ ಹೇಳಿದ್ದರು "ಅದನ್ನೆಲ್ಲ ಕವರ್ ಮಾಡಿ ಪ್ಯಾಕ್ ಮಾಡಿಕೊಡು" ಅವನು ಕವರ್‌ಗೆ ಹಾಕಲು ಹೋಗಿ ಅದು ಹರಿದುಹೋಗಿ, ಅದು ಹರಿದ ಮೇಲೆ "ಸಿನಿಮಾ ಮ್ಯಾಗಝೀನ್‌ಗಳು ತಾನೇ, ಸೆಕ್ಸ್ ಪುಸ್ತಕಗಳನ್ನೇ ಕೈಯಲ್ಲಿಡಿದು ಓಡಾಡೋ ಕಾಲ. ನನ್ಹತ್ರ ಇವನ್ನೆಲ್ಲ ಪ್ಯಾಕ್ ಮಾಡೋಂಥ ಪೇಪರಿಲ್ಲ" ಜೋಡಿಸಿ ಕೊಟ್ಟಿದ್ದ.

ಅದಕ್ಕೆ ಕಾರಣವೂ ಇತ್ತು. ಎಲ್ಲಾ ಮ್ಯಾಗಝೀನ್‌ಗಳು ಒಂದೇ ಆಕಾರ, ರೂಪವನ್ನು ಹೊಂದಿರಲಿಲ್ಲ.

ಪ್ರೇಮ್ ಅವುಗಳ ಮೇಲೆ ನೋಟ ಹರಿಸಿ "ಒಳ್ಳೆ ಕಲೆಕ್ಷನ್ನೇ. ನಿಮ್ಗೆ ಎಂದಿನಿಂದ ಇವುಗಳ್ನ ಓದೋ ಆಸಕ್ತಿ ಹುಟ್ಟಿದ್ದು?" ಅಲ್ಲೇ ಪುಟಗಳನ್ನು ಮೊಗಚತೊಡಗಿದ.

ಮತ್ತೆ ಬೆವರನ್ನೊರೆಸಿಕೊಳ್ಳುವ ಸರದಿ ಜಗದೀಶ್‌ಗೆ ಬಂತು. "ಇಲ್ಲಪಲ್ಪ, ಇದೆಲ್ಲ ಗಾಯತ್ರಿದು. ಅವ್ಳ ಫ್ರೆಂಡ್ ತಗೊಂಡ್ಹೋಗಿದ್ದಳಂತೆ. ಆಕಸ್ಮಿಕವಾಗಿ ಸಿಕ್ಕಿ ಕೊಟ್ಟಳು." ಆ ತುಂಟ ಯುವಕನ ಎದುರು ನಗೆಪಾಟಲಾಗದೆ ತಪ್ಪಿಸಿಕೊಂಡರು.

"ಗಾಯತ್ರಿ ಸಿನಿಮಾ ನೋಡೋಳು. ಆ ಜಗತ್ತಿನ ಬಗ್ಗೆ ಅಂಥ ಆಸಕ್ತಿಯೇನು ಇರ್ಲಿಲ್ವಲ್ಲ! ಹೇಗೂ ನೀವು ತೂಕಕ್ಕೆ ಹಾಕೋದು ತಾನೇ? ಬೇಜಾರಾದಾಗ ಓದ್ಕೋತೀನಿ. ನನ್ಹತ್ರ ಇರಲಿ" ಅವನೇ ತೀರ್ಮಾನ ತಗೊಂಡುಬಿಟ್ಟ.

ಅವರಿಗೆ ಏನು ಹೇಳಬೇಕೋ ತೋಚಲಿಲ್ಲ.

"ಅವ್ಳ ಎಲ್ಲಾ ವಸ್ತುಗಳ್ನ ಗಾಯತ್ರಿ ಬರೋವರ್ಗೂ ಕಾಯ್ದಿಡಬೇಕು ಅನ್ನೋದು ನನ್ನ ಉದ್ದೇಶ" ಅಷ್ಟು ಹೇಳಲು ಸಮರ್ಥರಾದರು. ಪ್ರೇಮ್ ನಕ್ಕುಬಿಟ್ಟ. "ಬಿಡಿ ಅಂಕಲ್, ಅವಳೆಲ್ಲಿ ಈ ಸಾಮಾನ್ಯದ ಪ್ರಪಂಚದ ಕಡೆ ಇರ್ತಾಳೆ. ಸುಮ್ನೆ ನೀವು ತಲೆ ಕೆಡಿಸ್ಕೋಬೇಡಿ. ಬರ್ತೀನಿ..." ಆ ಫುಟ್‌ಪಾತ್‌ನಲ್ಲಿ ಕಂಡ ಗೆಳೆಯನತ್ತ ಕೈ ಬೀಸಿದ ಅವನು ಓಡಾಡುವ ವಾಹನಗಳ ಮಧ್ಯೆ ತೂರಿ ಹೋಗಿಬಿಟ್ಟ.

ಚಕ್ರವರ್ತಿಗಳ ಮೂರು ಮಕ್ಕಳಲ್ಲಿ ಇವನು ಜಾಲಿ ಫೆಲೋ. ಓದಿನಲ್ಲಿ ಅಷ್ಟೇನು ಬುದ್ಧಿವಂತನಲ್ಲ ಎನ್ನುವ ಸರ್ಟಿಫಿಕೇಟ್.

ಇವರ ಮುಂದೆಯೇ ಒಂದು ದಿನ ಹೇಳಿದ್ದ "ನೋಡಿ ಅಂಕಲ್, ಡಿಗ್ರಿಗಳು,

ಮೆರಿಟ್ ನಥಿಂಗ್ . ನಮ್ಮ ಅನುಪಮ್ ಮೆರಿಟ್ ಆಧಾರದಿಂದ ಯೂನಿವರ್ಸಿಟಿಯ ಫೆಲೋಶಿಪ್ ಪಡೆದ ಸಂಶೋಧನಾ ವಿದ್ಯಾರ್ಥಿ. ಅವ್ನ ತಳಮಳ ಎಷ್ಟು ಗೊತ್ತ! ಯುಜಿಸಿ ಪಾಸು ಮಾಡಿ ಫೆಲೋಶಿಪ್ ತಗೊಂಡು ಸಂಶೋಧನೆ ಮಾಡೋರ್ದು ಒಂದು ಗುಂಪು. ರಿಸರ್ವೇಷನ್ ಸೆಲ್‌ನಿಂದ ಬಂದಿರೋ ಜನದ್ದು ಇನ್ನೊಂದು ಗುಂಪು, ಜಾತಿ ಧರ್ಮದ ಆಧಾರದ ಗುಂಪುಗಳು. ಇದ್ರ ನಡುವೆ ಅವ್ನ ಪ್ರತಿಭೆ ಕರಗಿ ಹೋಗಿ ಸಿಡುಕನಾಗಿಬಿಟ್ಟಿದ್ದಾನೆ. ನಂಗೆ ಅವೆಲ್ಲ ಬೇಡ. ನನ್ನ ಗುರೀನೇ ಬೇರೆ" ಅವನ ದನಿಯಲ್ಲಿ ಖಾರ, ಕಹಿ ಎರಡೂ ಬೆರೆತಿತ್ತು.

ಹೆಚ್ಚು ಮಾತು ಬಲ್ಲವ ಅವನು. ಅವನೊಂದಿಗೆ ಮಾತು, ವಾದಕ್ಕೆ ನಿಂತರೆ ಸೋಲೆಂಬುದು ಅವರಿಗೂ ಗೊತ್ತು.

ವಾಚ್ ಕಡೆ ನೋಡಿದರು. ಕ್ಷಣಗಳು ನಿಮಿಷಗಳಾಗಿ ಮುಂದಕ್ಕೆ ಓಡುತ್ತಿದ್ದವು. ಅವರಿಗೆ ಈಗ ಸಮಯಕ್ಕೆ ಎಂಥ ಬೆಲೆ ಇದೆಯೆಂದು ಗೊತ್ತಾಯಿತು.

ಮತ್ತೆ ಅದೇ ದಾರಿ ಹಿಡಿದರೂ ಆ ಅಂಗಡಿಗೆ ಹೋಗದೆ ಮತ್ತೊಂದು ಅಂಗಡಿಯನ್ನು ಅರಿಸಿಕೊಂಡರು.

ಗಾಯತ್ರಿಗೆ ತಿಳಿದಿದ್ದ ಇಬ್ಬರು ಸಹಪಾಠಿಗಳು ಅಲ್ಲಿ ನಿಂತಿದ್ದರು. ಹತ್ತಿರದ ಹೋಟೆಲ್‌ಗೆ ಹೋಗಿ ಕೂತು ಕಾಫಿಗೆ ಆರ್ಡರ್ ಮಾಡಿದರು.

ಅಪರೂಪಕ್ಕೆ ಅವರ ಹಳ್ಳಿಯವರೊಬ್ಬರು ಸಿಕ್ಕರು.

"ಹಳ್ಳಿಯಲ್ಲಿ ನಿಮ್ಮ ಮುಖವೇ ಅಪರೂಪವಾಯ್ತು!" ಎದುರು ಸೀಟಿನಲ್ಲಿ ಬಂದು ಕೂತರು. "ಸಿಟಿಗೆ ಬಂದಿದ್ದು ನಿಮ್ಮನ್ನು ನೋಡುವ ಉದ್ದೇಶಗಳಲ್ಲಿ ಒಂದು" ಮಾತಿಗೆ ತೊಡಗಿದರು.

ಅತ್ಯಂತ ಸಹನೆಯ ವ್ಯಕ್ತಿಯಾದ ಜಗದೀಶ್‌ಗೂ ತಲೆ ಸಿಡಿಯತೊಡಗಿತು.

ಕಾಫಿ ಜೊತೆ ತಿಂಡಿಯೂ ಆಯಿತು. ಕೋರ್ಟಿನ ತಕರಾರು ವಿಷಯದಲ್ಲಿನ ಕಾಗದ ಪತ್ರಗಳು ಹಿಡಿದುಕೊಂಡು ಬಂದಿದ್ದರಿಂದ ಅಲ್ಲಿಯೇ ಶುರುವಾಯಿತು ಪ್ರವರ.

"ಇವೆಲ್ಲ ಸರ್‍ಯಾಗಿ ಓದಿ ನಂಗೆ ಒಂದಿಷ್ಟು ಹೇಳು. ನಮ್ಗೆ ಸರ್‍ಯಾದ ತಿಳಿವಳಿಕೆ ಇದ್ದರೆ ಲಾಯರ್‌ಗಳ ಬೇಳೆಕಾಳು ಏನೂ ಬೇಯೋಲ್ಲ"

ಹಳ್ಳಿಯಲ್ಲೇ ಬೆರೆತು ಹೋದ ವ್ಯಕ್ತಿ ಜಗದೀಶ್. ಯಾರನ್ನೂ ಉತ್ಪ್ರೇಕ್ಷಿಸಿದವರು ಅಲ್ಲ, ಉದಾಸೀನವಾಗಿ ಕಂಡವರೂ ಅಲ್ಲ. ಅಲ್ಲಿನ ಜನಕ್ಕೆ ಎಷ್ಟೋ ಸಹಾಯ, ಸಹಕಾರ ನೀಡಿದವರು.

"ಅರ್ಜೆಂಟಾಗಿ ಫ್ರೆಂಡ್‌ನ ನೋಡೋಕೆ ಹೋಗ್ಬೇಕು. ನಾಳೆ ನಾಳಿದ್ದರಲ್ಲಿ ಹಳ್ಳಿಗೆ ಬಂದ್ಬಿಡ್ತೀನಿ. ವಿವರವಾಗಿ ಎಲ್ಲಾ ಓದಿ ಮಾತಾಡೋನ" ಅತ್ಯಂತ ಸಮಾಧಾನವಾಗಿ ಹೇಳಿದರು.

ಬಿಲ್ ತಾವೇ ತೆತ್ತು ಸಾಗಿ ಹಾಕಿದ ಮೇಲೆಯೇ ಸಮಾಧಾನದ ನಿಟ್ಟುಸಿರು ಬಿಟ್ಟಿದ್ದು.

"ಹಲೋ..." ಸನಿಹದಲ್ಲಿ ದನಿ.

ಬೆಚ್ಚಿ ಬಿದ್ದವರಂತೆ ಲಾವಣ್ಯಳತ್ತ ನೋಡಿದರು. ಅವಳ ಕಣ್ಣುಗಳಲ್ಲಿ ತುಂಟತನವಿತ್ತು.

"ನಿಮ್ಗೆ ಏನಾದ್ರೂ ಹೆಲ್ಪ್ ಮಾಡೋಣಾಂತ" ಮೂತಿ ಉದ್ದ ಮಾಡಿ ಅಣಕಿಸಿದಳು. "ಷಟಪ್, ನಂಗೇನು ಬೇಡ.." ರೇಗಿದರು. ಅಲ್ಲಿ ವಯಸ್ಸಿನ ಅಂತರವೇನೂ ಕೆಲಸ ಮಾಡಲಿಲ್ಲ.

ಇಬ್ಬರೂ ಮಾತಾಡುತ್ತ ಒಟ್ಟಿಗೆ ಮನೆಗೆ ಬಂದರು. ಎರಡು ಮನೆಗಳ ಮಧ್ಯೆ ರೋಡಿನಲ್ಲಿ ನಿಂತ ಲಾವಣ್ಯ ಕ್ಷಣ ಮೌನ ವಹಿಸಿದಳು.

"ಒಂದು ಸಣ್ಣ ಕ್ಲೂ ಕೊಡ್ತೀನಿ. ಆ ಕನಸಿನ ಮಾರಾಟಗಾರ ಇಂದು ಬದುಕಿಲ್ಲ. ಆದರೆ ಆ ಕನಸುಗಳು ಯುವ ಜನತೆಯಲ್ಲಿ ಬದುಕಿದೆ. ಜೂನ್ 2 ಗುರುವಾರ ರಾತ್ರಿ 9.30ಕ್ಕೆ 1988ರಲ್ಲಿ ಕಾಲವಶರಾದರು" ಅವಳ ಸ್ವರದಲ್ಲಿನ ಗಾಂಭೀರ್ಯ ಅವರ ಗಮನ ಸೆಳೆಯಿತು.

ತನ್ನ ಕೈಯಲ್ಲಿನ ವ್ಯಾನಿಟಿ ಬ್ಯಾಗ್‌ನ ಮೇಲಕ್ಕೆಸೆದು ಹಿಡಿಯುತ್ತ ಓಡಿಬಿಟ್ಟಳು.

ಬೇಗ ಬೇಗನೆ ಬಾಗಿಲು ತೆಗೆದುಕೊಂಡು ಒಳಕ್ಕೆ ಬಂದರು. ಫೋನ್ ಸದ್ದು ಮಾಡುತ್ತಿತ್ತು.

ಅವರಿಗೆ ಚಕ್ರವರ್ತಿಯಿಂದ ಬರಬೇಕಷ್ಟೆ. ಅಂತು ಗಾಯತ್ರಿ ಹೋದ ಮೇಲೆ ಫೋನ್ ಸದ್ದು ಮಾಡುತ್ತಿದ್ದುದೇ ಕಡಿಮೆ. ಎದುರು ಮನೆ ನಾಯರ್ ಮನೆಯಲ್ಲಿತ್ತು. ಲಾವಣ್ಯ ಕೂಡ ಅಲ್ಲಿಂದ ಫೋನ್ ಮಾಡುತ್ತಿರಲಿಲ್ಲ.

"ಹಲೋ..." ಎಂದರು.

"ಹಲೋ ಅಂಕಲ್, ನಾನು ಪ್ರೇಮ್. ಬಂದ ಕೂಡ್ಲೇ ಮಮ್ಮಿ ನಿಮ್ಗೆ ಫೋನ್ ಮಾಡಿ ವಿಚಾರಿಸೋಕೆ ಹೇಳಿದ್ಲು. ಈಗ ಸಿಕ್ಕಿದ್ರೂ ಅಂದರೂ ಕೇಳ್ಲಿಲ್ಲ. ವಾಟ್ ಕೆನ್ ಐ ಡೂ ಫಾರ್ ಯು ಅಂಕಲ್" ಗಾಳಿ ಬೀಸಿದಂತೆ ಮಾತಾಡಿದ.

ತಕ್ಷಣಕ್ಕೆ ಅವರಿಗೆ ಏನು ಹೇಳಬೇಕೆಂದು, ಕೇಳಬೇಕೆಂದು ತೋಚಲಿಲ್ಲ.

"ಇನ್ನು ಅರ್ಧ ಗಂಟೆ ಬಿಟ್ಟು ನಾನೇ ಫೋನ್ ಮಾಡ್ತೀನಿ. ಮನೆಯಲ್ಲೇ ಇರ್ತೀರ್ಯಾ?" ಇವರ ಮಾತಿಗೆ ನಗು ಬಂದು ಅಪ್ಪಳಿಸಿತು. "ನಿಮ್ಗೂ ರಾಹುಕಾಲದ ಭಯಾನಾ?" ಎದುರಿಗೆ ನಿಂತು ಜೀನ್ಸ್‌ಧಾರಿ ಪ್ರೇಮ್ ಕಣ್ಣೊಡೆದಂತಾಯಿತು.

"ಏನಿಲ್ಲ, ಫೋನ್ ಮಾಡಿದಾಗ ತಿಳಿಸ್ತೀನಿ" ಇಟ್ಟಬಿಟ್ಟರು.

ಜಗದೀಶ್ ದೃಷ್ಟಿ, ವಿಚಾರಗಳು ತೀರಾ ಸಂಕೀರ್ಣವಾಗಿದ್ದುದರಿಂದ ಹೊರಗಿನ ಬೆಳಕೇನು ಗಾಳಿ ಕೂಡ ಅವರ ಮಿದುಳನ್ನು ಸ್ಪರ್ಶಿಸಿರಲಿಲ್ಲ. ಇನ್ನು ಚಿತ್ರ ಜಗತ್ತಿನ ಜನರ ಹುಟ್ಟು, ಸಾವುಗಳ ಬಗ್ಗೆ ಅವರಿಗೇನು ತಿಳಿಯದು.

ನಿಮಿಷಗಳು ಸರಸರನೆ ಓಡಿದಂತೆ ಭಾಸವಾಯಿತು. ಲಾವಣ್ಯಳ ಮುಂದೆ ಸೋಲೊಪ್ಪಿಕೊಳ್ಳಬಾರದೆನಿಸಿತು. ಅವಳ ಜೊತೆ ಜಾಗಿಂಗ್ ಹೋಗುವುದು ಖುಷಿಯ ಕೆಲಸವೇ. ಆದರೆ ಸೋಲು... ಬೇಡವೆನಿಸಿತು. ಗೆದ್ದೇ ಗೆಲ್ಲಬೇಕೆಂಬ ಹಠ.

ಮೂವತ್ತೆರಡು ನಿಮಿಷಗಳ ನಂತರ ಫೋನೆತ್ತಿಕೊಂಡರು. ಎರಡು ನಂಬರ್ ತಿರುವಿ ಇಟ್ಟವರು ಮತ್ತೆ ಎತ್ತಿದರು. ಒಂದು ನಂಬರ್ ತಿರುವಿದಾಗ ಪ್ರೇಮ್ ಮುಖ ಕಾಣಿಸಿತು. "ಈ ಪ್ರಶ್ನೆ ಯಾವುದಾದ್ರು ಹುಡ್ಗೀ ಕೇಳಿದ್ದಾಳಾ?" ಕೇಳಿದಂತಾಯಿತು. ಸುಮ್ಮನೆ ಇಟ್ಟರು.

ಐದು ನಿಮಿಷದ ನಂತರ ಅವರಿಗೆ ಫೋನ್ ಬಂತು. "ಕಾದು ಸಾಕಾದೆ ಅಂಕಲ್. ಅದೇನು ವಿಷ್ಯಾಂತ ಬೇಗ ತಿಳ್ಸಿ" ಅವಸರಪಡಿಸಿದ.

ಸ್ವಲ್ಪ ಬುದ್ಧಿ ಉಪಯೋಗಿಸಿದರು ಜಗದೀಶ್. "1988ರ ಜೂನ್ 2ರಂದು ಚಿತ್ರರಂಗದ ಒಬ್ಬ ದೊಡ್ಡ ವ್ಯಕ್ತಿ ಸತ್ತಿದ್ದಾರೆ. ಅವ್ರು ಯಾರು ಇರಬಹ್ದು ನಿಂಗೆ ಗೊತ್ತಾ?" ಅವರು ಪೂರ್ತಿ ಮಾಡುವ ಮುನ್ನವೇ "ನೀವೇನು ಚಲನಚಿತ್ರ ಜಗತ್ತಿನ ಕತೆ ಬರೆಯೋಕೆ ಹೊರಟಿದ್ದೀರಾ! ನಾನು ಸತ್ತವರ ಬಗ್ಗೆ ತಲೆ ಕೆಡ್ಸಿಕೊಳ್ಳಲಾರೆ. ಇರೋರ ದೊಡ್ಡ ಲಿಸ್ಟ್ ನಿಮ್ಗೆ ಕೊಡ್ತೀನಿ ಬೇಕಾದ್ರೆ.... ನಾಳೆ ನಾಳಿದ್ದರಲ್ಲಿ" ಪಟ ಪಟ ಹೇಳಿದ.

ಜಗದೀಶ್ ತಮ್ಮ ಸ್ವರಕ್ಕೆ ಚೇತನ ನೀಡಬೇಕಾಯಿತು "ನಾನು ಯಾವ್ದೆ ಪುಸ್ತಕ ಬರೆಯೋಕೆ ಹೊರಟಿಲ್ಲ. ಆವತ್ತು ನಮ್ಮ ಆಳು ನರಸನಿಗೆ ಗಂಡು ಮಗುವಾಯಿತಂತೆ. ಅದರ ಗುರುತು ಹಿಡಕೊಂಡು ಅವನೀಗ ಬರ್ತ್ ಸರ್ಟಿಫಿಕೇಟ್ ತಗೋಬೇಕು" ತಮ್ಮ ಪ್ರಶ್ನೆಗೆ ವಿವರಣೆ ನೀಡಿದರು.

"ಪರ್ವಾಗಿಲ್ಲ, ಆ ಇಸವಿ ಇಡಕೊಂಡ್ ಪೇಪರ್ ಆಫೀಸ್‌ಗೆ ಫೋನ್ ಮಾಡಿ, ತಿಳಿಸ್ತಾರೆ... ಥ್ಯಾಂಕ್ಯೂ ಅಂಕಲ್" ಇಟ್ಟೇಬಿಟ್ಟ.

ವಿಷಯ ಸುಲಭವಾಗಿ ತಿಳಿಯುವ ಬಗ್ಗೆ ಕ್ಲೂ ಕೊಟ್ಟ. ಆ ದಾರಿ ಅವರಿಗೆ ಇಷ್ಟವಾಗಲಿಲ್ಲ. ಒಂದು ರೀತಿಯ ಛಾಲೆಂಜಾಗಿತ್ತು ಸವಾಲ್.

ಶ್ರಮದಿಂದ ಸಿಕ್ಕುವ ತೃಪ್ತಿ ಅಪಾರವೆನಿಸಿತು ಅವರಿಗೆ.

ತಾವು ಹೊರಹೋಗುವುದು ಲಾವಣ್ಯ ನೋಡಬಾರದೆಂದು ಹಿತ್ತಲ ಬಾಗಿಲಿಗೆ ಬೀಗ ಹಾಕಿಕೊಂಡು ಪುಟ್ಟ ಹುಡುಗನಂತೆ ಕಾಂಪೌಂಡ್ ಹತ್ತಿ ಆ ಕಡೆಗೆ ಧುಮುಕಿ ನಡೆದರು.

ಭಾರತೀಯ ಚಿತ್ರರಂಗದ ಬಗೆಗಿನ ಕೆಲವು ಪುಸ್ತಕಗಳನ್ನು ಖರೀದಿಸಿ ಬಂದರು. ಅವರ ಸಾಧನೆ, ಚಿತ್ರರಂಗಕ್ಕೆ ತಂದುಕೊಟ್ಟ ಹೊಸ ಆಯಾಮದ ವಿವರಗಳಿತ್ತೇ ವಿನಃ ಅವರು ತಂದ ಪುಸ್ತಕಗಳಲ್ಲಿ, ಲಾವಣ್ಯಳ ನೇರ ಪ್ರಶ್ನೆಗೆ ಉತ್ತರ ಸಿಗಲಿಲ್ಲ.

ಜಗದೀಶ್‌ಗೆ ತಲೆ ಕೆಟ್ಟರೂ ಒಂದು ರೀತಿಯ ತೃಪ್ತಿ, ಕೆಲವು ಗಂಟೆಗಳಲ್ಲಿ

ಎಷ್ಟೋ ವಿಷಯಗಳನ್ನು ತಿಳಿದುಕೊಂಡಿದ್ದರು. ಗ್ಲಾಮರ್‌ಮಯವಾದ ಚಿತ್ರ ಜಗತ್ತಿನಲ್ಲಿ ನೋವು, ನಲಿವುಗಳ ಜೊತೆ ವಿಸ್ಮಯ, ಅದ್ಭುತಗಳು ಇತ್ತು. ವ್ಯಯಿಸಿದ ಸಮಯ ನಷ್ಟವೆನಿಸಲಿಲ್ಲ.

ಕಾಫಿ ಮಾಡಲೆಂದು ಅಡಿಗೆಯ ಮನೆಗೆ ಹೋದವರು ಕಾಫಿ ಪುಡಿ ಡಬ್ಬ ಎತ್ತಿ ಹಾಕಿ ಅದನ್ನೆಲ್ಲ ಸರಿ ಮಾಡಲು ಐದು ನಿಮಿಷ ಹಿಡಿಯಿತು.

ಕೈಯೊರೆಸಿಕೊಳ್ಳಲು ಹಳೆಯ ಪೇಪರ್‌ಗಳನ್ನು ಮಡಚಿಟ್ಟಿದ್ದ ಪ್ಯಾಕೆಟ್‌ನ ಎಳೆದರು. ಅವೆಲ್ಲ ಅಲಲ್ಲಿ ಬಿದ್ದವು. ಯಾವುದೇ ಅಂಗಡಿಯಿಂದ ಸಾಮಾನು, ವಸ್ತುಗಳನ್ನು ಖರೀದಿಸಿಕೊಂಡು ಬರಲೀ ಅವುಗಳ ಕವರ್, ಪೇಪರ್‌ಗಳನ್ನು ಕಾಯ್ದಿಡುವುದು ಭರಣಿಯ ಅಭ್ಯಾಸ. ಅದನ್ನು ವಿರೋಧಿಸಿ ಗಾಯತ್ರಿ ಎಷ್ಟೋ ಸಲ ಕೂಗಾಡಿದ್ದಳು.

ಒಂದು ಹಳೆಯ ಪತ್ರಿಕೆಯಲ್ಲಿ ರಾಜ್‌ಕಪೂರರ ಭಾವಚಿತ್ರವಿತ್ತು. ಹಿಂದಿನ ದಿನದವರೆಗೂ ನಿರಾಸಕ್ತರಾಗಿದ್ದ ಅವರು ಇಂದು ಕೊಡವಿ ಎತ್ತಿಕೊಂಡರು.

ಅದ್ವಿತೀಯ ನಟ, ನಿರ್ದೇಶಕ, ನಿರ್ಮಾಪಕ ರಾಜ್‌ಕಪೂರ್ ಇನ್ನಿಲ್ಲವಾದ ನಂತರ ಅವರ ಬಗ್ಗೆ ಪ್ರಕಟವಾದ ಲೇಖನ. ಕಾಫಿಯ ವಿಷಯ ಮರೆತು ಹೊರಗೆ ಬಂದರು.

"ಕನಸುಗಳ ಮಾರಾಟಗಾರ" ಎಂದು ತಮ್ಮನ್ನು ತಾವೇ ಕರೆದುಕೊಂಡ ರಾಜ್‌ಕಪೂರ್ ತುಳಿದ ಹಾದಿಯ ಒಂದು ನೋಟ.

ರಸ ಹೀರುವಂತೆ ಎಲ್ಲಾ ಓದಿ ಮುಗಿಸಿದರು. ಪ್ರಶ್ನೆಗೆ ಉತ್ತರ ಹುಡುಕಿದ್ದು ಒಂದು ಖುಷಿಯಾದರೇ, ಚಲನಚಿತ್ರ ಜಗತ್ತಿನ ಒಬ್ಬ ಗಾರುಡಿಗನ ಬಗ್ಗೆ ತಿಳಿದು ಮೂಕರಾದರು.

ಇದರಿಂದ ಹಣ ಗಳಿಕೆಯಿಲ್ಲ. ಯಾವುದೇ ಸರ್ಟಿಫಿಕೇಟ್ ಸಿಗದು. ಸಿಕ್ಕ ತೃಪ್ತಿ ಅವೆರಡನ್ನೂ ಮೀರಿಸುವಂಥದ್ದು.

ಅತ್ಯಂತ ಧೈರ್ಯದಿಂದ ಮುಂದಿನ ಬಾಗಿಲು ತೆರೆದರು. ನಾಯರ್, ಅವರ ಪತ್ನಿ ಎಲ್ಲೋ ಹೊರಟಂತಿತ್ತು. ಆಗಾಗ ಅವರ ಮನೆಯ ಮುಂದೆ ಬಂದು ನಿಲ್ಲುವ ಕಾರು ಇಂದು ಇತ್ತು.

ಹಿಂದೆಯೇ ಬಂದ ಲಾವಣ್ಯ ಅವರಿಬ್ಬರನ್ನು ಹತ್ತಿಸಿ ತಾನೇ ಡೋರ್ ಹಾಕಿ ಕೈ ಬೀಸಿ ಇತ್ತ ನೋಟ ಹರಿಸಿದಳು. ಹೆಬ್ಬೆಟ್ಟು ಮೇಲೆತ್ತಿ ಮುಷ್ಟಿ ಹಿಡಿದು 'ಗೆದ್ದೆ' ಎನ್ನುವ ಸಂಕೇತ ತೋರಿಸಿದರು.

ತೆರೆದ ಬಾಗಿಲನ್ನು ಹಾಗೆಯೇ ಬಿಟ್ಟು ಓಡಿ ಬಂದಳು.

"ರಾಜ್‌ಕಪೂರ್.... ತಾನೇ!" ಅವರ ಸ್ವರ ಮೃದುವಾಗಿತ್ತು.

"ಗುಡ್, ವೆರಿ ಗುಡ್... ಯು ಆರ್ ದಿ ವಿನ್ನರ್" ಹಿಂದಕ್ಕೆ ಓಡಿ ಹೋದವಳು ಒಂದು ಕೊಡೆ, ಕರಿಯ ಹ್ಯಾಟ್ ಹಿಡಿದು ಬಂದಳು. "ಗೆದ್ದಿದ್ದಕ್ಕೆ ಬಹುಮಾನ..."

ಕೊಟ್ಟಳು.

"ಶ್ರೀ 420" ಯಲ್ಲಿನ ಎಂದೋ ನೋಡಿದ ದೃಶ್ಯ ಮಸುಕು ಮಸುಕಾಗಿ ನೆನಪಾಯಿತು. ಹಳೇ ಪ್ಯಾಂಟ್, ಹಳೇ ಕೋಟಿನ ಜೊತೆ ಬಾಂಬೆಗೆ ಅವನು ಬರುವಾಗ ತಲೆಯ ಮೇಲೊಂದು ಹ್ಯಾಟು, ಕೊಡೆ, ಅದಕ್ಕೆ ಸಿಕ್ಕಿಸಿದ ಪುಟ್ಟ ಗಂಟೊಂದು ಅವನ ಸಂಗಾತಿಗಳಾಗಿರುತ್ತೆ."

ನೆನಪಾದ ಚಲನಚಿತ್ರದ ದೃಶ್ಯ ಮರೆಯಾಗದಂತೆ ಮನದಲ್ಲಿ ನಿಂತಿತು. ಕೊಡೆ, ಹ್ಯಾಟನ್ನು ನಿರಾಕರಿಸಲಾರದೆ ಹೋದರು.

"ಥ್ಯಾಂಕ್ಯೂ, ಥ್ಯಾಂಕ್ಯೂ ವೆರಿಮಚ್ ಲಾವಣ್ಯ" ಸಂತೋಷ ವ್ಯಕ್ತಪಡಿಸಿದರು.

ಇಬ್ಬರು ಕೂತು ಬಹಳ ಹೊತ್ತು ರಾಜ್‌ಕಪೂರ್ ಬದುಕು, ನರ್ಗಿಸ್ ಜೊತೆಗಿನ ಮಧುರವಾದ ಸಂಬಂಧದ ಬಗ್ಗೆಯೆಲ್ಲ ಮಾತಾಡಿದರು.

"ಮೈ ಗಾಡ್...." ತಟ್ಟನೆ ಮೇಲೆದ್ದಳು "ಬಾಗಿಲೇ ಹಾಕಿಲ್ಲ. ಆಂಟೀ ಅಂಕಲ್ ಬಂದರೆ ಮುರುಗನೇ ಗತಿ..." ಹಿಂದಕ್ಕೆ ಓಡಿದವಳು ಐದೇ ನಿಮಿಷದಲ್ಲಿ ಹಿಂದಿರುಗಿದಳು. "ಬೀಗ ಹಾಕಿತ್ತು. ಆದರೆ ಕೀ ಬಂಚ್ ಅಲ್ಲೇ ಬಿಟ್ಟು ಬಂದಿದ್ದೆ" ಕೀ ಬಂಚ್ ತಂದು ಟೀಪಾಯಿ ಮೇಲಿಟ್ಟಳು.

"ನಾಯರ್, ಅವ್ರ ಪತ್ನಿ ಎಲ್ಲಿ ಹೋಗಿದ್ದು?" ಪ್ರಶ್ನಿಸಿದರು.

ಘೊಳ್ಳನೆ ನಕ್ಕವಳು ನಿಲ್ಲಿಸಿದಳು. ಅತ್ಯಂತ ಗಂಭೀರ ಭಾವ ಅವಳ ಮುಖವನ್ನು ಆವರಿಸಿತು.

"ಒಬ್ಬ ಸ್ವಾಮೀಜಿ ಹತ್ರ ಹೋಗಿದ್ದಾರೆ. ಅವ್ರ ಮಗ, ಮಗಳು ಹಿಂದಿರುಗಿ ಬಂದು ಇಲ್ಲಿ ನೆಲೆಸೋಕೆ ಸಹಾಯ ಮಾಡುತ್ತಾರಂತೆ" ಎಂದಳು.

ಅವರಲ್ಲಿ ಕೂಡ ಆಶಾಭಾವನೆ ಮೂಡಿತು. ಅಮೇರಿಕಾದ ಬಗ್ಗೆ ಅವರ ಕಲ್ಪನೆ ಕಡಿಮೆ.

ಅಂಬಕ್ಕ ಪದೇ ಪದೇ ಹೇಳುತ್ತಿದ್ದರು. "ಯಾರಾದ್ರೂ ಅಮೇರಿಕಾಗೆ ಹೋಗೋರು ಇದ್ದರೆ ಒಂದಿಷ್ಟು ಉಪ್ಪಿನಕಾಯಿ, ಹುರಿಯಿಟ್ಟು, ಉಂಡೆ, ಚಕ್ಕುಲಿ ಕಳುಹಿಸಿಕೊಡೋಣ". ಅದರ ನೆನಪಾಯಿತು ಈಗ.

"ಸ್ವಾಮೀಜಿ ಅಲ್ಲಿಗೆ ಹೋಗ್ತಾರ?" ಕಾತರ ವ್ಯಕ್ತಪಡಿಸಿದರು. ಇಲ್ಲವೆನ್ನುವಂತೆ ತಲೆಯಾಡಿಸಿದಳು. "ಇಲ್ಲಿಂದಲೇ ಆಕಾಶದ ಮೂಲಕ ತಮ್ಮ ಮಂತ್ರಫಲದಿಂದ ಸಂದೇಶ ಕಳುಹಿಸಿ ಅವರನ್ನು ಹಿಂದಕ್ಕೆ ಕರೆಸುತ್ತಾರಂತೆ" ಅತ್ಯಂತ ರೋಮಾಂಚಕರವಾದ ವಿಷಯ ಉಸುರುವಂತೆ ತಿಳಿಸಿದಳು.

ಇದು ಸಾಧ್ಯವೇ ಎನ್ನುವಂತೆ ಅವಳತ್ತ ನೋಡಿದರು. ಲಾವಣ್ಯ ನಕ್ಕು ಬಿಟ್ಟಳು. "ಎಲ್ಲಾ ಸಾಧ್ಯ ಎಂದು ನಂಬುವವಳು ನಾನು" ಕಾರು ಸದ್ದು ಕೇಳಿ ಹಿಂದಕ್ಕೆ ಓಡಿದಳು.

ರಾತ್ರಿ ಇವರು ಮಲಗುವ ವೇಳೆಗೆ ಕಾಲಿಂಗ್ ಬೆಲ್ ಸದ್ದು. ಸ್ವಲ್ಪ ಗಾಬರಿಯಿಂದಲೇ ತೆಗೆದರು. ಭರಣಿ ಸಪ್ಪೆ ಮುಖ ಹಾಕಿಕೊಂಡು ನಿಂತಿದ್ದ.

"ಅಂಬಕ್ಕ ಬಚ್ಚಲಲ್ಲಿ ಕಾಲು ಜಾರಿ ಬಿದ್ದರು. ಎಷ್ಟು ಹೇಳಿದ್ರೂ.... ಆಸ್ಪತ್ರೆಗೆ ಬರೋಕೆ ಒಪ್ತಾ ಇಲ್ಲ" ಎಂದವನು ಕೆಳಗೆ ಗೋಡೆಗೊರಗಿ ಕೂತು ಬಿಟ್ಟ.

ಅಷ್ಟರಲ್ಲಿ ಹಳ್ಳಿಯ ಸುಬ್ಬಾಭಟ್ಟರ ಮಗ ಬಂದ. ಹೆಚ್ಚು ಕಡಿಮೆ ಇವರದೇ ವಯಸ್ಸು. ಪರಿಚಯ, ಸ್ನೇಹ ಎಲ್ಲಾ ಇತ್ತು.

"ಜಗದೀಶ, ನೀನು ಹೊರಟುಬಿಡು. ಆ ಅಂಬಕ್ಕನಿಗೆ ಯಾರ ಮಾತಾದ್ರೂ ಕೇಳಿ ಅಭ್ಯಾಸವಿದ್ಯಾ? ಗಂಡಿನ ಆಡಳಿತದಲ್ಲಿ ಇದ್ದವಳೇ ಅಲ್ಲ. ಎಲ್ಲಿ ಕಾಲು ಮುರಿದಿದೆಯೋ ಏನೋ! ನನ್ನ ಮೋಟಾರ್ ಬೈಕ್ ತಂದಿದ್ದೀನಿ. ಹೊರಟುಬಿಡೋಣ" ಎಂದ.

ಇನ್ನೊಂದು ಮಾತು ಆಡಲು ಇಚ್ಛಿಸದೆ ಬಟ್ಟೆ ಬದಲಾಯಿಸಿ ಬಂದವರು ಭರಣಿಗೆ ಹೇಳಿ ಹೊರಟುಬಿಟ್ಟರು.

ಒಂದಿಷ್ಟು ತಾಯ ಪ್ರೀತಿಯನ್ನು ಕಂಡದ್ದು ಅಂಬಕ್ಕನಲ್ಲಿ. ಆ ಮನೆ, ಮನೆತನದ ಸಂಪತ್ತು, ಜವಾಬ್ದಾರಿಯ ನೊಗ ಹೊರಲು ಭುಜ ಕೊಟ್ಟ ಹಿರಿಯಾಕೆ. ಯಜಮಾನಿಕೆಯ ದರ್ಪ, ನಾಲ್ಕು ಜನ ಮಾಡುವ ಕೆಲಸವನ್ನು ಒಬ್ಬಾಕೆ ಮಾಡುವ ಛಾತಿ ಆಕೆಯದು. ಇವೆರಡೂ ಆ ಮನೆಯ ಸಂಪತ್ತು ವೃದ್ಧಿಸಲು ಪ್ರಮುಖ ಕಾರಣಗಳು.

"ಪೂರ್ತಿ ಮಂಚ ಹಿಡಿದುಬಿಟ್ಟಿದ್ದಾಳ?" ದಾರಿಯಲ್ಲಿ ಈ ಪ್ರಶ್ನೆಗೆ ನಾಲ್ಕು ಸಲ ಉತ್ತರ ಪಡೆದಿದ್ದರು ಜಗದೀಶ್.

ಎಲ್ಲರ ಮನೆಯ ದೀಪಗಳೂ ಆರಿದ್ದರೂ ಇವರ ಮನೆಯ ದೀಪಗಳು ಉರಿಯುತ್ತಿದ್ದವು. 'ನಮಗೇನು' ಎಂದು ತಮ್ಮ ಪಾಡಿಗೆ ತಾವುಗಳು ಇರುವಂಥ ಸಿಟಿಯಲ್ಲ. ಇದು ಹಳ್ಳಿ-ನೋವು, ನಲಿವುಗಳು ಸಮವಾದ ಹಂಚಿಕೆ.

ಕೆಲವರು ಮುಂದಿನ ವರಾಂಡದಲ್ಲಿ, ಕೆಲವರು ನಡುಮನೆಯಲ್ಲಿ ಕೂತಿದ್ದರು. ಮೋಟಾರ್ ಬೈಕ್ ಸದ್ದಿಗೆ ಮುಕ್ಕಾಲು ಜನ ಹೊರ ಬಂದರು.

ಜಗದೀಶ್ ಅಂಬಕ್ಕನ ಕೋಣೆಗೆ ಧಾವಿಸಿದರು.

ಮಂಚದ ಪಕ್ಕ ಕೂತಿದ್ದ ಗೌರಿ ಮೇಲೆದ್ದಳು. "ಈಗ ತಾನೆ ನಿದ್ದೆ ಹೋಗಿದ್ದಾರೆ" ಅವಳು ಮಾತು ಪೂರ್ಣ ಮಾಡುವ ವೇಳೆಗೆ ಅಂಬಕ್ಕ ಕಣ್ತೆರೆದರು. "ಈಗ ಬಂದ್ಯಾ ಜಗದೀಶ..." ಸ್ವರ ಸ್ವಲ್ಪ ಕ್ಷೀಣವಾಗಿತ್ತು.

"ಏನಾಯ್ತು ಅಂಬಕ್ಕ?" ಹಣೆಯ ಬೆವರು ತೊಡೆದುಕೊಂಡರು. ಅಂಬಕ್ಕ ನಕ್ಕುಬಿಟ್ಟರು. "ಇಂಥ ಥಂಡಿ ರಾತ್ರಿ ಬಂದಿದ್ದೀಯ. ಆದ್ರೂ ಇಷ್ಟೊಂದು ಬೆವೆತಿದ್ದೀಯ ಅಂದರೇ.... ಅಂಥ ಗಾಬ್ರಿ ಆಗೋಂಥದ್ದು ಏನಾಗಿಲ್ಲ. ಜಾರಿ ಬಿದ್ದದ್ದು ನೋಡು. ಬಿದ್ದ ರಭಸಕ್ಕೆ ಸೊಂಟಕ್ಕೆ ಸ್ವಲ್ಪ ಪೆಟ್ಟಾಗಿದೆ. ಕಾಲು ಉಳುಕಿದೆ. ವಯಸ್ಸಾದ ಜೀವಕ್ಕೆ

ಒಂದಿಷ್ಟು ಬಾಧೆ ಕೊಡ್ತಾ ಇದೆ ಅಷ್ಟೇ" ಅತ್ಯಂತ ಸರಳವಾಗಿ ಹೇಳಿದರು. ಅದೇ ಅಂಬಕ್ಕನ ಸ್ಪೆಷಾಲಿಟಿ ಕೂಡ.

ಬೆಟ್ಟ ಉರುಳಿ ಬೀಳೋಂಥ ವಿಷಯಗಳಿಗೂ ಆತಂಕಪಡದೇ ಮಾತಾಡುವುದು ಅಂಬಕ್ಕನ ವಿಶಿಷ್ಟವಾದ ಗುಣ.

"ಬೆಳಿಗ್ಗೆ ಆಸ್ಪತ್ರೆಗೆ ಹೋಗ್ಬಿಡೋಣ. ಗೌಡರ ಕಾರಿಗೆ ಹೇಳಿ ಕಳಿಸ್ತೀನಿ" ಪೆಟ್ಟಾದ ಕಾಲನ್ನು ನೋಡಬಯಸಿದರು. "ಮೊದ್ಲು ಅವರನ್ನೆಲ್ಲ ಕಳ್ಸು. ಏನೋ ಆಯ್ತು ಅನ್ನೋ ತರಹ ಅಡಿಕೆಲೆ ಜಗಿಯುತ್ತ ಕೂತುಬಿಟ್ಟಿದ್ದಾರೆ. ಹಳ್ಳಿ ಜನರ ಹಣೆಬರಹವೇ ಇಷ್ಟು" ಎಂದರು.

ಹೊರಗೆ ಬಂದ ಜಗದೀಶ್ ಎಲ್ಲರೊಂದಿಗೆ ಮಾತಾಡಿ ಅವರ ಸಲಹೆಗಳನ್ನು ಸಮಾಧಾನದಿಂದ ಸ್ವೀಕರಿಸಿ ಎಲ್ಲರನ್ನು ಕಳುಹಿಸಿ ಬಂದರು.

ಉಳಿದವರು ಆಳುಗಳು ಇಬ್ಬರು. ಅವರನ್ನು ಮಲಗಲು ಹೇಳಿ ಒಳಗೆ ಬಂದು ಅಂಬಕ್ಕನ ಬಳಿ ಕೂತರು.

"ಬಟ್ಟೆ ಬದಲಾಯ್ಸಿ ಕೈಕಾಲು ತೊಳಕೊಂಡ್ಬಾ. ಗಾಬ್ರಿ ಆಗೋಂಥದೇನು ಇಲ್ಲ" ಬಲವಂತದಿಂದ ಕಳುಹಿಸಿದರು ಅಂಬಕ್ಕ.

ಜಗದೀಶ್, ಅಂಬಕ್ಕನದು ರಕ್ತಸಂಬಂಧವಲ್ಲ. ಆದರೂ ಪ್ರೀತಿ, ಗೌರವ, ಅಭಿಮಾನದಿಂದ ಜಗದೀಶ್ ಆಕೆಯನ್ನು ನೋಡುತ್ತಿದ್ದರೆ, ಅಂಬಕ್ಕ ಮನೆಯ ಹಿರಿಯತನದ ಜವಾಬ್ದಾರಿ ವಹಿಸಿಕೊಂಡು ಅವರನ್ನು ಮಗನೆಂದೇ ತಿಳಿದಿದ್ದರು.

ಬಿಸಿ ಬಿಸಿ ಹಾಲಿಡಿದು ಬಂದು ನಿಂತ ಗೌರಿಯನ್ನು "ನೀನಿನ್ನು ಮಲಕ್ಕೋ ಹೋಗು. ನಾನು ಅಂಬಕ್ಕನ ನೋಡ್ಕೋತೀನಿ" ಕಳುಹಿಸಿ ಬಂದು ಆಕೆಯ ಬಳಿ ಕೂತರು.

ಈಚೆಗೆ ಅಳುಗಳಲ್ಲಿನ ಮೈಗಳ್ಳತನ, ಕೆಲಸ ಕದಿಯುವ ರೀತಿಗಳ ಬಗ್ಗೆಯೆಲ್ಲ ಹೇಳಿದರು ಆಕೆ.

"ಅದೆಲ್ಲ ಬಿಡು ಅಂಬಕ್ಕ. ಅವ್ರು ಜನ ತಾನೇ! ಎಲ್ಲೆಲ್ಲಿ ಪೆಟ್ಟಾಗಿದೆ, ಹೇಗೆ ಬಿದ್ರಿ...? ಆಸ್ಪತ್ರೆಯಲ್ಲಿ ಎಕ್ಸ್‌ರೇ ಮಾಡ್ತಾರೆ, ಸರಿಹೋಗುತ್ತೆ" ಎಂದರು. ಆದರೆ ಅಂಬಕ್ಕ ಅದಕ್ಕೆ ವಿಶೇಷ ಲಕ್ಷ್ಯ ಕೊಡಲಿಲ್ಲ. "ಅಂಥದ್ದೇನಿಲ್ಲ. ಬಿದರಕುಪ್ಪೆಯ ಲಕ್ಷ್ಮಯ್ಯನಿಗೆ ಹೇಳಿ ಕಳಿಸಿದ್ದೀನಿ. ಮಂತ್ರದ ಜೊತೆ ತೈಲ ಕೊಡ್ತಾನೆ, ಸರಿಹೋಗುತ್ತೆ. ಮೊದ್ಲು ಹಾಲು ಕುಡಿ" ಆಕೆಯದೇ ಪ್ರತ್ಯೇಕ ಧೋರಣೆ. ಇವರ ಬಲವಂತವೇನು ಕೆಲಸ ಮಾಡಲಿಲ್ಲ.

ಬಲವಂತದಿಂದ ಹಾಲು ಕುಡಿದಿಟ್ಟರು.

"ಗೌರಿ ತುಂಬ ಒಳ್ಳೆಯೋಳು. ದಿಕ್ಕು ದೆಸೆ ಇಲ್ಲ. ತವರುಮನೆಯಲ್ಲಿ ಗಂಡನ ಮನೆಯಲ್ಲಿ ಎರಡೂ ಕಡೆಯೂ ಕಷ್ಟಾನೆ. ಗಂಡನ ಸುಖವನ್ನೇ ಕಂಡವಳಲ್ಲ"

ಅಂಬಕ್ಕ ವಿಷಯಾನ ಅಲ್ಲಿಗೆ ಒಯ್ದರು.

ಜಗದೀಶ್‌ಗೆ ಅರ್ಥವಾಗಲಿಲ್ಲ. "ಇಲ್ಲೇನು ಕಷ್ಟವಿಲ್ಲವಲ್ಲ. ಊಟ ತಿಂಡಿಗೆ ನೇರ್ಪಾಗಿದೆ. ಬಟ್ಟೆಬರೆ ತಂದುಕೊಡೋಣ. ಸದ್ಯ ಶ್ರದ್ಧೆಯಿಂದ ನಿನ್ನ ನೋಡಿಕೊಂಡ್ರೆ... ಸಾಕು" ಎಂದರು.

ಅಂಬಕ್ಕನ ಕಂಬನಿ ತುಂಬಿದ ಕಣ್ಣುಗಳಲ್ಲಿ ಅಭಿಮಾನ ತುಂಬಿಕೊಂಡಿತು. ಜಗದೀಶ್ ನಡೆನುಡಿ ಶುದ್ಧ ಬಂಗಾರ. ಊರಲ್ಲಿ ಅಸೂಯೆ ಜನ ಕೂಡ ಒಂದು ಕೊಂಕು ಮಾತಾಡಲು ಹಿಂಜರಿಯುತ್ತಿದ್ದರು.

"ಬದ್ಕು ನಿಂಗೆ ಭಾರ ಅನ್ನಿಸೋಲ್ವಾ!" ಅರ್ಥಗರ್ಭಿತವಾಗಿ ಪ್ರಶ್ನಿಸಿದರು. ಜಗದೀಶ್ ಮುಗುಳ್ನಕ್ಕರು. "ಇಷ್ಟು ದಿನ ಒಂದು ವರ್ತುಲದಲ್ಲಿ ಸಿಕ್ಕಿಕೊಂಡಿದ್ದೆ. ಅಲ್ಲಿ ಲಾಭ, ನಷ್ಟ, ಸುಖ ಸಂತೋಷದ ಹುಡುಕಾಟ... ಈಗ" ನೆನಪು ಮಾಡಿಕೊಂಡರು.

ದೃಷ್ಟಿ ವಿಶಾಲವಾದಂತೆ ವ್ಯಕ್ತಿತ್ವ ವಿಕಾಸವಾಗುತ್ತೆ. ಎಂದೂ ನೋಡದ, ಯಾವ ರಕ್ತಸಂಬಂಧವೂ ಇಲ್ಲದ ಜನರ ಬಗ್ಗೆ ಪ್ರೀತಿ, ಅಭಿಮಾನ, ವಿಶ್ವಾಸ ಮೂಡುತ್ತದೆ. ಇಂಥ ಭಾವನಾತ್ಮಕ ಸಂಬಂಧಗಳೇ ಕುವೆಂಪುರವರ ವಿಶ್ವಮಾನವ ಸಂದೇಶ.

ಜಗದೀಶ್ ಕಣ್ಣಲ್ಲಿ ಕಂಡ ಬೆಳಕಿಗೆ ತಮಗೆ ತೋರಿದಂತೆ ಒಂದು ಅರ್ಥ ಕಂಡುಕೊಂಡ ಅಂಬಕ್ಕ ಸಂತೋಷಿಸಿದರು.

ಬಾಗಿಲಲ್ಲಿ ನೆರಳಾಡಿತು. "ಅಲ್ಲಿ ಯಾಕೆ ನಿಂತೆ ಗೌರಿ... ಒಳ್ಗಡೆ ಬಾ. ಒಂದೇ ಮನೆಯಲ್ಲಿರುವ ಜನರ ಮಧ್ಯೆ ವಿಪರೀತದ ಸಂಕೋಚವಿದ್ದರೇ ಹೇಗೆ?" ಅಂಬಕ್ಕ ಕರೆದರು.

"ಮಲಗಿದ್ರೆ ಆಗಿತ್ತು. ನಾನು ನಿನ್ಹತ್ರ ಇರ್ತಾ ಇದ್ದೆ" ಎನ್ನುತ್ತಲೇ ಮೇಲೆದ್ದವರು "ಬೆಳಿಗ್ಗೆ ಹೋಗಿ ಡಾಕ್ಟ್ರನ ಕರ್ಕೊಂಡ್ಬರ್ತೀನಿ. ಅವ್ರು ಹೇಳಿದಂಗೆ ನಡೆಯೋದು" ಎಂದು ನಡೆದರು.

ಇಷ್ಟೊತ್ತು ತಡೆ ಹಿಡಿದ ನೋವು ಈಗ ಭಯಂಕರವಾಗಿ ಬಾಧಿಸಿದಂತೆ ಕಂಡಿತು. ಸಣ್ಣಗೆ ನರಳಿದ ಅಂಬಕ್ಕ ಗೌರಿಯನ್ನು ಹತ್ತಿರ ಕರೆದರು.

"ಮದ್ವೆ ಆದ್ಮೇಲೂ ಜಗದೀಶನಿಗೆ ಬದಲಾಗೋಕೆ ಅವಕಾಶವಿರ್ಲಿಲ್ಲ. ಸ್ವಲ್ಪ ಸರ್‍ಯಾಗಿ ನೋಡ್ಕೋ" ಪಿಸು ದನಿಯಲ್ಲಿ ಹೇಳಿ ಕಣ್ಮುಚ್ಚಿದರು.

ಬಹಳ ಹೊತ್ತು ಜಗದೀಶನಿಗೆ ನಿದ್ದೆ ಬರಲಿಲ್ಲ. ಸ್ವಂತಕ್ಕಿಂತ ಓದಿದ ವಿಷಯಗಳು ತಲೆಯಲ್ಲಿ ತುಂಬಿಕೊಂಡಿದ್ದವು. ಗಾಯತ್ರಿ, ದೇಶಪಾಂಡೆ ಅಂಬಕ್ಕನನ್ನು ಬಿಟ್ಟು ಯೋಚಿಸತೊಡಗಿದರು.

ಬೆಳಗಿನ ಜಾವ ಹತ್ತಿದ ನಿದ್ದೆ ಅವರನ್ನು ಪೂರ್ತಿ ಆವರಿಸಿಬಿಟ್ಟಿತು. ಎರಡು ಸಲ ಗೌರಿ ಕೋಣೆಯೊಳಕ್ಕೆ ಬಂದು ಹೊರಗೆ ಹೋಗಿದ್ದಳು.

"ಇನ್ನೂ ಎದ್ದಿಲ್ಲ" ಅಂಬಕ್ಕನಿಗೆ ಸುದ್ದಿ ಮುಟ್ಟಿಸಿದಳು. "ಮಲಗ್ಲೀಬಿಡು. ಆ ಲಕ್ಷ್ಮಯ್ಯನನ್ನು ಕರ್ಕೊಂಡ್ಬರೋಕೆ ಆಳನ್ನ ಕಳ್ಸು" ಆಕೆ ಕಾಲನ್ನು ಅಲುಗಿಸಲಾರದೆ ಸಣ್ಣಗೆ ನರಳತೊಡಗಿದಳು.

ತಡವಾಗಿ ಎದ್ದ ಜಗದೀಶ್ ಸ್ನಾನ ಮುಗಿಸಿ ದೇವರ ಮುಂದೆ ಕೂತಾಗ ಶಾಸ್ತ್ರ ಮಾಡಿ ಹೊರಗೆ ಬಂದರು. ಸುಬ್ಬಾಭಟ್ಟರ ಮಗ ತನ್ನ ವಾಹನದೊಂದಿಗೆ ಕಾದಿದ್ದ.

"ನಾನ್ಹೋಗಿ ಸರ್ಕಾರಿ ಡಾಕ್ಟ್ರನ ಕರ್ಕೊಂಡ್ಬರ್ತೀನಿ. ನಮ್ಮಪ್ಪನಿಗೆ ವಾಂತಿ ಭೇದಿ ಆದಾಗ ಅವ್ರೇ ಬಂದು ನೋಡಿದ್ದು, ನೀನು ಮನೆಯಲ್ಲೇ ಇರು" ತನ್ನ ಹಳೆಯ ವಾಹನ ಸ್ಟಾರ್ಟ್ ಮಾಡಿಕೊಂಡು ಹೊರಟ.

ನೇರವಾಗಿ ಅಂಬಕ್ಕನ ಕೋಣೆಗೆ ಬಂದರು. ಎಂದೂ ಮಲಗಿರದ ಜೀವ ಒಂದೇ ರಾತ್ರಿಗೆ ಕಂಗೆಟ್ಟು ಹೋಗಿತ್ತು.

"ತುಂಬ ನೋವಿದ್ಯಾ?" ಅಲ್ಲೇ ಕೂತರು.

"ನೋವು ಮನೆ ಹಾಳಾಗ್ಲಿ. ಏಳೋಕೆ ಆಗ್ತಾ ಇಲ್ಲ. ಕಾಲು ಮರದ ತುಂಡಿನಂತೆ ಆಗಿದೆ" ಪೇಚಾಡಿಕೊಂಡರು.

ಅವರಿಗೂ ಏನೂ ತೋಚದಂತಾಯಿತು. ಸ್ನಾನ, ಪೂಜೆ, ಜಪ ಆಗದ ಹೊರತು ಆಕೆ ಹನಿ ನೀರನ್ನು ಬಾಯಿಗೆ ಹಾಕರು.

ಬಂದ ಗೌರಿ ಹೇಳಿದಳು. "ನೆನ್ನೆ ಬೆಳಿಗ್ಗೆ ಸ್ನಾನ ಮಾಡೋವಾಗ ಬಿದ್ದಿದ್ದು. ಆಗಿನಿಂದ ಏನೂ ತಿಂದಿಲ್ಲ. ಒಂದಿಷ್ಟು ಕಾಫಿ ಕೂಡ ಒಲ್ಲೆ ಅಂತಾರೆ."

ದೈನ್ಯದಿಂದ ಅಂಬಕ್ಕನ ಕಡೆ ನೋಡಿದರು. "ಈಗ ಈ ತರಹ ಹಟ ಮಾಡಿದ್ರೆ ಹೇಗೆ? ಹೊಟ್ಟೆಗಿಲ್ಲದಿದ್ರೆ ಸುಸ್ತು ಶುರುವಾಗುತ್ತೆ. ಒಂದಿಷ್ಟು ಕಾಫೀನಾದ್ರೂ ಕುಡೀರಿ. ಎಲ್ಲಾ ಸರಿಯಾಗಿದ್ದಾಗ ಮಡಿ, ಮೈಲಿಗೆ" ಹೇಳಿದರು.

"ನಾನು ಮಡಿ, ಮೈಲಿಗೆ ಬಗ್ಗೆ ತಲೆ ಕೆಡ್ಸಿಕೊಂಡ್ಹೋಳೇ ಅಲ್ಲ. ನೀತಿ ನಿಯಮವಿದ್ರೆ ಬದ್ಕು ಚೆಂದ ಅಷ್ಟೆ. ಏಳೋಕ್ಕಾಗದ ಸ್ಥಿತಿಯಲ್ಲಿ ತಿಂದು, ಕುಡಿದು ಮಾಡಿದರೆ ಎಷ್ಟೊಂದು ಕಷ್ಟ. ಬೇರೆಯವ್ರಿಗೆ ಎಷ್ಟೊಂದು ಮುಜುಗರ" ದಿಟ್ಟ ಹೆಣ್ಣೆಂದು ಹೆಸರಾದ ಅಂಬಕ್ಕನ ಕಣ್ಣಲ್ಲೂ ನೀರು ಕಂಡಾಗ ಜಗದೀಶ್ ಪೂರ್ತಿ ಕರಗಿಹೋದರು.

"ನೀವು ಅಳಬೇಡಿ ಅಂಬಕ್ಕ. ನಾನು ಖಂಡಿತ ನೋಡ್ಲಾರೆ. ಸರಸ್ವತಿ ಸತ್ತ ದಿನ ಕೂಡ ನೀವು ಕಣ್ಣೀರು ಸುರಿಸಿದ ನೆನಪಿಲ್ಲ. ಎಲ್ಲರಿಗೂ ಧೈರ್ಯ ಹೇಳಿದ್ರಿ. ನಾನು ನಿಮ್ಮನ್ನ ಮಗನಾಗಿ ನೋಡ್ಕೋತೀನಿ" ಅವರ ಕಂಠ ಗದ್ಗದವಾಯಿತು.

ಆಕೆ ಅಂಥ ಸಮಯದಲ್ಲೂ ನಕ್ಕರು.

"ನಂಗೆ ಅಂಥ ಸಂಬಂಧಗಳ ಬಗ್ಗೆ ನಂಬ್ಕೇ ಇಲ್ಲ ಜಗದೀಶ್. ಸುಬ್ಬಾಭಟ್ಟರ ಮಗ ಅಪ್ಪನ್ನ ಉರಿದುಕೊಂಡು ತಿಂತಾ ಇದ್ದಾನೆ. ಗೌಡರು ಚಂಗಪ್ಪನ ಮಗ ಅವನಮ್ಮನ ಮಾಂಗಲ್ಯದ ಸರ ಕುತ್ತಿಗೆಯಿಂದ ಕಿತ್ತು ಹೆಂಡತಿಗೆ ನೆಕ್ಲೆಸ್ ಮಾಡಿಸ್ದ.

ಇಂಥ ಕಲಿಗಾಲ ಕಣೋ" ಎಂದರು.

ಜಗದೀಶ್ ಎದ್ದು ಹೊರಗೆ ಬಂದುಬಿಟ್ಟರು. ತಲೆಯಲ್ಲಿ ಏನೋ ಸದ್ದು ಅಂಬಕ್ಕನಿಗೆ ಏನಾದರೂ ಹೆಚ್ಚು ಕಡಿಮೆಯಾದರೆ ಗಾಯತ್ರಿನ ಕರೆಸುವುದು ಬೇಡವಾ? ಇವರಿಗೆ ಕರೆಸುವ ಮನಸ್ಸು ಇರಬಹುದು. ಅವಳು ಬಂದಾಳೆಯೇ?

ಮೊದಲ ಪತ್ರದಲ್ಲಿಯೇ ಅಂಬಕ್ಕನನ್ನು ನಾಲ್ಕು ವಾಕ್ಯದಲ್ಲಿ ವಿಚಾರಿಸಿದ್ದು. ನಂತರದ ಪತ್ರಗಳಿಗೆ ಕೇಳಿದೆನೆಂದು ಹೇಳೀಂತ ಬರೆದರೂ ಈಚೆಗೆ ಕಳುಹಿಸಿದ ಪತ್ರದಲ್ಲಿ ಆಕೆಗಾಗಿ ಒಂದು ಸಾಲು ಇಲ್ಲ. ಆ ಜೀವನದ ಗಡಿಬಿಡಿಯಲ್ಲಿ ಮರೆತಿರಬಹುದು. ಗಾಯತ್ರಿ ಮರೆಯುವಂಥ ವ್ಯಕ್ತಿಯೇ ಅಂಬಕ್ಕ?

ಅಷ್ಟರಲ್ಲಿ ಆಳು ಬಿದರಳ್ಳಿಯ ಲಕ್ಷ್ಮಯ್ಯನನ್ನು ಕರೆತಂದಿದ್ದ. ಸುತ್ತಲ ಹಳ್ಳಿಗಳಲ್ಲಿ ಉಳುಕುನೋವು ವಾಸಿಗೆ ಹೆಸರಾದವ.

ಡಾಕ್ಟರಿಗೆ ತೋರಿಸಬೇಕು. ಎಕ್ಸ್‌ರೇ ತೆಗೆಸಬೇಕೆಂಬ ಅಪೇಕ್ಷೆ ಜಗದೀಶ್‌ಗೆ ಇದ್ದರೂ ಉದಾಸೀನ ಮಾಡಲಾರದೆ ಹೋದರು.

"ಬನ್ನಿ...." ಅಂಬಕ್ಕನ ಕೋಣೆಗೆ ಕರೆದೊಯ್ದರು.

ಲಕ್ಷ್ಮಯ್ಯ ಪೆಟ್ಟು ಬಿದ್ದ ಸೊಂಟ, ಕಾಲನ್ನು ಒತ್ತಿ ಒತ್ತಿ ನೋಡಿದ. ರಸ ಸವರಿ ಅರ್ಧ ಗಂಟೆ ಬಿಟ್ಟು ನೋಡಿದ.

"ಏನೂ ತೊಂದರೆ ಇಲ್ಲ. ವಯಸ್ಸಾದ ಜೀವ ಬಿದ್ದ ಪೆಟ್ಟಿಗೆ ಮಲಗಿಬಿಟ್ಟಿದೆ. ಒಂಬತ್ತು ಮಂತ್ರ, ದಿನಕ್ಕೆ ಎರಡು ಸಲ ನಾನು ಕೊಟ್ಟ ಎಣ್ಣೆ ಹಚ್ಚಿ ನೀವಿದರೆ ಸಾಕು" ಅಂತಿಮ ತೀರ್ಮಾನವೆನ್ನುವಂತೆ ಉಸುರಿದ.

ಅವರಿವರು ಲಕ್ಷ್ಮಯ್ಯನ ಬಗ್ಗೆ ಆಡುವುದನ್ನು ಮಾತ್ರ ಜಗದೀಶ್ ಕೇಳಿದ್ದರು. ಇದನ್ನೇ ನಂಬಿ ಅಂಬಕ್ಕನನ್ನು ಇಲ್ಲಿಯೇ ಉಳಿಸುವುದು ಅವರಿಗೆ ಸರಿಕಾಣಲಿಲ್ಲ.

ಹೊರಗೆ ಬಂದುಬಿಟ್ಟರು.

ಅವನೇ ಮಂತ್ರ ಹಾಕಿ, ಎಣ್ಣೆ ನೀವಿ ಹೋದ ನಂತರವೇ ಅಂಬಕ್ಕನ ಕೋಣೆ ಪ್ರವೇಶಿಸಿದ್ದು.

"ಅಂಬಕ್ಕ, ನೀನು ಮಂತ್ರ ಹಾಕ್ಸಿಕೊಳ್ಳೋಕು, ಎಣ್ಣೆ ಹಚ್ಚಿಸಿಕೊಳ್ಳೋಕು ನನ್ನದೇನೂ ಅಭ್ಯಂತರವಿಲ್ಲ. ಡಾಕ್ಟ್ರು ನೋಡ್ಲಿ. ಎಕ್ಸ್‌ರೇ ಮಾಡ್ಸಬೇಕೂಂದ್ರೆ ಹೊರಡಲೇಬೇಕು" ಸ್ವಲ್ಪ ಗಟ್ಟಿಯಾಗಿಯೇ ಹೇಳಿದರು.

ಅಂಬಕ್ಕ ಗಟ್ಟಿ, ಅಷ್ಟೇ ದಿಟ್ಟ ಹೆಣ್ಣು. ಕೆಲವು ವಿಷಯಗಳಿಗೆ ಯಾರ ಮಾತಿಗೂ ಸೊಪ್ಪು ಹಾಕುವಂಥವಳಲ್ಲ. ಇಂದಿನ ಜಗದೀಶ್ ಮಾತಿಗೆ ಸುಮ್ಮನಾದಳು.

ಮಧ್ಯಾಹ್ನದ ವೇಳೆ ಸುಬ್ಬಾಭಟ್ಟರ ಮಗ ಒಬ್ಬನೇ ಬಂದ. "ಪೇಷಂಟ್‌ಗಳು ಜಾಸ್ತಿ. ಸಂಜೆ ಅವರೇ ಬರ್‍ತಾರಂತೆ. ನನ್ನ ಕೇಳಿದ್ರೆ ಸುಮ್ನೆ ಆಸ್ಪತ್ರೆಗೆ ಕರ್ಕೊಂಡ್ಹೋಗಿ ಬಿಡೋದು ಒಳ್ಳೇದು" ಬರೀ ತಲೆದೂಗಿದರು.

ಬಲವಂತವಾಗಿ ಗೌರಿ, ಜಗದೀಶ್ ಬಚ್ಚಲ ಮನೆಗೆ ಒಯ್ದು ಸ್ನಾನ ಮಾಡಿಸಿದ ಶಾಸ್ತ್ರ ಮಾಡಿ ಕರೆತಂದು ಮಲಗಿಸಿದರು.

ಎರಡು ತುತ್ತು ತಿಂದ ಶಾಸ್ತ್ರ ಮಾಡಿದಳು.

ಡಾಕ್ಟರ್ ಸದ್ಯದ ನೋವು ಶಮನಕ್ಕೆ ಇಂಜಕ್ಷನ್ ಕೊಟ್ಟರೂ ಎಕ್ಸ್‌ರೇ ಮಾಡಿಸಲು ಸಲಹೆ ಇತ್ತರು.

"ನಂಗೇನೂ ಆಗಿಲ್ವೋ ಜಗದೀಶ. ನಂಗೆ ಲಕ್ಷ್ಮಯ್ಯನ ಮಂತ್ರ ಎಣ್ಣೆ ಸಾಕು. ನಾಲ್ಕು ದಿನದಲ್ಲಿ ಎದ್ದು ಓಡಾಡ್ದಿದ್ರೆ... ಕೇಳು" ಅಂಬಕ್ಕ ಪಟ್ಟು ಹಿಡಿದರು.

ಹೇಳಿ ಹೇಳಿ ಸೋತ ಜಗದೀಶ್ ಒಪ್ಪಿಕೊಳ್ಳಲೇಬೇಕಾಯಿತು.

ತೋಟದಿಂದ ಮನೆಗೆ ಬಂದಾಗ ಮಧ್ಯಾಹ್ನ ಎರಡರ ಸುಮಾರು. ಬಿಸಿಲು ಜೋರಾಗಿತ್ತು. ಅಡಿಕೆ, ತೆಂಗಿನ ಪಸಲು ಚೆನ್ನಾಗಿತ್ತು. ಅದಕ್ಕೆ ಕೀಟದ ಹಾವಳಿ, ಔಷಧಿ ಸಿಂಪಡಿಸುತ್ತಿದ್ದ ಜಗದೀಶ್ ದಿನಕ್ಕಿಂತ ಹೆಚ್ಚಿಗೆ ದಣಿದಿದ್ದರು.

ಕೈಕಾಲು ತೊಳೆದು ಅಂಬಕ್ಕನ ಕೋಣೆಗೆ ಬಂದರು. ಆಶ್ಚರ್ಯವೆನಿಸುವಂತೆ ಗೋಡೆಗೆ ಅನಿಸಿದ ದಿಂಬಿಗೊರಗಿ ಕೂತಿದ್ದರು. ಆಕೆ.

"ಹೇಗಿದೆ... ನೋವು?" ಮಂಚದ ತುದಿಯಲ್ಲಿ ಕೂತರು, "ಸ್ವಲ್ಪ ವಾಸಿಯೆನಿಸಿದೆ. ಗೌರಿ ಸ್ನಾನ ಮಾಡಿಸಿದ್ಲು, ಯಾವ ಜನ್ಮದ ಋಣವೋ..." ಅವಳ ಬಗ್ಗೆ ಅಭಿಮಾನದಿಂದ ಮಾತಾಡಿದರು. ಸಮಯ ಸಿಕ್ಕಾಗಲೆಲ್ಲ ಅವಳ ಬಗ್ಗೆ ಜಗದೀಶ್ ಮುಂದೆ ಒಳ್ಳೆಯ ಮಾತುಗಳನ್ನಾಡುತ್ತಿದ್ದರು.

ಅದರ ಅರಿವೇನು ಜಗದೀಶ್‌ಗೆ ಇರಲಿಲ್ಲ.

"ಯಾವ ಋಣದ ಮಾತು ಆಡ್ತೀಯಾ ಅಂಬಕ್ಕ?" ತಿಂಗಳಿಗಿಷ್ಟೂಂತ ಅವ್ಳ ಹೆಸರಿಲ್ಲಿ ಬ್ಯಾಂಕ್‌ಗೆ ಹಾಕಿಬಿಡ್ತೀನಿ. ನೀನು ಸರಿಯಂದ್ರೆ ಒಂದಿಷ್ಟು ಜಮೀನೋ, ಮನೆಯೋ ಕೊಡೋಣ" ಮಾಡಿದ ಕೆಲಸಕ್ಕೆ ಋಣ ತೀರಿಸುವ ಮಾತಾಡಿದರು ಜಗದೀಶ್.

ಅಂಬಕ್ಕ ಜಗದೀಶ್‌ರ ಮುಖವನ್ನೇ ದಿಟ್ಟಿಸಿ ನೋಡಿದರು. ಕಾಲ ಬೇಕೆನಿಸಿತು. ಒಳ್ಳೆಯ ಅವಕಾಶವು ಈಗ ಕೂಡಿ ಬಂದಿದೆ. ನೋಡೋಣ ಎಂದುಕೊಂಡರು.

"ನೀನ್ಹೋಗಿ ಊಟ ಮಾಡ್ಹೋಗು" ಎಂದರು.

ಅವರು ಊಟದ ಮನೆಗೆ ಬರುವ ವೇಳೆಗೆ ಮಣೆಯಿಟ್ಟು ತಟ್ಟೆ ಹಾಕಿದ್ದಳು ಗೌರಿ. ಅವಳ ಶುಚಿ ರುಚಿಯನ್ನು ಒಪ್ಪಿಕೊಂಡಿದ್ದರು.

ತಟ್ಟೆಯ ತುದಿಗೆ ಎರಡು ಮೂರು ಉಪ್ಪಿನಕಾಯಿ ಹೋಳು ಬಿದ್ದಾಗ ಶಾಸ್ತ್ರಕ್ಕೆ ಉಪ್ಪಿನಕಾಯಿ ಬಡಿಸಿದರೆ ಸಾಕು.. ಒಂದೆರಡು ಹೋಳನ್ನು ತಟ್ಟೆಯ ತೀರಾ ತುದಿಗೆ ಜರುಗಿಸಿದರು.

ಗಾಯತ್ರಿ ಹೋದ ಹೊಸದರಲ್ಲಿ ಅವರನ್ನು ಪರೀಕ್ಷಿಸಿದ ಚಕ್ರವರ್ತಿ "ನೀನು

ಇಷ್ಟು ಶಾಂತವಾಗಿ ವಿರಕ್ತ ಜೀವನ ನಡೆಸುತ್ತಿರೋದ್ರಿಂದ... ಸಪ್ಪೆ ಊಟಾನೇ ಮಾಡ್ತಾ ಇರ್ಬೇಕು. ಇನ್ಮೇಲೆ ಒಂದಿಷ್ಟು ಉಪ್ಪು ಕಡ್ಮೆ ಮಾಡು. ಸದ್ಯಕ್ಕೆ ಉಪ್ಪಿನಕಾಯಿ, ಹಪ್ಪಳ, ಸಂಡಿಗೆ ಇಂಥದನ್ನು ತಿನ್ನುವ ಪ್ರಮಾಣ ಕಮ್ಮಿ ಮಾಡು" ಸೂಚಿಸಿದ್ದರು. ಅದನ್ನು ಇವರು ತಮ್ಮ ಊಟದಲ್ಲಿ ಜಾರಿಗೆ ತಂದಿದ್ದರು.

ಹರಳಿನಂಥ ಸಣ್ಣಕ್ಕಿ ಅನ್ನ ಬಡಿಸಿ ನಾಲ್ಕು ಚಮಚ ತುಪ್ಪ ಸುರಿದಳು ಗೌರಿ, ಹೆಚ್ಚೆನಿಸಿತು ಅವರಿಗೆ.

"ಅಡಿಗೆ ತಂದಿಟ್ಟುಬಿಡು ಗೌರಿ, ನಾನೇ ಬಡಿಸ್ಕೋತೀನಿ. ಸದ್ಯಕ್ಕೆ ನೀನು ಅಂಬಕ್ಕನನ್ನು ನೋಡ್ಕೊಂಡ್ರೆ ಸಾಕು" ಅವಳ ಹೊರೆಯನ್ನು ತಗ್ಗಿಸಲು ಹೇಳಿದರು ತಪ್ಪಾಗಿ ತಿಳಿಯುವುದಕ್ಕೆ ಸಾಕಾಯಿತು.

ಅವಳು ಹಿಂದಿನ ಕೋಣೆ ಸೇರಿಬಿಟ್ಟಳು.

ಊಟ ಮುಗಿಸಿದ ಜಗದೀಶ್ ಅಡಿಗೆ ಮುಚ್ಚಿಟ್ಟು ತಟ್ಟೆ ತೊಳೆದಿಟ್ಟು ಅಂಬಕ್ಕನ ಕೋಣೆಗೆ ಬಂದರು.

"ಸ್ವಲ್ಪ ಗೌರೀನ ಕರೀ?" ಹೇಳಿದರು ಆಕೆ.

ಅತ್ತಿತ್ತ ನೋಡಿದ ಜಗದೀಶ್ "ಇಲ್ಲೇ ಇದ್ದಾಳೆ ಅಂದ್ಕೊಂಡನಲ್ಲ, ಈಗೇನು ಬೇಕು ನಿಂಗೆ?" ತಾವೇ ವಿಚಾರಿಸಿದರು.

"ಏನೂ ಬೇಡ, ನೀನ್ಹೋಗಿ ಸ್ವಲ್ಪ ಮಲ್ಗು. ಆ ಕಣ್ಣೆಲ್ಲ ಹೇಗಾಗಿದೆ ನೋಡು. ಈಚೆಗೆ ಗಾಯತ್ರಿ ಪತ್ರ ಬಂದಿತ್ತಾ?" ಕೇಳಿದರು. ಭರಣಿ ಅವರಿಗೆ ನಿಜ ಸುದ್ದಿ ಮುಟ್ಟಿಸಿದ್ದ.

ಸ್ವಲ್ಪ ಕಸಿವಿಸಿಯಾಯಿತು ಜಗದೀಶ್‌ಗೆ.

"ಪತ್ರ ಕಳಿಸಿಕೊಟ್ಟ ವಿಷ್ಯ ಹೇಳಿದ್ನಲ್ಲ. ಇಲ್ಲಿನ ಹಾಗಲ್ಲ. ನಿಮಿಷಕ್ಕೂ ಬೆಲೆ. ಅಲ್ಲಿನ ಹಾರುವ ಜನರ ಜೊತೆ ಹೆಜ್ಜೆ ಹಾಕೋದೂಂದ್ರೆ ಕಷ್ಟ. ಇಲ್ಲಿನಷ್ಟು ವಿರಾಮ ಇಲ್ಲ" ಮಗಳನ್ನು ಸಮರ್ಥಿಸಿಕೊಂಡರು.

ಯಾಕೋ ಜಗದೀಶ್‌ನ ಕರೆದು ಹತ್ತಿರ ಕೂಡಿಸಿಕೊಂಡರು. "ಗಾಯತ್ರಿ ಇಲ್ಲಿಗೆ ಹಿಂದಿರುಗೋ ನಂಬ್ಕೆ ಇಲ್ಲ. ನಿಂದು ಒಂಟಿ ಜೀವ ಆಗಿಹೋಗುತ್ತೆ" ಎಂದರು. ಅದೇ ಹಳೆಯ ಪಲ್ಲವಿ ಅವರಿಗೆ ಇಷ್ಟವಾಗಲಿಲ್ಲ. "ನಂಗೇನು ಹಾಗೇ ಅನ್ನಿಸೋಲ್ಲ ಅಂಬಕ್ಕ. ಗಾಯತ್ರಿ ಖಂಡಿತ ಹಿಂದಿರುಗಿ ಬರ್ತಾಳೆ. ಬರೀ ಕೆಟ್ಟದ್ದನ್ನೇ ಯಾಕೆ ಯೋಚ್ನೆ ಮಾಡ್ಬೇಕು? ನೀನು ಸುಮ್ನೇ ಮಲ್ಗು" ಎದ್ದು ಹೋಗಿಬಿಟ್ಟರು.

ಆ ಇಡೀ ದಿನ ಗೌರಿ ಅವರ ಮುಂದೆ ಸುಳಿಯಲಿಲ್ಲ. ರಾತ್ರಿ ಅಂಬಕ್ಕ ಹೇಳಿದಾಗಲೇ ಅವರಿಗೆ ಗೊತ್ತಾಗಿದ್ದು.

"ಅವ್ಳು ಬಡಿಸೋಕೆ ಬಂದ್ರೆ... ಬೇಡ ಅಂದೆಯಂತೆ. ಊಟ, ತಿಂಡಿ ಬಿಟ್ಟು ಮೂಲೆ ಸೇರಿಬಿಟ್ಟಿದ್ದಾಳೆ. ನಿಂಗೆ ಸರಿಹೋಗದಿದ್ರೆ... ಹೀಗಲ್ಲ ಹೀಗೇಂತ ಬುದ್ಧಿ ಹೇಳು.

ಅದು ಬಿಟ್ಟು... ಅವ್ಳು ಊರಿಗೆ ಹೊರಡ್ತೀನೀಂತ ಹೊರಟಿದ್ದಾಳೆ. ಹೇಗೆ ನಿಲ್ಲಿಸ್ಕೋತೀಯೋ... ನೋಡು."

ಜಗದೀಶ್ ಏನೂ ಚಲಿಸಿ ಹೋಗಲಿಲ್ಲ.

"ನಿನ್ಹತ್ರ ಇರೂಂತ ಗೌರಿಗೆ ಹೇಳ್ದೆ. ಅದೇ ಅವಮಾನ ಅಂದ್ಕೊಂಡ್ರೆ ಹೇಗೆ! ಹೋದರೆ... ಹೋಗ್ಲಿಬಿಡು. ಇಷ್ಟು ವರ್ಷಗಳಿಂದ ಅವಳೇ ಇರ್ಲಿಲ್ಲ" ಸ್ವಲ್ಪ ಉದಾಸೀನವಾಗಿಯೇ ಮಾತಾಡಿದರು ಇಂದು.

ಆಮೇಲೆ ಅಳುಕಿದರು. ಅಂಬಕ್ಕ ಮನೆ ಜೊತೆ ಆಳುಗಳ ಮೇಲೆ ಹಿಡಿತವನ್ನಿಟ್ಟುಕೊಂಡಿದ್ದರು. ಜಗದೀಶ್‌ಗಿಂತ ಆಕೆಯನ್ನು ಕಂಡರೆ ಅವರು ಹೆದರುತ್ತಿದ್ದರು.

ಈಗ ಹಳ್ಳಿಯಲ್ಲೇ ಪೂರ್ತಿ ಕಚ್ಚಿ ಕೂಡಬೇಕಿತ್ತು.

ಮಾರನೆಯ ದಿನ ಜಗದೀಶ್ ಏಳುವ ವೇಳೆಗೆ ಗೌರಿ ಊರಿಗೆ ಹೋಗಿಬಿಟ್ಟಿದ್ದಳು.

ಅಡಿಗೆ ಕೆಲಸದವಳು ಒಬ್ಬಳಿದ್ದರೂ ಅಂಬಕ್ಕ ತೀರಾ ಅನುಮಾನದ ವ್ಯಕ್ತಿ. ಉಗ್ರಾಣದ ಬೀಗದ ಕೈ ಅವರ ಬಳಿಯಲ್ಲಿಯೇ.

ಊಟದ ಮನೆಗೆ ಬಂದಾಗ ಬೆಳಗಿನ ಉಪಹಾರ ರೆಡಿಯಾಗಿರಲಿಲ್ಲ. "ಎಣ್ಣೆ ಉಗ್ರಾಣದಲ್ಲಿತ್ತು. ಏನೂ ಮಾಡೋಕೆ ಆಗ್ಲಿಲ್ಲ" ತೋಡಿಕೊಂಡಳು.

ಬೇಸರದಿಂದಲೇ ಅಂಬಕ್ಕನ ಕೋಣೆಗೆ ಬಂದರು. ಎಣ್ಣೆ ಹಚ್ಚಿ ನೀವುತ್ತಿದ್ದ ಲಕ್ಷ್ಮಯ್ಯ ಮೀಸೆಯಡಿಯಲ್ಲಿ ನಗುತ್ತ "ನೋಡಿದ್ರಾ ಅಯ್ನೋರೇ, ದೊಡ್ಡಮ್ಮ ಹೇಗೆ ಚೇತರ್ರಿಸಿಕೊಳ್ತಾ ಇದ್ದಾರೆ!" ಅಹಂನಿಂದ ಹೇಳಿಕೊಂಡ. ಜಗದೀಶ್ ಮುಗುಳ್ನಕ್ಕರು.

"ಅಂಬಕ್ಕ, ಉಗ್ರಾಣದ ಬೀಗದ ಕೈಯೆಲ್ಲಿ? ಎಣ್ಣೆ ತಗೋಬೇಕಂತೆ" ಎಂದಾಗ ಅಂಬಕ್ಕ ತಮ್ಮ ತಲೆಯಡಿಯಲ್ಲಿದ್ದ ಬೀಗದ ಕೈ ಕೊಡುತ್ತ "ನೀನೇ ತೆಗ್ದು... ಅಲ್ಲೇ ನಿಂತ್ಕೋ" ಎಂದಾಗ 'ಸರಿ' ಎನ್ನುವಂತೆ ತಲೆದೂಗಿ ಬಂದರು.

ಆದರೆ ಅಲ್ಲಿ ನಿಲ್ಲುವ ಪುರಸತ್ತು ಇರಲಿಲ್ಲ. "ಏನೇನು ಬೇಕೋ ತಗೊಂಡ್ ಬೀಗದ ಕೈ ಅಂಬಕ್ಕನ ಕೈಯಲ್ಲಿ ಕೊಟ್ಟುಬಿಡು" ಹೇಳಿ ತೋಟದ ಕಡೆಗೆ ಹೊರಟರು.

ಎಂದೂ ಬರೀ ಹೊಟ್ಟೆಯಲ್ಲಿ ಹೊರಗೆ ಹೋದವರೇ ಅಲ್ಲ. ಇಂದು ಹೊಟ್ಟೆಯಲ್ಲಿ ಸಂಕಟ, ಕಾಯಿ ಕೀಳಿಸಬೇಕಾದ ಗಡಿಬಿಡಿ. ಮನೆಗೆ ಹಿಂದಿರುಗೋ ವೇಳೆಗೆ ಪೂರ್ತಿ ಬಳಲಿಬಿಟ್ಟಿದ್ದರು.

ಅಂಬಕ್ಕ ಮಲಗಿದ್ದಲ್ಲಿಂದಲೇ ಕೂಗಾಡುತ್ತಿದ್ದರು.

"ಯಾಕೆ... ಅಂಬಕ್ಕ" ಗಾಬರಿಯಿಂದ ಕೋಣೆಗೆ ಬಂದರು. "ನೀನು ಪುಣ್ಯಾ ಪುರುಷ... ಉಗ್ರಾಣದ ಬೀಗದ ಕೈ ಕೊಟ್ಟು ನಿನ್ನ ಪಾಡಿಗೆ ನೀನು ಹೋಗ್ಬಿಟ್ಟೆ" ಕನಲಿ ಕೂಗಾಡಿದರು.

ಆಳು ನಂಜ ಎಲ್ಲಾ ವಿವರಿಸಿದ. ಒಂದು ಪಾತ್ರೆ ಎಣ್ಣೆ. ಎರಡು ಚೀಲದಲ್ಲಿ ಅಕ್ಕಿ,

ಬೇಳೆ ತುಂಬಿಕೊಟ್ಟು ಅಡಿಗೆಯ ಪಾತಮ್ಮ ಕಳಿಸಿದ್ದು ಮಾರ್ಗ ಮಧ್ಯದಲ್ಲಿ ಅವನನ್ನು ಹಿಡಿದಿದ್ದು.

ಹಣೆಗೆ ಕೈಯೊತ್ತಿದರು ಜಗದೀಶ್ "ಹಾಳಾಗ್ಲೀಂತ ಬಿಡೋದು ಬಿಟ್ಟು ಅಂಬಕ್ಕನಿಗೆ ಯಾಕೆ ತಿಳಿಸ್ದೆ? ಓಡಾಡೋಕಾಗ್ದೇ... ಮಂಚ ಹಿಡಿದಿದ್ದಾರೆ. ನಿಂಗೆ ಅಷ್ಟು ತಲೆ ಬೇಡ್ವಾ!" ಛೀಮಾರಿ ಹಾಕಿದರು.

ಆಮೇಲೆ ಅಂಬಕ್ಕನ ಬಾಯಿ ಮುಚ್ಚಿಸುವ ವೇಳೆಗೆ ಅವರಿಗೆ ಸಾಕು ಸಾಕಾಯಿತು. ಪಾತಮ್ಮ ನಾಚಿಕೆ, ಅವಮಾನದಿಂದ ಮೂಲೆ ಸೇರಿದಳು. ಎಲ್ಲಾ ಕೆಲಸಗಳೂ ಜಗದೀಶ್ ಮೇಲೆ ಬಿತ್ತು.

ಎಂದೂ ಅಂಬಕ್ಕ ಮಲಗಿದ್ದಿಲ್ಲ. ಈ ಜವಾಬ್ದಾರಿಗಳಿಂದ ಜಗದೀಶ್ ಕಂಗೆಟ್ಟರು.

ಆಸರೆಯಾಗಿ ಒರಗಿಸಿಕೊಂಡು ಅಂಬಕ್ಕನಿಗೆ ಕಾಫಿ ಕುಡಿಸಿದ ಜಗದೀಶ್ "ನೀನು ಮೇಲೆ ಏಳೋವರೆಗಾದ್ರೂ ಗೌರೀನ ಕರೆಸ್ಕೋ ಅಂಬಕ್ಕ. ನಾನು ಏನಂದೇಂತ ಹೋಗಿದ್ದು?" ಎಂದರು.

"ಎಂಥ ಹೀನಾಯ ಸ್ಥಿತಿಯಲ್ಲಿ ಸ್ವಾಭಿಮಾನ ಅನ್ನೋದು ಇರುತ್ತಲ್ಲ! ಅವಳಿನ್ನು ಬರೋಲ್ಲ ಬಿಡು. ಅಷ್ಟು ಬೇಕೂಂದ್ರೆ ಹೋಗಿ ನೀನೇ ಕರ್ಕೊಂಡ್ಬಾ" ಕಣ್ಮುಚ್ಚಿ ಮಲಗಿಬಿಟ್ಟರು.

ಅಂಬಕ್ಕನ ಕೆಲಸ ಮಾಡೋಕ್ಕಾದರೂ ಒಬ್ಬರು ಬೇಕಿತ್ತು. ಹೆಣ್ಣಾಳುಗಳಿದ್ದರೂ ಆಕೆ ಹತ್ತಿರ ಸೇರಿಸುತ್ತಿರಲಿಲ್ಲ. ಪರಿಸ್ಥಿತಿ ಹದಗೆಟ್ಟಾಗ ಜಗದೀಶ್ ತಾವೇ ಹೋಗಿ ಗೌರಿಯನ್ನು ಕರೆತಂದರು.

* * *

ಚೆಕ್‌ಅಪ್‌ಗೆಂದು ನಾಯರ್ ಹೆಂಡತಿಯನ್ನು ನರ್ಸಿಂಗ್ ಹೋಂಗೆ ಕರೆದೊಯ್ದಿದ್ದ ಲಾವಣ್ಯ ದಾರಿಯಲ್ಲಿ ಒಂದು ಬುಟ್ಟಿ ದ್ರಾಕ್ಷಿಯನ್ನು ಖರೀದಿಸಿ ತಂದಿದ್ದಳು.

ಏದುಸಿರು ಬಿಡುತ್ತ ನಾಯರ್ ಹೆಂಡತಿ "ಇಷ್ಟೆಲ್ಲ ಯಾರ್‍ಗೆ ಕೊಡ್ತೀಯಾ? ಹಣದ ಬೆಳೆ ಗೊತ್ತಿಲ್ಲದ ಹುಡ್ಗಿ" ಗೊಣಗಿದ್ದು ತಮಗೆ ಮಾತ್ರ ಕೇಳಿಸುವಂತೆ. ಅಂಥದ್ದೆಲ್ಲ ನಿಜವಾಗಿಯೂ ಅವಳ ಕಿವಿಗೆ ಬೀಳದು.

ಇಡೀ ರೋಡಿಗೆ ಹಂಚಿದಳು. ಅಲ್ಲಿದ್ದವರೆಲ್ಲ ಸ್ವಲ್ಪ ಬಿಗುಮಾನದ ಜನವೇ. ಒಬ್ಬರಿಗೊಬ್ಬರು ಮಾತಾಡಿದರೆ ತಮ್ಮ ಸ್ಟೇಟಸ್ ಎಲ್ಲಿ ಕಮ್ಮಿಯಾಗಿಬಿಡುವುದೋ ಎನ್ನುವಂಥ ಸುಪಿರಿಯಾರಿಟಿ ಅಂಡ್ ಇನ್‌ಫಿರಿಯಾರಿಟಿ ಕಾಂಪ್ಲೆಕ್ಸ್‌ನಲ್ಲಿ ತೊಳಲಾಡುವ ರೋಗಿಗಳು. ಆದರೆ ಈ ನವಿಲಿನ ಕುಣಿತದಲ್ಲಿ ಎಲ್ಲರೂ ತನ್ಮಯ.

ಸಣ್ಣ ಬುಟ್ಟಿಯಲ್ಲಿ ದ್ರಾಕ್ಷಿ ಹಿಡಿದು ಇವರ ಮನೆ ಗೇಟಿಗೆ ಬರುತ್ತಿದ್ದಾಗಲೇ ಆಟೋದಿಂದ ಇಳಿದಿದ್ದು ಜಗದೀಶ್.

"ಹಲೋ ಹ್ಯಾಂಡ್‌ಸಮ್...." ರೋಡು ಎನ್ನುವುದನ್ನೇ ಮರೆತು ಉದ್ಗರಿಸಿದಳು.

"ನಿಮಗೋಸ್ಕರ ಇನ್ನೊಂದು ಪ್ರಶ್ನೆ. ಇದಕ್ಕೆ ಉತ್ತರ ಹೇಳಿ" ಹುಬ್ಬು ಕುಣಿಸಿದಳು.

ತಂಪಾದ ಸಂಜೆಯ ಆಕಾಶದಲ್ಲಿ ಹಕ್ಕಿಗಳು ಒಟ್ಟಾಗಿ ಹಾರಿ ಸಂಭ್ರಮವನ್ನುಂಟು ಮಾಡಿದಂತಾಯಿತು. ನವಿಲು ನರ್ತಿಸಿದಂತಾಯಿತು.

"ಸ್ವಲ್ಪ ಸುಧಾರಿಸಿಕೊಳ್ಳೋಕೆ ಅವಕಾಶ ಕೊಡಬಹುದಲ್ಲ?" ಆಟೋದವನಿಗೆ ಹಣ ಕೊಟ್ಟು ಅವಳ ಕೈಯಲ್ಲಿನ ದ್ರಾಕ್ಷಿಯ ಕಡೆ ನೋಡಿದರು. "ತೋಟದಿಂದ ತಂದಿದ್ದಾ?"

"ಹಂಡ್ರೆಡ್ ಪರ್ಸೆಂಟ್ ಹೌದು. ದ್ರಾಕ್ಷಿ ಬೆಳೆಯೋದು ತೋಟದಲ್ಲಿಯೇ ತಾನೇ!" ಜಗದೀಶ್‌ನ ಬೆಪ್ಪುಗೊಳಿಸಿ ನಕ್ಕಳು. ತಿಳಿಗೊಳದಲ್ಲಿ ಬಿಳಿಯ ಹಂಸಗಳು ನಲಿದಂತಾಯಿತು.

ಬ್ಯಾಗ್ ಹಿಡಿದು ಒಳಗೆ ನಡೆದರು. ಲಾವಣ್ಯ ಹಿಂಬಾಲಿಸಿದಳು.

"ಸ್ವಲ್ಪ ಇರೀ..." ಹಿಂದಕ್ಕೆ ಹೋದವಳು ಒಳಗಿನಿಂದ ಬಂದು ಬಾಗಿಲು ತೆಗೆದಳು "ವೆಲ್‌ಕಮ್... ವೆಲ್‌ಕಮ್..." ಎರಡು ಕೈಗಳನ್ನು ಮುಂದಕ್ಕೆ ಚಾಚಿ ಆಹ್ವಾನಿಸಿದಳು.

ಒಳಗೆ ಪೂರ್ತಿ ಮೌನ. ಅದರ ನಡುವೆ ಆಗಾಗ ಭರಣಿಯ ಗೊರಕೆಯ ಸದ್ದು.

"ನಾವುಗಳು ಎದುರಿಗೆ ಇಲ್ದಿದ್ರೆ ಆಳುಕಾಳುಗಳೆಲ್ಲ ಸೋಮಾರಿಗಳಾಗಿ ಬಿಡ್ತಾರೆ. ಇನ್ನು ಭರಣಿ ತಾನೇ ಏನು! ಮೊದ್ಲು ಹೋಗು" ಅಂಬಕ್ಕ ಬಲವಂತ ಮಾಡಿ ಕಳುಹಿಸಿಕೊಟ್ಟಿದ್ದಳು.

ನಡುಮನೆಗೆ ಹೋಗಿ ಇಣಕಿದರು. ಕೈಯನ್ನು ತಲೆ ದಿಂಬಾಗಿಟ್ಟುಕೊಂಡು ಮೊಸಾಯಿಕ್ ನೆಲದಲ್ಲಿಯೇ ಮಲಗಿ ನಿದ್ದೆ ಮಾಡಿದ್ದ.

"ಜಸ್ಟ್ ಎ ಮಿನಿಟ್, ಈಗ್ಬರ್ತೀನಿ ಹ್ಯಾಂಡ್‌ಸಮ್" ಹಾರಿಹೋದಳು ಲಾವಣ್ಯ. ಜಗದೀಶ್ ಬಗ್ಗಿ ಭರಣಿಯ ಭುಜದ ಮೇಲೆ ಕೈಯಿಟ್ಟರು. "ನಿದ್ದೆ ಆಗಿದ್ರೆ ಏಳು ಭರಣಿ" ಗಾಬರಿಯಿಂದ ಬೆಚ್ಚಿ ಎದ್ದ.

ಜಗದೀಶ್ ಹೊರಗೆ ಹೋದರು. ಮನೆ ಖರೀದಿಗೆ ಅಡ್ವಾನ್ಸ್ ಕೊಟ್ಟು ಆಗಿತ್ತು. ಈಗ ಅವರದು ಎರಡು ಕೊಂಬೆಗಳ ಮೇಲಿನ ಕವಲು ನಡೆತ.

ತೀರಾ ಬೇಸರದಿಂದ ಕೋಣೆಯಲ್ಲಿ ಬಂದು ಕೂತರು. ಜೋಡಿಸಿಟ್ಟ ಮ್ಯಾಗಝೀನ್‌ಗಳು ಅವರ ಗಮನವನ್ನು ಸೆಳೆಯಿತು. ಎತ್ತಿಕೊಂಡವರು ಅದರಲ್ಲಿ ಮಗ್ನರಾಗಿಬಿಟ್ಟರು.

"ತಗೊಳ್ಳಿ... ಕಾಫೀ, ನಾನು ಎರಡು ದಿನದಿಂದ ಹಾಲು ತಗೊಂಡಿರ್ಲಿಲ್ಲ. ಇಡೀ ಮನೆಗೆ ಒಬ್ನೇ. ಸಾಯೋಂಥ ಬೇಸರ. ಈಗ ಅಂಬಕ್ಕ ಹೇಗಿದ್ದಾರೆ? ನಿದ್ದೆ ಮಾಡದೆ ಮತ್ತೇನು ಮಾಡ್ಲಿ?" ಅಲ್ಲೇ ಕೆಳಗೆ ಕೂತುಬಿಟ್ಟ ಕಾಫಿ ಕಪ್ ಅವರ ಮುಂದಿಟ್ಟು.

ಕಾಫಿ ಪೂರ್ತಿ ಕುಡಿಯುವವರೆಗೂ ಮಾತಾಡಲಿಲ್ಲ.

"ಬೇಸರಾಂತ ಮಲ್ಗಿಬಿಟ್ಟರೆ ಹೇಗೆ ಭರಣಿ! ಹಿಂದಿನ ಬಾಗ್ಲು ಕೂಡ ಹಾಕಿಲ್ಲ. ಕಳ್ಳರು ನುಗ್ಗಿ ಎಲ್ಲಾ ದೋಚಿಕೊಂಡ್ಹೋದ್ರೆ ಏನ್ಮಾಡೋದು? ಗಾಯತ್ರಿ ಬರೋವರ್ಗೂ ಎಲ್ಲಾ ಹೀಗೆ ಇರ್ಬೇಕು" ನೀರಸ ದನಿಯಲ್ಲಿ ಹೇಳಿದರು.

ಎರಡು ಕೈಗಳಿಂದ ಹಣೆಯೊತ್ತಿಕೊಂಡ ಭರಣಿ. "ನಂಗೆ ಹುಚ್ಚೇ ಹಿಡಿದಂತಾಗಿದೆ. ಒಬ್ಬರಿಗಾಗಿ ಅಡ್ಗೆ ಮಾಡೋ ಹಾಗಿಲ್ಲ. ಇನ್ನೊಬ್ಬರಿಗೆ ಕಾಯೋ ಹಾಗಿಲ್ಲ. ಮತ್ತೆ ಹೇಗೆ ಸಮಯ ದೂಡ್ಲಿ? ಅಂಬಕ್ಕ ಹೇಗಿದ್ದಾರೆ?" ಕೇಳಿದ.

ಅವನ ಮಾತಿನ ಸತ್ಯ ಗ್ರಹಿಸಲು "ಅಂಬಕ್ಕ ಮಾಮೂಲಾಗಿ ಎದ್ದು ಓಡಾಡಿಕೊಂಡಿದ್ದಾಳೆ. ಅವ್ಳ ಸಹಾಯಕ್ಕೆ ಗೌರೀನೂ ಇದ್ದಾಳೆ. ನಂಗೆ ಇಲ್ಲೊಂದು ನಾಲ್ಕು ದಿನದ ಕೆಲ್ಸವಿದೆ. ನೀನು ಬೇಕಾದ್ರೆ ಹಳ್ಳಿಗೆ ಹೋಗ್ಬಾ" ಎಂದರು.

ಅವನು ತಕ್ಷಣಕ್ಕೆ ಹೊರಡಲು ಸಿದ್ಧನಾಗಿಬಿಟ್ಟ.

"ಒಂದಿಷ್ಟು ಅಡ್ಗೆ ಮಾಡಿಟ್ಟು ಹೊರಟುಬಿಡ್ತೀನಿ" ಎಂದಾಗ ತಡೆದರು ಜಗದೀಶ್ ಎಂಥದ್ದು ಬೇಡ. ನಾನು ಚಕ್ರವರ್ತಿನ ನೋಡೋಕೆ ಕ್ಲಿನಿಕ್‌ಗೆ ಹೋಗ್ತೀನಿ. ಹಾಗೇ ಅವ್ರ ಮನೆಯಲ್ಲಿ ಊಟ ಮಾಡ್ಕೊಂಡ್ ಬಂದ್ಬಿಡ್ತೀನಿ. ನನ್ನ ಊಟ ತಿಂಡಿ ಬಗ್ಗೆ ತಲೆ ಕೆಡ್ಸಿಕೊಳ್ಳೋದ್ಬೇಡ. ಸ್ವಲ್ಪ ಅಂಬಕ್ಕನ ಸಹಾಯಕ್ಕೆ ನಿಲ್ಲು" ಹೇಳಿ ಐವತ್ತರ ಒಂದು ನೋಟನ್ನು ಕೊಟ್ಟರು.

ಚಿಕ್ಕಂದಿನ ಪರದಾಟದ ದಿನಗಳು ದುಡ್ಡಿನ ಬೆಲೆಯನ್ನು ತಿಳಿಸಿತ್ತು. ಮಗಳ ವಿಷಯ ಬಿಟ್ಟು ಅನಾವಶ್ಯಕವಾಗಿ ಒಂದು ಪೈಸಾ ಕೂಡ ಖರ್ಚು ಮಾಡಲು ಇಚ್ಛಿಸರು.

ಆಮೇಲೆ ಮಗಳ ನೆನಪು ಅವರನ್ನು ತೀವ್ರವಾಗಿ ಬಾಧಿಸಿತು. ಅವಳ ಹಿಂದಿನ ಪತ್ರಗಳನ್ನು ನಾಲ್ಕಾರು ಸಲ ಓದಿ ಮೊದಲ ಪತ್ರಕ್ಕೂ, ಈಚೆಗೆ ಬಂದ ಪತ್ರದ ಭಾವತೀವ್ರತೆಯನ್ನು ಅತ್ಯಂತ ಸೂಕ್ಷ್ಮವಾಗಿ ಗಮನಿಸಿದರು.

"ಅಪ್ಪ, ನಂಗೆ ನಿಮ್ಮನ್ನು ಬಿಟ್ಟು ಇರೋಕ್ಕಾಗೋಲ್ಲ. ಯಾಕೆ ಬಂದೆನೋ ಅನ್ನಿಸಿಬಿಟ್ಟಿದೆ. ಹೇಗೆ ದಿನಗಳನ್ನು ದೂಡೋದು? ಸಾಧ್ಯವಾಗಿದ್ರೆ... ಹಾರಿ ಬಂದುಬಿಡುತ್ತಿದ್ದೆ." ಮೊದಲ ಪತ್ರದ ಒಟ್ಟಾರೆ ಸಾರಾಂಶ ಎದುರಿಗೆ ನಿಂತು ಅವರಿಗೆ ಹೇಳಿದಂತಿತು.

ಅಂದೇ ಪತ್ರವನ್ನು ಹಿಡಿದು ಚಕ್ರವರ್ತಿಯ ಬಳಿಗೆ ಓಡಿದ್ದರು. "ಹಣ ಎಷ್ಟಾದ್ರೂ ಖರ್ಚಾಗ್ಲಿ. ನಾನ್ಹೋಗಿ ಗಾಯತ್ರಿನ ಕರ್ಕೊಂಡ್ಬರ್ತೀನಿ" ದಡಬಡಿಸಿದರು. ಚಕ್ರವರ್ತಿಗಳು ನಕ್ಕುಬಿಟ್ಟಿದ್ದರು.

ಪತ್ರಗಳನ್ನು ಎತ್ತಿಟ್ಟು ಹೊರಗೆ ಬಂದವರು. ಹೋಗಿ ಕನ್ನಡಿಯ ಮುಂದೆ ನಿಂತರು. ತಮ್ಮ ವಯಸ್ಸನ್ನು ಎತ್ತಿ ತೋರಲು ಇಣಕಿದ ನಾಲ್ಕಾರು ಬಿಳಿ ಕೂದಲ ಬಗ್ಗೆ ಕೋಪ ಬಂತು.

ಬೀಗ ಹಾಕಿಕೊಂಡು ನಡೆದರು. ಟಿವಿಯಲ್ಲಿ ತೋರಿಸುವ ಹೇರ್ ಡೈ ಅಡ್ವರ್ಟೈಸ್‌ಮೆಂಟ್ ನೋಡಿದ್ದರು. ಆ ವ್ಯಕ್ತಿಯ ಹಾಗೆ ಅವರಿಗೂ ಸಂಕೋಚ.

ಒಂದು ಮೆಡಿಕಲ್ ಶಾಪ್‌ಗೆ ಹೋದರು. ಇಬ್ಬರು ಹುಡುಗಿಯರು ಸೇರಿ ಆರು ಜನ ಇದ್ದರು. ಅವರಿಗೆ ನಾಲಿಗೆಯಲ್ಲಿನ ಪಸೆಯಾರಿತು. ಮೈಯೆಲ್ಲ ಬಿಸಿಯಾದ ಅನುಭವವಾಯಿತು.

"ಏನು ಬೇಕು ಸಾರ್?" ಸೇಲ್ಸ್‌ಮನ್ ಇವರತ್ತ ಗಮನ ಹರಿಸಿದ. ಗಂಟಲು ಹಿಡಿದಂತಾಯಿತು. "ಒಂದು ವಿಕ್ಸ್, ಅಮೃತಾಂಜನ್ ಕೊಡಿ" ಬಾಯಿಗೆ ಬಂದಿದ್ದು ಬಡಬಡಿಸಿದರು.

ಅವನು ವಿಕ್ಸ್, ಅಮೃತಾಂಜನ್ ತಂದಿಟ್ಟಾಗ ಪಡೆದು ಹಣ ಕೊಟ್ಟು ಹೊರಗೆ ಬಂದರು. ಹೇಗೆ ಹೇರ್ ಡೈ ಕೇಳುವುದು? ಕೀಳರಿಮೆ ಅವರನ್ನು ಕಾಡಿತು.

ಜಗದೀಶ್ ನಡೆದೇ ಹೊರಟರು. ಇಂಥ ಕಾಂಪ್ಲೆಕ್ಸ್‌ಗಿಂತ ತಮ್ಮ ಬಿಳಿಗೂದಲಿಗೆ ಬಣ್ಣ ಹಾಕುವ ಇಚ್ಛೆ ಪ್ರಬಲವಾಗಿದ್ದುದರಿಂದ ಎರಡು ಕಡೆಯೂ ನೋಟ ಹರಿಸಿದರು. ಒಂದು ತುದಿಯಲ್ಲಿ ಚಿಕ್ಕ ಮೆಡಿಕಲ್ ಶಾಪ್ ಕಂಡಿತು. ಅಲ್ಲಿ ಇದ್ದಿದ್ದು ಒಬ್ಬ ವ್ಯಕ್ತಿ ಮಾತ್ರ.

ಅತ್ತ ಧೈರ್ಯದಿಂದ ನಡೆದರು. ಇವರು ಅಂಗಡಿ ಪ್ರವೇಶಿಸಿ ನಿಲ್ಲುವ ವೇಳೆಗೆ ಆ ವ್ಯಕ್ತಿ ಇವರ ಕಡೆ ತಿರುಗಿದ.

"ನಮಸ್ಕಾರ ಸಾರ್... ತಾವೇನು ಇಲ್ಲಿ?" ಚಕ್ರವರ್ತಿ ಕ್ಲಿನಿಕ್‌ನ ರಾಜು. ಜಗದೀಶ್ ಮುಖ ಬಿಳಚಿಕೊಂಡಿತು. ಕಷ್ಟದಿಂದ ಸಾವರಿಸಿಕೊಂಡರು. "ವಿಕ್ಸ್, ಅಮೃತಾಂಜನ್ ಬೇಕಿತ್ತು..." ಯಾವುದು ಹೊಸದು ಜ್ಞಾಪಕ ಬರದಿದ್ದರಿಂದ ಅದೇ ಹೇಳಿದರು.

ಮುತುವರ್ಜಿ ವಹಿಸಿ ವಿಕ್ಸ್, ಅಮೃತಾಂಜನ್ ಜೊತೆ ಕೋಲ್ಡ್‌ಗೆ ತೆಗೆದುಕೊಳ್ಳಬಹುದಾದಂಥ ಮಾತ್ರೆಗಳನ್ನು ಕೂಡ ಸೇರಿಸಿ ಪ್ಯಾಕ್ ಮಾಡಿಸಿದ. ಸುಮ್ಮನೆ ಹಣ ತೆತ್ತರು.

"ಹೇಗಿದೆ ಸಾರ್ ಅಮ್ಮಾವ್ರಿಗೆ? ಮೊನ್ನೆ ಡಾಕ್ಟ್ರು ಸಾಹೇಬರು ಹೇಳಿದ್ರು, ನಾಳೆ ಭಾನುವಾರ ಹಳ್ಳಿಗೆ ಬರೋಣಾಂತ ಇದ್ದೆ. ಅದೇನು ಕಾಯಿ ಸಾರ್ ನಿಮ್ಮ ಮರಗಳದು. ಒಂದು ಕಾಯೊಡೆದರೆ... ಒಂದು ತಟ್ಟೆ ತುರಿ ಬೀಳೋದು" ಇವರ ಮರದ ಕಾಯಿಗಳನ್ನು ಹೊಗಳಿದ.

ಅವನು ಬಹಳ ಪಾಕಡಾ ಅಂತ ಆಗಾಗ ಚಕ್ರವರ್ತಿಗಳೇ ಹೇಳುತ್ತಿದ್ದರು. ಮದುವೆಗೇಂತ ನೂರು ತೆಂಗಿನಕಾಯಿ ಕೊಟ್ಟಿದ್ದರು. ಎರಡು ಮೂರು ತಿಂಗಳಿಗೊಮ್ಮೆ ಬಂದು ಕಾಯಿ ತರುತ್ತಿದ್ದ. ಅದರ ಜೊತೆ ಒಂದು ನಾಲ್ಕು ಎಳನೀರು, ತರಕಾರಿ, ಬಾಳೆಗೊನೆ ಏನು ಸಿಕ್ಕರೂ ಕಡೆಯಲ್ಲಿ ಮನೆಯ ಮುಂದೆ ಒಣಗಲು ಹರಡಿದ ಪರಕೆಯ ಕಡ್ಡಿಗಳನ್ನು ಕೂಡ ಕೇಳಿ ಕಟ್ಟಿಸಿಕೊಂಡಿದ್ದ.

ಅಂದು ಅಂಬಕ್ಕ ಇಡೀ ದಿನ ಗೊಣಗಿದ್ದಳು. "ಅಯ್ಯಯ್ಯೋ, ಇದು ಯಾವ ವರಸೆ! ಏನು ಸಿಕ್ಕರೂ ಬಿಡ. ಮನೆ ತೊಳೆಯೋಂಥ ಜನ. ಆಸೆ ಮನುಷ್ಯನ ಸಹಜ ಗುಣ. ದುರಾಸೆ.. ಇನ್ನೊಂದ್ಸಲ ಬರಲೀ, ನಾನೇ ಅವ್ನಿಗೆ ಬುದ್ಧಿ ಹೇಳ್ತೀನಿ."

ಆಕೆ ಹೇಳುವಂಥ ಗಡುಸುಗಾತಿಯೇ.

"ಹುಷಾರಾಗಿದ್ದಾರೆ. ನಾನು ಭಾನುವಾರದ ಹೊತ್ಗೇ ಹಳ್ಳಿಗೆ ಹೋಗೋಲ್ಲ. ಒಂದೆರಡು ಮದ್ವೆ ಇದೆ, ಇಲ್ಲೇ ಎಲ್ಲಾ ಮುಗ್ಸಿಕೊಂಡ್ಹೋಗ್ಬೇಕು" ಅಷ್ಟು ಹೇಳಲು ಸಮರ್ಥರಾದರು.

ಅವನದು ಒಂದು ರೀತಿಯ ಭಂಡತನ, "ಹೇಗೂ ಅಮ್ಮಾವ್ರು ಇರ್ತಾರಲ್ಲ, ನಾನೇ ಹೋಗ್ಬರ್ತೀನಿ" ಹೇಳಿದ.

ಸುಮ್ಮನಾಗಿಬಿಟ್ಟರು. ಈ ಸಲ ಹೋದರೆ ಕಾಯೆನು. ಒಂದು ಗೊರಟೆ ಕೂಡ ಅಂಬಕ್ಕ ಕೊಡೋಲ್ಲವೆಂದು ಅವರಿಗೆ ಗೊತ್ತು.

ಅವನಿಂದ ಬಿಡಿಸಿಕೊಂಡು ಹೋಟಲ್‌ನಲ್ಲಿ ತಿಂಡಿ ತಿಂದು ಮನೆಗೆ ಬಂದರು. ವಿಷಯ ಮುಟ್ಟಿದ ಚಕ್ರವರ್ತಿ ಆ ವೇಳೆಗೆ ಎರಡು ಸಲ ಫೋನ್ ಮಾಡಿದ್ದರು.

ಮತ್ತೊಮ್ಮೆ ಫೋನ್ ಬಂತು. ವಿಕ್ಸ್, ಅಮೃತಾಂಜನದ ಬಾಟಲ್‌ಗಳು ಅಣಕಿಸಿದವು.

"ಹೇಗಿದ್ದಾರೆ, ಅಂಬಕ್ಕ?" ಅವರ ಮೊದಲ ಪ್ರಶ್ನೆ.

"ಈಗ ಪರ್ವಾಗಿಲ್ಲ, ಎದ್ದು ಓಡಾಡಿಕೊಂಡಿದ್ದಾರೆ. ನಾನು ಆಸ್ಪತ್ರೆ, ಎಕ್ಸ್‌ರೇ ಅಂದ್ಕೊಂಡಿದ್ದೆ. ಏನೂ ಇಲ್ಲದೇನೇ ವಾಸಿ ಮಾಡಿಕೊಂಡ್ಲು" ಹೇಳಿದರು.

ಚಕ್ರವರ್ತಿ ದೊಡ್ಡ ನಗೆ ಹಾರಿಸಿದರು. "ಅದೇ ಕಣೋ, ಹಿಂದಿನೋರ ವಿಲ್ ಪವರ್, ಈಗಿನೋರು ನೆಗಡಿಯೆಂದರೆ ಆಸ್ಪತ್ರೆ, ಮಂಚ ಶುರು ಮಾಡ್ಕೋತಾರೆ. ಅರ್ಧ ಆಯಸ್ಸು ಅದರಲ್ಲೇ ಕಳ್ದು ಹೋಗುತ್ತೆ. ರಾತ್ರಿ ನೀನೇ ಬರ್ತೀಯೋ, ನಾನೇ ಬರಲೋ...?"

ಯಾಕೋ ಚಕ್ರವರ್ತಿ ಬರುವುದು ಅವರಿಗೆ ಬೇಡವೆನಿಸಿತು. "ನಾನೇ ನಿನ್ನ ಕ್ಲಿನಿಕ್ ಮುಚ್ಬೋ ಹೊತ್ಗೇ ಬರ್ತೀನಿ. ಹೇಗೂ ಅತ್ತಿಗೇನು ಮಾತಾಡಿಸಿದಂಗಾಗುತ್ತೆ" ಮೆಲ್ಲನೆ ಚುಡಾಯಿಸಿದರು. ಚಕ್ರವರ್ತಿಗಳ ಮುಖ ಆ ಸಂದರ್ಭದಲ್ಲಿ ಹೇಗೆ ಆಗಿರುತ್ತದೆಯೆಂದು ಕಲ್ಪಿಸಿಕೊಂಡರು. ನಗೆ ಬಂತು, "ಹೇಗೆ...?" ಮತ್ತೆ ಕೇಳಿದರು. ಫೋನ್ ಕುಕ್ಕಿದ ಸದ್ದು ಕೇಳಿಸಿತು.

ದಡದಡ ಬಾಗಿಲ ಮೇಲೆ ಕುಟ್ಟಿದ ಸದ್ದು ಕೇಳಿಸಿತು. ಅದು ಲಾವಣ್ಯನೇಂತ ಜಗದೀಶ್‌ಗೆ ಗೊತ್ತು. ಅವನಿಗಾಗಿ ಬಟ್ಟೆ ಖರೀದಿಸಿ ತಂದಿದ್ದಳು. ರಾಜ್‌ಕಪೂರ್ ತಮ್ಮ ಮೊದಲಿನ ಚಿತ್ರಗಳಲ್ಲಿ ಬಳಸಿದಂಥ ಹ್ಯಾಟ್, ಕೊಡೆಯನ್ನು ಬಹುಮಾನಿಸಿದ್ದಳು. ಅದಕ್ಕಿಂತ ಅವಳು ನೀಡುತ್ತಿದ್ದ ಸ್ನೇಹ ಅತ್ಯಂತ ಅಮೂಲ್ಯವೆಂದು ಅವರಿಗೆ ಗೊತ್ತು.

ಹೋಗಿ ಬಾಗಿಲು ತೆರೆದರು. ಒಂದು ಪಿಂಗಾಣಿ ಬಟ್ಟಲು ಹಿಡಿದು ನಿಂತಿದ್ದಳು.

"ನಾನು ಮಾಡಿದ ಸ್ಪೆಷಲ್. ಆಂಟಿಯ ಫೈನಲ್ ಟಚಸ್. ಟೇಸ್ಟ್ ನೋಡೋಕೇನು ತೊಂದರೆ ಇಲ್ಲ" ಇಬ್ಬನಿಯಲ್ಲಿ ತೊಯ್ದು ಗುಲಾಬಿ ಅರಳಿದಂತೆ ಬಾಯಿಬಿಟ್ಟಳು.

"ಯಾಕಾಗ್ಬಾರ್ದು!" ಎಂದರು ಮುಗುಳ್ನಗುತ್ತ.

ದಡದಡ ಒಳಗೆ ಹೋಗಿ ಎರಡು ಸಾಸರ್‌ಗಳಿಗೆ ಹಾಕಿಕೊಂಡು ಬಂದಳು.

"ಇದು ಸ್ಪೆಷಲ್ ಇಂಟರೆಸ್ಟ್ ನಳಪಾಕ. ಅಂಕಲ್, ಆಂಟೀಗೆ ಒಂದ್ಗಂಟೆ ಕೆಲ್ಸ ಕೊಟ್ಟೆ" ಉಲ್ಲಾಸವಾಗಿ ನಕ್ಕಳು. ಆಮೇಲೆ ನೆನೆಸಿಕೊಂಡು ನೆನೆಸಿಕೊಂಡು ಬಿದ್ದು ಬಿದ್ದು ನಕ್ಕಳು.

ಶುದ್ಧ ಬೆಳದಿಂಗಳಿನಂಥ ನಗುವಿನಲ್ಲಿ ಸುತ್ತಲ ಪ್ರದೇಶವೇ ಕೋರೈಸಿದಂತಾಯಿತು.

ನಡೆಯಲಾರದಷ್ಟು ದಢೂತಿತನ ನಾಯರ್ ಅವರ ಹೆಂಡತಿಯದು. ಎಲ್ಲರೂ ಕೊರಗಿ ಕೊರಗಿ ಸಣ್ಣಗಾದರೆ ಮಕ್ಕಳ ಚಿಂತೆಯಲ್ಲಿ ಸುಮ್ಮನೆ ಕೂತು ತಿಂದು ಆಕೆ ದಪ್ಪಗಾಗಿದ್ದರು.

ಸದಾ ಗಂಡ ಹೆಂಡತಿ ಕೂತು ವಿದೇಶದಲ್ಲಿ ನೆಲೆಸಿದ ಮಕ್ಕಳ ಬಗ್ಗೆ ಮಾತಾಡುವುದು, ಯೋಚಿಸುವುದು, ಅಳುವುದು. ಕಡೆಯಲ್ಲಿ ಅವರುಗಳಿಗೆ ಬೈಗಳು. ಇದೇ ರೋಟಿನ್ ವರ್ಕ್ ಅವರದು.

"ಮುಗೀತಾ ನಗು?" ಜಗದೀಶ್ ಕೇಳಿದ ಮೇಲೆಯೇ ಅವಳು ನಿಲ್ಲಿಸಿದ್ದು. "ನಮ್ಮ ಅಂಕಲ್‌ಗೆ ಒಂದು ಪ್ರಶ್ನೆ ಹಾಕಿದ್ದೆ, ಸೋತುಹೋದರು ಅವರದು ತೀರಾ ಸಣ್ಣ ಜಗತ್ತು. ನಿಮ್ಗೆ ಅದೇ ಪ್ರಶ್ನೆ ಹಾಕಲಾ? 'ಯೇ ಪರ್ ವೋ ಕಹಾಂಹೇ....' ಈ ಹಾಡು ಯಾವ ಚಿತ್ರದ್ದು? ಈ ಗೀತೆಗೆ ಅಭಿನಯಿಸಿದ ಕಲಾವಿದ ಯಾರು? ರಿಯಲೀ ಜೀನಿಯಸ್... ಇದಕ್ಕೂ ಇಪ್ಪತ್ತನಾಲ್ಕು ಗಂಟೆ ಸಮಯ. ಆಂಟೀ ಬ್ಲಡ್ ಪ್ರೆಷರ್ ಚೆಕ್ ಮಾಡ್ಬೇಕು. ನೀವು ತಿನ್ನಿ" ರೆಕ್ಕೆಗಳನ್ನು ಬಡಿದು ಹಾರುವ ಹಕ್ಕಿಯಂತೆ ಹೋಗಿಬಿಟ್ಟಳು.

ಕೈಯಲ್ಲೇ ಇದ್ದ ಸಾಸರ್‌ನ ಟೀಪಾಯಿ ಮೇಲಿಟ್ಟು ಹೋಗಿ ಬಾಗಿಲು ಹಾಕಿಕೊಂಡು ಬಂದರು.

ಇದುವರೆಗೆ ಲಾವಣ್ಯ ತನ್ನ ಬಗೆಗೆ ಏನೂ ಹೇಳಿಕೊಂಡಿರಲಿಲ್ಲ. ಎಂದೂ ನಾಯರ್ ವಿದೇಶದಲ್ಲಿ ನೆಲೆಸಿರುವ ಮಕ್ಕಳ ಬಗ್ಗೆ ಮಾತಾಡಿರಲಿಲ್ಲ. ಜಗದೀಶ್ ವ್ಯಕ್ತಿಗತ ವಿಷಯಗಳನ್ನು ಪ್ರಶ್ನಿಸಿರಲಿಲ್ಲ. ಅವಳ ಮಾತುಗಳು ಹರಿದಾಡುತ್ತಿದ್ದುದು ನಾಲ್ಕು ಗೋಡೆಗಳ ಮಧ್ಯದ ಬದುಕನ್ನು ಬಿಟ್ಟು ರಂಗುರಂಗಾಗಿ ಕೋರೈಸುವ ವರ್ಣಮಯ ವಿಷಯಗಳ ಬಗ್ಗೆ.

ತುಪ್ಪ, ದ್ರಾಕ್ಷಿ ಗೋಡಂಬಿ ಸುರಿದಿದ್ದರಿಂದ ತಿನಿಸು ರುಚಿಯಾಗಿಯೇ ಇತ್ತು. ತಿನ್ನೋವಾಗ ಗಂಟಲಲ್ಲಿ ಸ್ವಲ್ಪ ಭಾರದ ಅನುಭವವಾದರೆ, ತಿಂದ ಮೇಲೆ ನಾಲಿಗೆಯ ಮೇಲೆ ಒಂದು ಚೂರು ಹುಳಿ, ಅಂತೂ ಒಂದು ತೆರನಾಗಿತ್ತು.

ಹಾಗೂ ಹೀಗೂ ತಿಂದರು.

ಬಂದು ಹಾಸಿಗೆಯ ಮೇಲೆ ಉರುಳಿಕೊಂಡರು. ಅವರ ಜೀವನದಲ್ಲಿ ಬಂದ ಹೆಣ್ಣುಗಳು ನಾಲ್ವರು. ಸರಸ್ವತಿ, ಗಾಯತ್ರಿ, ಅಂಬಕ್ಕ, ಲಾವಣ್ಯ. ಸರಸ್ವತಿ ಏನೂ ಅನ್ನಿಸದೆಯೇ ಮರೆಯಾಗಿದ್ದಳು. ನಂತರದ ದಿನಗಳಲ್ಲಿ ದೃಢವಾಗಿ ನಿಲ್ಲಲು, ಗಾಯತ್ರಿ ಬೆಳೆಯಲು ಶ್ರಮಿಸಿದವರು ಆಕೆಯೇ. ಮಾತು ಕಠಿಣವಾದರೂ ಮಮತೆ ಸಾಗರದಷ್ಟು. ಇನ್ನು ಗಾಯತ್ರಿ ಮಾತಾಡಿದರೂ ನಕ್ಕರೂ ತಮಗಾಗಿಯೇ ಎಂದು ಉಬ್ಬಿ ಹೋಗುವ ತಂದೆಯಾಗಿದ್ದರು. ಈಗ ಲಾವಣ್ಯ.... ಒಂದು ನಿಲುವಿಗೆ ಬರದಾದರು. ಸ್ವಂತ ಬದುಕನ್ನು ಬಿಟ್ಟು ಬೇರೆಡೆ ಅವರ ಆಸಕ್ತಿ ಹೊರಳಿಸಿದವಳು.

ಗಾಳಿ ಬಂದು ಅವರನ್ನು ತಟ್ಟಿದಂತಾಯಿತು. "ಹಲೋ ಹ್ಯಾಂಡ್‌ಸಮ್" ಲಾವಣ್ಯಳ ದನಿ. ಆ ದನಿಯೇ ಅವರಲ್ಲಿ ಚೈತನ್ಯವನ್ನು ತುಂಬುತ್ತಿತ್ತು.

ಬಲವಂತದಿಂದ ನಿದ್ರಿಸಲು ಪ್ರಯತ್ನಿಸಿ ಎದ್ದು ಕೂತರು. ಹಾಲ್‌ಗೆ ಬಂದರು. ಗೇಟಿನ ಸದ್ದಾಯಿತು. ಕಿಟಕಿಯಿಂದ ಒಂದು ಕಾಗದ ಬಂದು ಅವರ ಕಾಲ ಬಳಿ ಬಿತ್ತು.

ಪುಟ್ಟ ಚೀಟಿಯಲ್ಲಿ ಎರಡು ಸಾಲುಗಳು, 'ಯೇ ಕೂಚೇ ಯೇ ನೀಲಾಮ್ ಘರ್ ದಿಲ್‌ಕಾಶ್ ಕೇ.... ಜಿನೇ ನಾಚ್ ಹೈ ಹಿಂದ್ ಪರ್ ವೋ ಕಹಾಂ ಹೈ' ಎರಡು ಸಲವಲ್ಲ, ನಾಲ್ಕು ಸಲವಲ್ಲ, ಹತ್ತು ಸಲವಾದರೂ ಓದಿದರು. ಹಳ್ಳಿಯಲ್ಲಿದ್ದ ಮುಸಲ್ಮಾನ್ ಜನಾಂಗದವರೊಂದಿಗೆ ಕೂಡ ಕನ್ನಡದಲ್ಲಿಯೇ ಮಾತಾನಾಡುತ್ತಿದ್ದುದು. ಉರ್ದು ಮೂಲಕವಾದರೂ ಹಿಂದಿಯ ಅರ್ಥ ಕಂಡುಕೊಳ್ಳುತ್ತಿದ್ರು. ಈಗ ಅದು ಗೊತ್ತಿಲ್ಲ. ಅವರಿಗೆ ಈಗ ಭಾಷೆಗಳ ಕಲಿಯುವಿಕೆ ಎಷ್ಟು ಅಗತ್ಯವೆಂದು ಎನ್ನಿಸಿತು. ಮಿಡಲ್ ಸ್ಕೂಲ್ ಹೈಸ್ಕೂಲ್‌ನಲ್ಲಿ ಹಿಂದಿ ಕಂಪಲ್‌ಸರಿ ಅಲ್ಲದಿದ್ದರೂ, ಅದರ ಕಲಿಯುವಿಕೆ ಇತ್ತು. ಆದರೆ ಅಷ್ಟು ಮುತುವರ್ಜಿ ವಹಿಸಿ ಕಲಿತಿರಲಿಲ್ಲ.

ಯಾಕೋ ಏನೋ ಆ ಭಾಷೆ ಕಲಿಯುವಿಕೆಯಲ್ಲಿ ಆಸಕ್ತಿ ಮೂಡಿತು.

ನೆನಪಾದ ಅಕ್ಷರಗಳನ್ನೆಲ್ಲ ಗುರುತು ಹಾಕಿಟ್ಟರು. ನಂತರ ಒಂದಿಷ್ಟು ಸುಖವಾದ ನಿದ್ದೆ.

ಬೆಳಿಗ್ಗೆ ಎದ್ದಾಗ ಎದೆಯ ಭಾರವಾಗಲಿ, ಯಾವುದೇ ರೀತಿಯ ದುಗುಡವಾಗಲಿ ಇರಲಿಲ್ಲ. ಫ್ರೆಷ್ಷಾಗಿ ಸ್ನಾನ, ಬಂದ ಹಾಲು ಪ್ಯಾಕೆಟನ್ನು ಒಡೆದು ಕಾಫೀ ಮಾಡುವ ಹೊತ್ತಿಗೆ ಫೋನ್ ಸದ್ದು...

ಚಕ್ರವರ್ತಿಯದೆಂದು ಗೊತ್ತು. "ಹಲೋ, ಗುಡ್ ಮಾರ್ನಿಂಗ್ ಡಿಯರ್... ಫ್ರೆಂಡ್" ಇವರೇ ಹೇಳಿದಾಗ, "ವಾ... ವಾ... ಅಂತು ನಾನು ಇಲ್ಲಿ ಫೋನ್ ಹಿಡಿದ ಸ್ಪರ್ಶ...." ಜೋರು ನಗೆ. "ಅಂಥದ್ದೇನಿಲ್ಲ, ನಿನ್ನ ಬಿಟ್ಟು ನಂಗೆ ಇಲ್ಲಿ ಏನು, ಎಲ್ಲೂ ಫೋನ್ ಮಾಡೋಕೆ ಯಾರಿದ್ದಾರೆ? ಫೋನ್ ಇಟ್ಟಿರೋ ಶ್ರೀಮಂತ ಗೆಳೆಯ ಅಂದರೆ ನೀನೊಬ್ಬನೇ. ಯಾಮ್ ಐ ಕರೆಕ್ಟ್..." ಅದೇ ನಗು. "ಬ್ರೇಕ್ ಫಾಸ್ಟ್‌ಗೆ ಶ್ರೀಮತಿಯವ್ರು ನಿನ್ನ ಇಲ್ಲಿಗೆ ಆಹ್ವಾನಿಸೋಕೆ... ಹೇಳಿದ್ದಾರೆ" ಎಂದವರು ತೀರಾ

ಮೆಲು ಸ್ವರದಲ್ಲಿ "ನೀನು ತಂದುಕೊಟ್ಟ ಕಾಯಿ ಕೊಬ್ಬರಿ ಆಗಿಹೋಗಿದೆ. ಹಬ್ಬ ಹತ್ರ ಬರ್ತಾ ಇದೆಯಲ್ಲ... ಬಾಳೆಗೊನೆ, ದಿಂಡು, ಜೊಂಡು... ಇತ್ಯಾದಿ ಇತ್ಯಾದಿ ಜ್ಞಾಪಿಸೋದು ಕೂಡ ಇರುತ್ತೆ" ಜಗದೀಶ್‌ಗೆ ನಗು ಬಂತು. ನಂತರ ಹಿಂದಿನ ಸ್ವರ, "ಏನಯ್ಯಾ, ಬರ್ತೀಯ ತಾನೇ! ಇಡ್ಲಿ, ವಡೆ, ಸಾಂಬಾರ್, ಚಟ್ನಿ ಇವೆಲ್ಲ ಇದೆ."

ಈಗ ಜಗದೀಶ್‌ಗೆ ಹೋಗುವ ಮನಸ್ಸು ಇರಲಿಲ್ಲ. "ಬೇಡ, ನಾನೇ ಚಪಾತಿ ಹಿಟ್ಟು ಕಲಿಸಿದ್ದೀನಿ. ಪಲ್ಯ, ಚಟ್ನಿ ಮಾಡೋದೇನು ಕಷ್ಟವಲ್ಲ. ಅದು ಇಡೀ ದಿನದ ಅಡಿಗೆ ಆಗುತ್ತೆ. ಬೇಕಾದ್ರೆ... ನೀನು ಬಾ" ಎಂದರು.

ಆ ಕಡೆಯಿಂದ ಬಂದಿದ್ದು ಜಗದೀಶ್ ಮಾತುಗಳಿಗೆ ಪ್ರತಿಕ್ರಿಯೆ ಅಲ್ಲ. "ಮದ್ವೆಗೆ ಹೋಗ್ತಾ... ಸಂಜೆ ಭೇಟಿಯಾಗೋಣ" ಫೋನಿಟ್ಟುಬಿಟ್ಟರು.

ಜಗದೀಶ್ ನಕ್ಕು ಫೋನಿಟ್ಟರು. ಚಕ್ರವರ್ತಿ ಹೆಂಡತಿಯ ಬಿಗಿ ಮುಷ್ಟಿಯಲ್ಲಿ. ಗೆಳೆಯನ ಮಹತ್ವಾಕಾಂಕ್ಷೆಗೆ ಪ್ರೋತ್ಸಾಹ ನೀಡಿದ್ದರೇ ಇಡೀ ಸಿಟಿಗೆ ಹೆಸರಾಂತ ನರ್ಸಿಂಗ್ ಹೋಂ ಇವರದಲ್ಲದಿದ್ದರೂ ಅವುಗಳ ಸಾಲಿಗೆ ನಿಲ್ಲುವಂಥ ನರ್ಸಿಂಗ್ ಹೋಂ ಇವರದಾಗಬಹುದಿತ್ತು. ಅದು ಕೈ ತಪ್ಪಿ ಹೋಗುವುದಕ್ಕೆ ಆಕೆಯ ವಿಪರೀತ ನಂಬಿಕೆಳ ಕಾಟ.

"ನನ್ನ ಹಣೆಬರಹ ಇಷ್ಟೇ ಜಗದೀಶ್. ದಿಸ್ ಈಸ್ ಮೈ ಫೇಟ್. ಇದು ನನ್ನ ವಿಧಿ ಅಲ್ದೇ ಮತ್ತೇನು. ಮೂಲೆ ಸಂದಿಯ ಈ ಹಳೇ ಕ್ಲಿನಿಕ್, ಹಳೇ ಫಿಯಟ್..." ತೀರಾ ಬೇಸತ್ತ ದಿನ ಹಣೆ ಚಚ್ಚಿಕೊಳ್ಳುತ್ತಿದ್ದರು.

ಕೆಲವು ವಿಷಯಗಳಲ್ಲಾದರೂ ಹೆಂಡತಿ ಹಾಕಿದ ಲಕ್ಷ್ಮಣ ರೇಖೆಯನ್ನು ಅವರು ದಾಟಬಹುದಿತ್ತು. ಯಾಕೆ? ಯಾವ ಪ್ರತಿಭಾವಂತರು ಇದಕ್ಕೆ ಉತ್ತರ ಹೇಳಬಾರದು. ಅವು ಸತ್ಯದ ಹತ್ತಿರ ಕೂಡ ಸುಳಿಯಲಾರವು.

ತಾವೇ ಚಪಾತಿ ಹಿಟ್ಟು ಕಲಸಿ, ಆಲೂಗಡ್ಡೆ ಬೇಯಲು ಹಾಕೋ ವೇಳೆಗೆ ಲಾವಣ್ಯ ಹಾಜರ್.

"ನಾನು ಹೆಲ್ಪ್ ಮಾಡಲಾ? ಮೊನ್ನೆ ಭರಣಿಗೂ ಚಪಾತಿ ಮಾಡಿಕೊಟ್ಟಿದ್ದೀನಿ" ಹಿಟ್ಟನ್ನು ಹತ್ತಿರಕ್ಕೆಳೆದುಕೊಂಡು ಉಂಡೆ ಮಾಡತೊಡಗಿದಳು. ಜಗದೀಶ್‌ಗೆ ಅನ್ನಿಸಿತು. ಅವಳಿಗೆ ಏನಾದರೂ ಪ್ರೆಸೆಂಟೇಷನ್ ಕೊಡಿಸಬೇಕೆಂದು, "ಲಾವಣ್ಯ, ಆರ್ ಯು ಫ್ರೀ?" ಕೇಳಿದರು. ಅಂಗೈಯಲ್ಲಿದ್ದ ಉಂಡೆಯೊಂದಿಗೆ ಚಪ್ಪಾಳೆ ತಟ್ಟಿದಳು. "ಫಿಲಂ ತೋರಿಸ್ತೀರಾ, ಹೊಸದಲ್ಲ.... ತೀರಾ ಓಲ್ಡ್. ಚೌದ್ ವೀನ್ ಕಾ ಚಾಂದ್.. ಅಂಥ ಮ್ಯಾಜಿಕ್ ಟ್ಯೂನಿಂಗ್ ಇರೋ ಫಿಲಂ"

ಆರಾಮಾಗಿ ನಕ್ಕುಬಿಟ್ಟರು ಜಗದೀಶ್.

"ಅಲ್ಲ, ಷಾಪಿಂಗ್‌ಗೆ..." ಎಂದರು.

ಒಂದೆರಡು ಕ್ಷಣ ಸುಮ್ಮನಿದ್ದು, "ಆಂಟೀನ ಚೆಕಪ್‌ಗೆ ನರ್ಸಿಂಗ್ ಹೋಂಗೆ

ಕರ್ಕೊಂಡ್ಹೋಗ್ಬೇಕು. ಅಂಕಲ್‌ಗೆ ಆಯುರ್ವೇದಿಕ್ ಮೆಡಿಸಿನ್ ತರ್ಬೇಕು. ಇವೆರಡು ಈವ್ನಿಂಗ್... ಬೇಡ ಬೇಡ, ಈಗ್ಲೇ ಮುಗ್ಸಿ ಬಂದ್ಬಿಡ್ತೀನಿ" ಕೈಯಲ್ಲಿನ ಚಪಾತಿಯ ಉಂಡೆಯನ್ನು ಡಬರಿಯಲ್ಲಿ ಹಾಕಿ ಓಡಿಬಿಟ್ಟಳು.

ತಿಂಡಿ ಮಾಡಿಟ್ಟ ಜಗದೀಶ್ ಸ್ನಾನ ಮುಗಿಸಿ ಬ್ಯಾಂಕ್‌ಗೆ ಹೋಗಿ ಬಂದರು. ಸುಮಾರು ಒಂದು ಲಕ್ಷದಷ್ಟು ಹಣವನ್ನು ಡ್ರಾ ಮಾಡಿಕೊಂಡು ಬಂದಿದ್ದರು.

ಕ್ಷಣಕ್ಷಣವು ಕಾದರು. ಇಂದಿನ ಕಾಯುವಿಕೆಯಲ್ಲಿ ಅತ್ಯಂತ ಸುಖವಿತ್ತು. ಮತ್ತೇನೋ ನೆನಪು ಮಾಡಿಕೊಂಡು ಮೆಡಿಕಲ್ ಶಾಪ್ ಹುಡುಕಿಕೊಂಡು ಹೋಗಿ ಸಂಕೋಚ, ನಾಚಿಕೆಗಿಂತ ಅವರಲ್ಲಿ ಯಾವುದೋ ಪ್ರಬಲ ಉತ್ಸಾಹದ ಪ್ರೇರೇಪಣೆ ಇದ್ದುದ್ದರಿಂದ ಬೆವರುತ್ತಲೇ ಹೇರ್ ಡೈ ಖರೀದಿಸಿ ತಂದರು.

ತಿಳುವಳಿಕೆಯ ಪತ್ರವನ್ನು ಒಂದಲ್ಲ ನಾಲ್ಕು ಸಲ ಓದಿ ಡೈಯನ್ನು ತಮ್ಮ ಕೂದಲಿಗೆ ಹಚ್ಚಿ ಕನ್ನಡಿಯಲ್ಲಿ ತಮ್ಮ ರೂಪವನ್ನು ನೋಡಿ ಬೆರಗಾದರು. "ಯು ಆರ್ ಯಂಗ್" ಪ್ರತಿಬಿಂಬ ಘೋಷಿಸಿದಂತಾಯಿತು. ಮೈ ಮರೆತುಬಿಟ್ಟರು.

ತಾವೆಷ್ಟು ಸುಂದರ! ಕೈ ಹಿಡಿದವಳು ಎಂದೂ ಹೇಳಿರಲಿಲ್ಲ! ಎಲ್ಲಾ ಕೋನಗಳನ್ನು ಬದಲಾಯಿಸಿ ತಮ್ಮ ಪ್ರತಿಬಿಂಬವನ್ನು ನೋಡಿಕೊಂಡರು. ಕನ್ನಡಿಯ ಮುಂದೆ ನಿಂತು ಸಮಯ ವ್ಯಯಿಸುವುದರಲ್ಲಿ ಎಂಥ ಖುಷಿ ಸಿಗುತ್ತದೆಯೆಂದು ಇಂದೇ ಅವರಿಗೆ ಗೊತ್ತಾಗಿದ್ದು.

ಬಾಗಿಲ ಮೇಲೆ ಲಾವಣ್ಯಳ ಕುಟ್ಟುವಿಕೆಯ ಸದ್ದು, ರೋಮಾಂಚಿತರಾದರು. ಇಪ್ಪತ್ತು ವರ್ಷದಷ್ಟು ಅವರ ಪ್ರಾಯ ಹಿಂದಕ್ಕೆ ಸರಿದಂತಾಯಿತು. ಮೈಯಲ್ಲಿ ಚೈತನ್ಯದ ಹುರುಪು.

ಬಾಗಿಲು ತೆಗೆಯಲು ಚಿಲಕದ ಮೇಲೆ ಕೈಯಿಟ್ಟ ಕೈ ಕಂಪಿಸಿದಂತೆ ಕಂಡಿತು. ಅದರ ಮೇಲೆ ಮತ್ತೊಂದು ಕೈಯಿಟ್ಟು ತಮ್ಮ ಸಂಶಯವನ್ನು ದೃಢಪಡಿಸಿಕೊಂಡರು. ಪಟಪಟ ಇನ್ನು ನಾಲ್ಕು ಬಾರಿ ಬಾಗಿಲು ಕುಟ್ಟಿದಳು. ತೆಗೆದು ಹಿಂದಕ್ಕೆ ಸರಿದರು.

"ಇನ್ನು ರೆಡಿಯೇ ಆಗಿಲ್ಲ! ಬಿ ಕ್ವಿಕ್..." ತನ್ನ ಹೈ ಹೀಲ್ಡ್ ಸರಿಪಡಿಸಿಕೊಳ್ಳಲು ಕೆಳಗೆ ಬಗ್ಗಿದಾಗ ಅಲ್ಲಿಂದ ಪರಾರಿಯಾಗಲು ಅವಕಾಶವಾಯಿತು. "ಈಗ್ಬಂದೆ..." ಮಾಮೂಲಿ ಪ್ಯಾಂಟ್, ಷರಟು ತೊಟ್ಟು ಬಂದಾಗ "ನೋ, ಏನೇನು ಚೆನ್ನಾಗಿಲ್ಲ. ನಾನು ತಂದ ಸೂಟ್‌ನ ಹಾಕ್ಕೊಂಡ್ ಬನ್ನಿ" ಅಧಿಕಾರದಿಂದ ಹೇಳಿದಳು. ಅವರಿಗೂ ಅಂಥ ಮನಸ್ಸಿತ್ತು. ಸಂಕೋಚ ತಡೆದಿತ್ತು. "ಓಕೆ.. ಓಕೇ..." ಕೋಣೆಗೆ ನಡೆದರು.

ಧರಿಸಿ ಹೊರಗೆ ಬಂದಾಗ ಅವರಿಗೆ ಮುಜುಗರವಾಯಿತು. "ಗುಡ್, ತುಂಬ ಚೆನ್ನಾಗಿದೆ" ಕಣ್ಣರಳಿಸಿ ಹೇಳಿದಳು.

ಬಾಗಿಲ ಬಳಿ ಬಂದವಳು ತಕರಾರು ತೆಗೆದಳು. "ನಿಮ್ಮ ಡ್ರೆಸ್‌ಗೆ ಚಪ್ಪಲಿ ಸೂಟ್ ಆಗೋಲ್ಲ. ಷೂನೇ ಬೇಕು." ಆ ವೇಳೆಗೆ ನಾಯರ್ ಮನೆ ಆಳು ಬಂದು ಕರೆದ "ಅಮ್ಮ... ಕರೀತಾರೆ..."

ಬಾಗಿಲಿನಿಂದ ಹೊರಗೆ ಹೋದವಳು "ಬೇಗ... ಬೇಗ..." ಅವಸರಿಸಿ ಹೋದಳು.

ಗಾಯತ್ರಿಗೆ ಚಪ್ಪಲಿ ಕೊಡಿಸಲು ಹೋದಾಗ ಒಂದು ಜೊತೆ ಷೂ ಅವರನ್ನು ಆಕರ್ಷಿಸಿತ್ತು. "ಆ ಷೂ ಚೆನ್ನಾಗಿದೆ.." ಮಗಳ ಮುಂದೆ ಅಂದಿದ್ದರು. ಚಪ್ಪಲಿಗಳ ಆಯ್ಕೆಯಲ್ಲಿದ್ದ ಅವಳು "ತಗೊಳ್ಳಿ.." ಎಂದುಬಿಟ್ಟಿದ್ದರೂ ಮನೆಗೆ ಬಂದ ಮೇಲೆ ಷೂಗಳನ್ನು ನೋಡಿ ನಕ್ಕುಬಿಟ್ಟಿದ್ದಳು. "ಎಲ್ಲಿಗೆ ಹಾಕ್ಕೊಂಡ್ ಹೋಗ್ತೀರಾ ಅಪ್ಪ, ಸುಮ್ನೇ ಹಣ ದಂಡವಾಯ್ತು" ಶೂಗಳನ್ನು ಅವರ ಮುಖದ ಮೇಲೆ ಎಸೆದಂತಾಗಿತ್ತು. ಪ್ಯಾಕನ್ನು ಬಿಚ್ಚದೇ ಮೂಲೆಯಲ್ಲಿ ಒತ್ತಟ್ಟಿಗೆ ಸೇರಿಸಿದ್ದರು. ಇಂದು ಉಪಯೋಗಕ್ಕೆ ಬಂತು.

ಬಟ್ಟೆಯಲ್ಲಿ ಒರೆಸಿ ಹಾಕಿಕೊಂಡರು. ನಡೆದು ನೋಡಿದರು. ಕಿರಿಕಿರಿಯೆನಿಸಿದರೂ ಆಕಾಶದಲ್ಲಿ ತೇಲಾಡುವ ಅನುಭವ.

"ಜಗದೀಶ್..." ಬಾಗಿಲಿಗೆ ಬಂದವಳು ಹರ್ಷದಿಂದ ಉದ್ಗರಿಸಿದಳು "ಗುಡ್ ಮ್ಯಾಚಿಂಗ್, ಬನ್ನಿ... ಬನ್ನಿ..." ಅವಸರಿಸಿ ಹೊರಡಿಸಿದಳು.

ದಾರಿಯುದ್ದಕ್ಕೂ ಚಿನಕುರುಳಿ ಹುರಿದಂತೆ ಮಾತಾಡುತ್ತಿದ್ದಳು. ಕಾಲುಗಳನ್ನು ಮಾಮೂಲಾಗಿ ಎತ್ತಿಡಲು ಜಗದೀಶ್‌ರಿಂದಾಗುತ್ತಿರಲಿಲ್ಲ.

"ನಂಗೆ ಷೂ..." ಶುರುವಿನಲ್ಲಿಯೇ ಜಗದೀಶ್ ಮಾತನ್ನು ತಡೆದಳು. "ಕೆಲವು ಅನಿವಾರ್ಯ... ಒಂದಷ್ಟು ನಮ್ಮ ಖುಷಿಗೆ. ಮಿಕ್ಕಿದ್ದು ಸಮಾಜ, ಶಿಸ್ತು... ಅದಕ್ಕೆ ಇದಕ್ಕೇಂತ. ನಮ್ಮ ವಿಶ್ವ ವಿಖ್ಯಾತ ಕಲಾವಿದರಾದ ಶ್ರೀ ಹುಸೇನ್ ಬರಿಗಾಲಿನಲ್ಲಿ ಬಂದರೂಂತ ಒಂದು ಮುಂಬೈ ಪ್ರತಿಷ್ಠಿತ ಸಂಸ್ಥೆ ಶಿಷ್ಟಾಚಾರದ ಆಪಾದನೆಯೊಡ್ಡಿ ಭೋಜನ ಕೂಟದಲ್ಲಿ ಅವರು ಭಾಗವಹಿಸದಂತೆ ಅಡ್ಡಿಪಡಿಸಿತು. ಅನ್ನೋ ವಿಷ್ಯ ಪತ್ರಿಕೆಗಳ ಚೌಕಟ್ಟಿನಲ್ಲಿ ಪ್ರಕಟವಾಗಿತ್ತು. ಇದೊಂದು ಸ್ಯಾಂಪಲ್ ಅಷ್ಟೇ. ಅಂಥ ಲೋಕವಿಖ್ಯಾತ ಕಲಾವಿದರಿಗೂ... ಅವಳ ಮಾತು ಮುಗಿಯುವ ಮುನ್ನವೇ ಆಟೋ ಗುದ್ದುವಂತೆ ಬಂದು ತಕ್ಷಣ ಪಕ್ಕಕ್ಕೆ ಸರಿದು ಹೋಯಿತು. ತಪ್ಪು ಅದರ ಡ್ರೈವರ್‌ದು. ಆದರೂ ಗೊಣಗಿದ್ದು ಕೇಳಿಸಿತು.

ಜ್ಯುಯಲರಿ ಶಾಪ್ ಹೊಕ್ಕಿದ್ದು. ನೆಕ್ಲೆಸ್, ಬಳೆಯಿಂದ ಹಿಡಿದು ಕಿವಿಯ ಒಡವೆ, ಉಂಗುರದವರೆಗೂ ತೋರಿಸಿದರು. ಅವಳು ಬೇಡವೆಂದು ತಲೆಯಾಡಿಸಿಬಿಟ್ಟಳು. ಕಡೆಗೆ ಅಂಬಕ್ಕ ಹೇಳಿದ್ದು ಜ್ಞಾಪಿಸಿಕೊಂಡರು.

"ಗೌರಿ ಕಿವಿಯಲ್ಲಿ ಯಾವ್ದೋ ಸವಕಲು ಎಣ್ಣೆ ಇಳಿದ ಓಲೆ ಇದೆ. ಒಂದು ಜೊತೆ ವಾಲೆ ತಗೊಂಡ್ಬಂದು ಕೊಡು..." ಎಂದಿದ್ದರು.

ಸರಸ್ವತಿಯ ಸಮಸ್ತ ಒಡವೆಯನ್ನು ಮದುವೆಯಲ್ಲಿ ಗಾಯತ್ರಿಗೆ ಕೊಟ್ಟುಬಿಟ್ಟಿದ್ದರು. ಅದು ಅಂಬಕ್ಕನ ನೋಟೀಸ್‌ಗೆ ಬರದೇ ನಡೆದುಹೋದದ್ದು.

ಆಮೇಲೆ ಆಕೆ ಆಕ್ಷೇಪಿಸಿದರು "ನಿಂಗೆ ಸ್ವಲ್ಪವಾದ್ರೂ ತಲೆ ಬೇಡ್ವಾ! ಅವೆಲ್ಲಾ

ಹಳೇ ಒಡ್ವೆಗಳು ಗಾಯತ್ರಿ ಹಾಕೋಲ್ಲ. ಅವ್ಳಿಗೆ ಯಾಕೆ ಕೊಡೋಕ್ಕೋದೆ?" ಜಗದೀಶ್‌ಗೆ ಏನೂ ಅರ್ಥವಾಗಲಿಲ್ಲ. "ಮತ್ತೆ ಯಾರಿದ್ದಾರೆ ಅವನ್ನೆಲ್ಲ ಹಾಕಿಕೊಳ್ಳೋಕೆ? ಅವ್ಳಿಗೆ ಸೇರಬೇಕಾದ್ದು ಕೊಟ್ಟು ಬಿಟ್ಟಿದ್ದೀನಿ. ಏನು ಬೇಕಾದ್ರೂ ಮಾಡ್ಕೊಳ್ಳಿ..." ಎಂದಾಗ ಹಾಲಿನಂಥ ಮನಸ್ಸಿನ ಇವರಿಗಾಗಿ ಮರುಗಿದ್ದರು.

"ಲೋಕನ ಬಲ್ಲವನಲ್ಲ ಬಿಡು" ನೊಂದು ಹೇಳಿದ್ದರು.

ಒಂದು ಜೊತೆ ಸಾಧಾರಣ ಓಲೆಯನ್ನು ಖರೀದಿಸಿ ಬಿಲ್ಲಿಗೆ ಹಣ ತೆತ್ತು ಬಂದರು ಹೊರಗಡೆ ನಿಂತ ಲಾವಣ್ಯ ಎದುರು ಕಾಂಪ್ಲೆಕ್ಸ್‌ನತ್ತ ನೋಟವರಿಸಿ ನಿಂತಿದ್ದಳು.

ಒಂದು ಲಕ್ಷದವರೆಗಿನ ಯಾವ ಆಭರಣವನ್ನಾರಿಸಿದ್ದರು ಅವರಿಗೆ ಸಂತೋಷ ವಾಗುತ್ತಿತ್ತು. ಯಾಕೋ ಒಂದು ರೀತಿಯ ನಿರಾಸೆ.

ಸ್ಯಾರಿ ಹೌಸ್‌ಗೆ ಕರೆದೊಯ್ದರು. ಬಣ್ಣ, ಒಡಲು ನೋಡಿದಳೇ ವಿನಃ ಇಷ್ಟವಾಗಲಿಲ್ಲವೆಂದು ತಲೆಯಾಡಿಸಿಬಿಟ್ಟಳು.

"ಯಾವುದಾದ್ರೂ ಒಂದು ಸೀರೆ ಆರಿಸ್ಕೋ."

"ಒಂದೂ ಇಷ್ಟವಾಗ್ಲಿಲ್ಲ" ಸರಳವಾಗಿ ಹೇಳಿಬಿಟ್ಟಳು.

ಬರೀ ತಿರುಗಿದ್ದಷ್ಟೇ ಲಾಭ ಒಂದು ರೆಸ್ಟೋರೆಂಟ್‌ಗೆ ಹೋದರು. "ನಿಂಗೇನು ಇಷ್ಟ?" ಮೊದಲ ಸಲ ಒಬ್ಬ ಯುವತಿಯನ್ನು ಕೇಳುವ ಅವಕಾಶ ತಣ್ಣನೆಯ ನಗೆ ಬೀರಿದಳು "ಕೋಲ್ಡ್ ವಾಟರ್..." ಜಗದೀಶ್ ಕೂಡ ನಕ್ಕರು.

ಅವರದು ಡ್ಯಾಮಿನೇಟಿಂಗ್ ಸ್ವಭಾವವಲ್ಲ. ಪರಿಸ್ಥಿತಿಗಳು, ಸಂದರ್ಭಗಳು, ಸುತ್ತಲ ವಾತಾವರಣ ಅವರನ್ನು ಒಂದು ವರ್ತುಲದಲ್ಲಿ ನಿಲ್ಲಿಸಿತ್ತು.

ಬರೀ ಹಣ್ಣಿನ ರಸ ಕುಡಿದು ಎದ್ದು ಬಂದರು.

ದಾರಿಯಲ್ಲಿ ಒಂದಿಷ್ಟು ಪುಸ್ತಕ, ಮ್ಯಾಗಝೀನ್‌ಗಳನ್ನು ಖರೀದಿಸಿ ತಾನೇ ಹಣ ಕೊಟ್ಟಳು ಜಗದೀಶ್ ತಡೆಯುವ ಮುನ್ನವೇ.

ಎಷ್ಟೋ ಸಲ ನೋಡಿದ್ದರು. ಸಿಟಿಗೆ ಹೋದಾಗಲೆಲ್ಲ ಮ್ಯಾಗಝೀನ್, ಪುಸ್ತಕಗಳನ್ನು ಹೊತ್ತು ತರುತ್ತಿದ್ದಳು. ನೂರಾರು, ಕೊನೆಗೆ ಸಾವಿರಾರು ರೂಪಾಯಿಗಳಾದರೂ ಹೆಚ್ಚಲ್ಲ.

ಪೇಪರ್‌ನವರೇ ಆ ಮನೆಗೆ ಬಂದ ಹೊಸದರಲ್ಲಿ ತಾವು ಏಜೆಂಟರಾಗಿರುವ ಎರಡು ಕನ್ನಡ ವಾರಪತ್ರಿಕೆ, ಒಂದು ಮಾಸ ಪತ್ರಿಕೆ, ಎರಡು ಇಂಗ್ಲಿಷ್ ಪತ್ರಿಕೆಗಳನ್ನು ಹಾಕುವುದಾಗಿ ಹೇಳಿದರು.

ಓದುವ ಹವ್ಯಾಸ, ಅಭ್ಯಾಸವಿಲ್ಲದ ಇವರು 'ಬೇಡ'ವೆನ್ನಲಾಗದೆ ಹೋಗಿದ್ದರು. ಆದರೆ ಗಾಯತ್ರಿ ಕೂಗಾಡಿದ್ದಳು "ಅಷ್ಟೊಂದು ಪತ್ರಿಕೆಗಳು ನಮಗ್ಯಾಕೆ? ಸದ್ಯಕ್ಕೆ ನನ್ನ ಸಿಲಬಸ್ ಓದಿದರೆ ಸಾಕು" ಮರುದಿನ ಕಾದಿದ್ದು ಪೇಪರ್ ಬಿಟ್ಟು ಬೇರೇನು ಬೇಡವೆಂದು ಹೇಳಿದ್ದಳು.

ಲಾವಣ್ಯ, ಗಾಯತ್ರಿಯ ಮಧ್ಯದ ವ್ಯತ್ಯಾಸವನ್ನು ತೂಗಿ ನೋಡಿದರು. ಗಾಯತ್ರಿ ಡೊನೇಷನ್ ಕೊಟ್ಟು ಮೆಡಿಸಿನ್‌ಗೆ ಸೇರಿಕೊಂಡವಳು. ಲಾವಣ್ಯಳ ವಿದ್ಯಾಭ್ಯಾಸದ ಬಗ್ಗೆ ಅವರಿಗೆ ಗೊತ್ತಿಲ್ಲ. ಪ್ರಶ್ನಿಸುವ ಧೈರ್ಯ ಮೊದಲೇ ಇಲ್ಲ. ಮಾತುಗಳ ನಡುವೆ ತೂರಿ ಬರುತ್ತಿದ್ದ ವಿಷಯಗಳಿಗೆ ಯಾರಾದರೂ ಬೆರಗಾಗಬೇಕಿತ್ತು.

ಅದೂ ಇದೂ ಎಂದು ಕೇಳಿ ಸೋತು "ಪ್ಲೀಸ್, ಏನಾದ್ರೂ ತಗೋ..." ಬಲವಂತ ಮಾಡಿದರು. ಒಂದು ಕಡೆ ಲಾವಣ್ಯಳ ಮುಖ ಅರಳಿತು. ತೋರು ಬೆರಳನ್ನು ಒಂದು ಕಡೆ ಚಾಚಿದಳು. ಅತ್ತ ಜಗದೀಶ್ ನೋಟ ಹರಿಯಿತು. ಇಷ್ಟೇನಾ ಅನಿಸಿತು ಆ ಕ್ಷಣ.

ಹೂವಿನ ಅಂಗಡಿ. ಸಂಭ್ರಮ ತುಂಬಿಕೊಂಡಂಥ ಬಣ್ಣಗಳ ಸಮ್ಮಿಲನ. ಬೊಕ್ಕೆಗಳಲ್ಲಿ ನಾನಾ ವಿಧ ಅಂಥ ದೊಡ್ಡ ಮಾರಾಟದ ಮಳಿಗೆ ಅಲ್ಲ. ಕ್ಷಣ ಬೆರಗಾಗಿಬಿಟ್ಟರು.

ಎರಡು ಹೂವಿನ ಬೊಕ್ಕೆಗಳನ್ನು ಆಯ್ದುಕೊಂಡಳು. ಖುಷಿಯೋ ಖುಷಿ. ಮನೆ ತಲುಪುವವರೆಗೂ ಅದನ್ನು ನೋಡಿ ಸಂತೋಷಪಡುತ್ತಿದ್ದಳು.

ಅದನ್ನು ಬಿಡಿಸಿ ಜಗದೀಶ್ ಮನೆಯ ಗಾಜಿನ ವಾಜ್‌ನಲ್ಲಿ ಬಹಳ ಅಂದವಾಗಿ ಜೋಡಿಸಿದಳು.

"ಥ್ಯಾಂಕ್ಯು, ಥ್ಯಾಂಕ್ಯೂ ವೆರಿಮಚ್..." ಎಂದಳು. ಹಗುರವಾಗಿಯೇ "ಒಂದು ಪ್ರಶ್ನೆ, ಇಷ್ಟೊಂದು ಹಣಾನ ನೀನು ಪುಸ್ತಕ, ಮ್ಯಾಗಝೀನ್‌ಗಳಿಗೆ ಹಾಕ್ತಿಯಲ್ಲ..." ಕೇಳಿದ ನಂತರ ಜಗದೀಶ್‌ಗೆ ತನ್ನ ತಪ್ಪಿನ ಅರಿವಾಯಿತು. 'ಛೆ.... ಎಂಥ ಸಿಲ್ಲಿ ಪ್ರಶ್ನೆ' ಎಂದುಕೊಂಡು ತಲೆ ತಗ್ಗಿಸುವಂತಾಯಿತು.

"ನೀವೊಂದು ಪುರಾಣದ ಕತೆ ಕೇಳಿದ್ದೀರಾ? ಶಿವ, ಪಾರ್ವತಿಯರಿಗೆ ಇಬ್ಬರು ಮಕ್ಕಳು. ಒಬ್ಬ ಗಣೇಶ, ಮತ್ತೊಬ್ಬ ಷಣ್ಮುಖ. ಅಲ್ಲಿ ಕೂಡ ಇಲ್ಲಿನ ಹಾಗೆ ಮಾತಿನ ಚಕಮಕಿ. ಒಂದು ಪಂದ್ಯ. ಅಣ್ಣ-ತಮ್ಮಂದಿರ ನಡುವೆ. ಜಗತ್ತನ್ನು ಯಾರು ಮೊದಲು ಸುತ್ತಿ ಬರುವರೋ ಎಂದು. ಗಣೇಶ ಭಾರತದವರ ಪೈಕಿ ಆರಾಮಾಗಿದ್ದುಬಿಟ್ಟ. ಇನ್ನು ಷಣ್ಮುಖ, ಪಕ್ಕದ ದೇಶದವರ ಹಾಗೆ ಆತುರ, ಉತ್ಸಾಹ. ಸುತ್ತಿ ಬರಲು ಹೊರಟ. ಗಣಪತಿ ಶಿವ, ಪಾರ್ವತಿಯರಿಗೆ ಸುತ್ತಿ ಸಮಸ್ತ ಜಗತ್ತು ಅವರೇ ಎಂದು ನಿರೂಪಿಸಿ ಪ್ರಥಮ ಪೂಜೆಗೆ ಅರ್ಹನಾದ..." ಶ್ರದ್ಧೆಯಿಂದ ಹೇಳಿದಳು. ಅಷ್ಟೇ ಡೀಪಾಗಿ ಆಲಿಸಿದರು ಕೂಡ ಜಗದೀಶ್. ಆದರೂ ಅರ್ಥವಾಗಲಿಲ್ಲ.

ಅಲ್ಲಿಟ್ಟ ಪುಸ್ತಕ, ಮ್ಯಾಗಝೀನ್‌ಗಳನ್ನು ಕೈಗೆತ್ತಿಕೊಂಡು ಅತ್ಯಂತ ಪ್ರೀತಿಯಿಂದ ಸವರಿದಳು. "ಮನುಷ್ಯನ ಆಯಸ್ಸು ಎಷ್ಟು? ಅದರಲ್ಲಿ ಅವನು ಬದುಕಲು ಪೂರ್ಣ ಯೋಗ್ಯನಾಗಿರುವ ಕಾಲವೆಷ್ಟು? ಈ ಜಗತ್ತೆಷ್ಟು ವಿಶಾಲ. ಎಷ್ಟೊಂದು ವೈವಿಧ್ಯಮಯ ಸಂಸ್ಕೃತಿ, ಅದ್ಭುತಗಳು, ವಿಸ್ಮಯಗಳೆಷ್ಟು? ಇಷ್ಟನ್ನೆಲ್ಲ ನೋಡಲು, ಅಭ್ಯಾಸಿಸಲು, ತಿಳಿಯಲು ಎಷ್ಟು ಕಾಲ ಬೇಕು? ಒಬ್ಬ ಮನುಷ್ಯನ ಜೀವಿತ ಕಾಲದಲ್ಲಿ ಜಗತ್ತಿನ ನೂರರಲ್ಲಿ ಒಂದು.... ಸಾಧ್ಯವಿಲ್ಲ ಕನಿಷ್ಟ... ಹೆಚ್ಚು ಮಮತೆಯಿಂದ ಪುಸ್ತಕಗಳನ್ನು

ಸವರಿದಳು. ರಾಮಾಯಣ ಕಾಲದಲ್ಲಿ ನಾವು ಇಲ್ಲದಿದ್ರೂ... ಅಂದಿನ ಜೀವನ, ವೈವಿಧ್ಯ ತಿಳಿಯಲು ಅದರಲ್ಲಿ ನಾನು ಒಬ್ಬಳಾಗಲು ಅವಕಾಶ ನೀಡಿದ್ದೇ ಅಕ್ಷರಗಳು" ತಲ್ಲೀನತೆಯಿಂದ ನುಡಿದಳು.

ಅಷ್ಟರಲ್ಲಿ ನಾಯರ್ ದನಿ ಕೇಳದಿದ್ದರೆ ಈ ತುಂಟ ಹುಡುಗಿಯ ಬಾಯಲ್ಲಿ ಮತ್ತಷ್ಟು ಗಂಭೀರವಾದ, ಅರ್ಥಪೂರ್ಣವಾದ ಮಾತುಗಳನ್ನು ಕೇಳ ಬಹುದಾಗಿತ್ತೆಂದುಕೊಂಡರು.

ಎರಡೇ ನಿಮಿಷದಲ್ಲಿ ಹಿಂದಕ್ಕೆ ಬಂದು "ನನ್ನ ಪ್ರಶ್ನೆಗೆ ಉತ್ತರ ಹುಡುಕಿದ್ರಾ? ಬೇಕಾದ್ರೆ ಇನ್ನೂ ಇಪ್ಪತ್ತನಾಲ್ಕು ಗಂಟೆ ತಗೊಳ್ಳಿ. ಸೋತರೆ ಪನಿಷ್‌ಮೆಂಟ್ ಜೋರಾಗಿರುತ್ತೆ" ಹೇಳಿ ಹೋದಳು.

ಅರ್ಧ ಗಂಟೆಯ ನಂತರ ಅವರು ಹೊರಗೆ ಬಂದಾಗ ಕಾರು ನಿಂತಿತ್ತು. ನಾಯರ್ ಅವರ ಹೆಂಡತಿಯನ್ನು ಲಾವಣ್ಯ ಆಸರೆ ಕೊಟ್ಟು ಕರೆ ತಂದು ಕಾರು ಹತ್ತಿಸಿದಳು.

ಗಾಬರಿಯಿಂದ ಕಾರಿನ ಬಳಿ ಬಂದು ನಿಂತ ನಾಯರ್‌ನ ಪ್ರಶ್ನಿಸಿದರು. "ಏನಾಗಿದೆ?" ಅವರ ಮುಖ ಗಂಟಾಯಿತು. ನರಗಳು ವಿಕಾರವಾಗಿ ಬಿಗಿದುಕೊಂಡವು. "ಯಾರ್ಗೆ?" ಅವರೇ ಕೇಳಿದಾಗ ಜಗದೀಶ್ ಮುಖ ಬಿಳುಚಿಕೊಂಡಿತು. ಮುಖದ ಮೇಲೊಡೆಸಿಕೊಂಡವರಂತೆ ಹಿಂದಕ್ಕೆ ಬಂದರು.

ಇಡೀ ಬೀದಿಯಲ್ಲಿ ಆ ದಂಪತಿಗಳು ಯಾರೊಂದಿಗೂ ಬೆರೆಯುತ್ತಿರಲಿಲ್ಲ. ಮಾತಾಡುತ್ತಿರಲಿಲ್ಲ. ಯಾರಾದರೂ ಬಂದರೂ ಗೇಟಿನ ಹೊರಗೆ, ಬಾಗಿಲಿನಿಂದ ಹೊರಗಡೆಯೇ ನಿಲ್ಲಿಸಿ ಮಾತಾಡಿಸುತ್ತಿದ್ದರು.

ಇದನ್ನು ಗಾಯತ್ರಿ, ಭರಣಿ ಹೇಳಿದ್ದು ಕೇಳಿಸಿಕೊಂಡಿದ್ದರು. ಸದಾ ಭಯ, ವ್ಯಥೆಯ ನೆರಳಿನಿಂದ ಅವರುಗಳು ವಿಮುಕ್ತಿ ಹೊಂದಿರಲಿಲ್ಲವೆಂದುಕೊಳ್ಳಬೇಕಿತ್ತು ಅವರನ್ನು ನೋಡಿದರೆ.

ಹತ್ತು ನಿಮಿಷ ಒಳಗೆ ಬಂದು ಮಂಕಾಗಿ ಕೂತರು. ಮರುಕ್ಷಣವೇ ಕಾರ್ಯಪ್ರವೃತ್ತರಾದರು. ಹಿಂದಿ, ಕನ್ನಡ ಸೆಲ್ಫ್ ಲರ್ನಿಂಗ್ ಕೋರ್ಸು ಪುಸ್ತಕ ತಂದಿದ್ದರಿಂದ ಲಾವಣ್ಯಳ ಚೀಟಿ ಹಿಡಿದು ಒಂದೊಂದು ಪದಕ್ಕೂ ಅರ್ಥ ಹುಡುಕಿ ಬರೆದುಕೊಂಡು ವಾಕ್ಯ ಮಾಡಿದರು. ಎರಡು ಮೂರು ಸಲ ವಾಕ್ಯವನ್ನು ಸರಿ ಮಾಡಿದಾಗ ಅವರಿಗೆ ತೃಪ್ತಿ ಸಿಕ್ಕಿತು. ಆಗ ಅವರಿಗಾದ ಆನಂದ ಅಷ್ಟಿಷ್ಟಲ್ಲ. ವರ್ಣಿಸಲಸಾಧ್ಯವಾಗಿತ್ತು.

ಕೆಲವು ಸುಖಗಳನ್ನು ಮೀರಿಸಿದಂತಿತ್ತು. ಒಂದು ರೀತಿಯ ಮಾನಸಿಕ ಜಯ. ಇಂಥ ಅರಿವು ಕೆಲವರಿಗೆ ಮಾತ್ರ ದಕ್ಕುತದೆಯೇನೋ ಅನ್ನಿಸಿಬಿಟ್ಟಿತ್ತು.

ಮತ್ತಷ್ಟು ಉತ್ಸಾಹದಿಂದ ಹಾಡಿನ ಬಗ್ಗೆ ಯೋಚಿಸತೊಡಗಿದರು. ಪ್ರೇಮ್‌ನ

ಯಾಕೆ ಪ್ರಶ್ನಿಸಬಾರದು? ಬೇಡವೆನಿಸಿತು.

ಬೀಗ ಹಾಕಿ ಫಿಲಂ ವಿಡಿಯೋ ಕ್ಯಾಸೆಟ್ ಲೈಬ್ರರಿಗೆ ಹೋದರು. ಲಾವಣ್ಯ ಆಸಕ್ತಿಯೆಲ್ಲ ಓಲ್ಡ್ ಫಿಲಂಗಳತ್ತ ಎಂದು ಜಗದೀಶ್‌ಗೆ ಅರಿವಾಗಿತ್ತು.

ಸ್ವಲ್ಪ ಮಿದುಳಿಗೆ ಕೆಲಸ ಕೊಟ್ಟರು. "ಓಲ್ಡ್‌ಫಿಲಂ..." ಎಂದ ಕೂಡಲೇ ಒಂದು ದೊಡ್ಡ ಲಿಸ್ಟ್‌ನ ಅವರ ಮುಂದಿಟ್ಟ ಲೈಬ್ರರಿಯನ್ "ಇವೆಲ್ಲ ಓಲ್ಡ್ ಗುಡ್ ಫಿಲಮ್ಸ್. ಈಗ್ಲೂ ಹೊಸದರಷ್ಟೇ ಇವುಗಳ ಮೂವಿಂಗ್. ಕೆಲವರಂತೂ ಪದೇ ಪದೇ ತಗೊಂಡ್ ಹೋಗಿ ನೋಡ್ತಾರೆ. ಕ್ಲಾಸ್ ಜನ ನೋಡುವಂಥ ಮೂವಿಗಳು...." ಎಂದವ ಬಂದ ಬೇರೆಯವರತ್ತ ಗಮನ ಹರಿಸಿದಾಗ ಅವರಿಗೆ ಸಮಯ ಸಿಕ್ಕಿತು.

ಐವತ್ತು, ಅರವತ್ತು, ಎಪ್ಪತ್ತರ ದಶಕಗಳಲ್ಲಿ ಮತ್ತು ಎಂಬತ್ತರ ದಶಕಗಳ ಚಿತ್ರಗಳ ಪಟ್ಟಿ. ಮೇಲಿನಿಂದ ಕೆಳಗಿನವರೆಗೂ ಕಣ್ಣಾಡಿಸಿದರು. ಅವರು ಒಂದೂ ನೋಡಿಲ್ಲ ಅಥವಾ ನೋಡಿದ ನೆನಪಿಲ್ಲವೋ!

ಲೈಬ್ರರಿಯನ್ ಮತ್ತೆ ಇವರತ್ತ ಬಂದು "ಇವುಗಳಲ್ಲಿನ ಹಾಡುಗಳ ಅಮೋಘ ಚಿತ್ರೀಕರಣ ನೋಡಲು ಜನ ಇಷ್ಟಪಡುತ್ತಾರೆ. ಸೂಪರ್ ಹಿಟ್ ಸಾಂಗ್ಸ್...." ಮತ್ತೊಮ್ಮೆ ಹೇಳಿದ.

ಆತುರದಲ್ಲಿ ಮೂರು ಕ್ಯಾಸೆಟ್‌ಗಳನ್ನು ಆರಿಸಿಕೊಂಡು ಬಂದರು. ಒಂದು ಹಂತದಿಂದ ಇನ್ನೊಂದು ಹಂತಕ್ಕೆ, ಅವರ ಕೀಳರಿಮೆ ಕಡಿಮೆಯಾಗಿತ್ತು.

ಮೊದಲ ಸಲ ಅವರು ಕ್ಯಾಸೆಟ್ ಲೈಬ್ರರಿಗೆ ಬಂದಿದ್ದು. ಮಗಳಿಗೋಸ್ಕರ ಟಿ.ವಿ. ಮತ್ತು ವಿ.ಸಿ.ಆರ್. ತಂದಿದ್ದರು. ಅವರು ಇದ್ದಾಗ ನೋಡುತ್ತಿದ್ದುದ್ದು ವ್ಯವಸಾಯ, ತೋಟಗಾರಿಕೆಗೆ ಸಂಬಂಧಪಟ್ಟ ಕಾರ್ಯಕ್ರಮ. ಸ್ವಲ್ಪ ಹೆಚ್ಚು ಎಂದರೆ ವಾರ್ತಾ ಪ್ರಸಾರ. ಅಲ್ಲಿಗೆ ಟಿ.ವಿ. ಆಫ್ ಮಾಡಿಬಿಡುತ್ತಿದ್ದರು.

ವಿ.ಸಿ.ಆರ್. ತಂದ ಹೊಸದರಲ್ಲಂತೂ ಕಾಲೇಜಿನಿಂದ ಬರುವಾಗ ಗಾಯತ್ರಿಯ ಕೈಯಲ್ಲಿ ಎರಡು, ಮೂರು ಕ್ಯಾಸೆಟ್‌ಗಳು ಇರುತ್ತಿದ್ದವು. ಹೊಸದಾಗಿ ಬಂದ ಚಲನಚಿತ್ರ ಕ್ಯಾಸೆಟ್‌ಗಳಿಗೆ ಮಾತ್ರ ಪ್ರಾಶಸ್ತ್ಯ. ಕೆಲವೊಮ್ಮೆ ಇದ್ದಾಗ ಕೂತರೂ ಜಗದೀಶ್ ಎದ್ದು ಹೋಗಿಬಿಡುತ್ತಿದ್ದರು. ಅನಾಸಕ್ತಿಯ ಜೊತೆ ಸಂಕೋಚ ಜತೆಗೂಡಿತ್ತು.

ಒಬ್ಬರೇ ಕೂತು ಮೂರು ಚಿತ್ರಗಳನ್ನು ನೋಡಿದರು. ಎರಡು ರಾಜ್‌ಕಪೂರ್ ಚಿತ್ರ. ಒಂದು ಗುರುದತ್ತರದು. 1957ರಲ್ಲಿ ತೆರೆಕಂಡ 'ಪ್ಯಾಸಾ'.

ದೃಶ್ಯಗಳು ಹೇಗೆ ಹಿಡಿದಿಟ್ಟವೆಂದರೆ ಕೂತಲ್ಲಿಂದ ಕದಲಿಲ್ಲ. ಎರಡು ಸಲ ಕಾಫಿ ಕುಡಿಯಬೇಕೆಂದರೂ ಏಳಲಿಲ್ಲ.

ಚಿತ್ರದ ನಾಯಕ ವಿಜಯ್ ಕವಿ ಹೃದಯದ ಹಾಗೂ ಕವಿಯಾದ ವ್ಯಕ್ತಿ. ಹೇಗೆ ಸಮಾಜದ ಕ್ರೌರ್ಯದ ಜೊತೆ ಸೆಣೆಸಾಡುತ್ತ ಮನುಷ್ಯ ಸಂಬಂಧಗಳೂ ವ್ಯಾಪಾರವಾಗುವುದನ್ನು ಕಂಡು ನೊಂದು ಅಂತರ್ಮುಖಿಯಾಗುವ ಕಥಾ ವಸ್ತು

ದೃಶ್ಯ ಮಾಧ್ಯಮದಲ್ಲಿ ಅತ್ಯಂತ ಪ್ರಭಾವಯುತವಾಗಿತ್ತು. 'ಸೂಳೆ'ಯೆಂಬ ಹಣೆಪಟ್ಟಿಯೊತ್ತ ಹೆಣ್ಣಿನ ಹೃದಯ ವೈಶಾಲ್ಯದ ಮತ್ತೊಂದು ಮುಖದ ದರ್ಶನ ಪಾತ್ರಗಳ ಮಧ್ಯೆ ಜಗದೀಶ್ ಸಾಗಿ ಹೋದರು.

ಎಂದೂ ಕುಡಿಯದ ಚಿತ್ರದ ನಾಯಕ ವಿಜಯ್ ತಾಯಿ ಸತ್ತಾಗ ಕುಡಿಯುತ್ತಾ 'ಯೇ ಕೂಚೇ ಯೇ ನೀಲಮ್‌ಘರ್ ದಿಲ್‌ಕಾಶ್ ಕೇ.. ಜಿನೇ ನಾಚ್ ಹೈ ಹಿಂದ್ ಪರ್ ವೋ ಕಹಾಂಹೇ' 'ಈ ಭಿಕಾರಿ ಬೀದಿಗಳು... ಸುಖ ಮಾರುವ ಅಂಗಡಿಗಳು... ಹಿಂದೂಸ್ತಾನದ ಬಗ್ಗೆ ಹೆಮ್ಮೆಪಡುವ ಜನರೆಲ್ಲಿದ್ದಾರೆ?' ಎಂದು ಪ್ರಶ್ನಿಸುತ್ತ ಹಾಡುವ ದೃಶ್ಯ ಅವರ ಹೃದಯ ಕಲಕುವಂತಿತ್ತು.

ಎಷ್ಟು ಚಿತ್ರದಲ್ಲಿ ಜಗದೀಶ್ ಇನ್‌ವಾಲ್ವ್ ಆಗಿಬಿಟ್ಟರೆಂದರೆ ವಿಜಯ್‌ನ ಹಿಡಿದು ನಿಲ್ಲಿಸಿ ಭುಜದ ಮೇಲೆ ಕೈಯಿಟ್ಟು ಸಾಂತ್ವನಿಸಬೇಕೆನ್ನುವಷ್ಟರ ಮಟ್ಟಿಗೆ.

ಆ ಸಮಯದಲ್ಲಿ ಗಾಯತ್ರಿ, ಅಂಬಕ್ಕ, ತೋಟ, ಮನೆ ಸಮಸ್ತ ಮರೆತುಬಿಟ್ಟರು. ಗುರುದತ್ ಹಾಡುವ ದೃಶ್ಯದಲ್ಲಿ ತಾವು ಒಬ್ಬರಾದರು. ಅಂತರ್‌ಮುಖಿಯಾಗಿ ನೊಂದರು.

ಎಲ್ಲಿ ಮನುಷ್ಯ ಸಂಬಂಧಗಳಿಗೆ ಧಕ್ಕೆ ಬರುವುದಿಲ್ಲವೋ ಅಂಥ ಕಡೆ ದಿಗಂತದತ್ತ ಜೊತೆಯಾಗಿ ಹೊರಟ ಚಲನಚಿತ್ರದ ನಾಯಕಿ, ನಾಯಕರು–ಅಂದು, ಇಂದು, ಎಂದಿಗೂ ಇರುವಂಥವರೆನಿಸಿತು.

ಫೋನ್ ಸದ್ದು ಮಾಡಿತು.

"ಹಲೋ... ಅಂಕಲ್..." ಪ್ರೇಮ್ ದನಿ. ಹಿಂದೆಯೇ ನಗೆ ತೂರಿ ಬಂತು. "ನಿಮ್ಮನ್ನು ವಿಡಿಯೋ ಲೈಬ್ರರಿಯಲ್ಲಿ ನೋಡ್ದೆ. ಗುಡ್ ಥೇಂಜ್. ಗಾಯತ್ರಿ ಏನಾದ್ರೂ ಬರ್ತಾಳಾ?" ಕಡೆಯಲ್ಲಿ ಮಾತು ಬದಲಾಯಿಸಿದ. "ಸದ್ಯಕ್ಕೆ ಗಾಯತ್ರಿ ಬರೋ ವಿಷಯವೇ ಇಲ್ಲ. ಮನೆಯಲ್ಲಿ ಭರಣಿ ಕೂಡ ಇಲ್ಲ" ಎಂದರು ಮಾಮೂಲಾಗಿ.

"ಇಲ್ಲೇ.... ಬನ್ನಿ ಡಿನ್ನರ್‌ಗೆ. ಬಂದವರ ಎದುರಿಗಾದ್ರೂ ಅಮ್ಮ ಸ್ವಲ್ಪ ತುಟಿ ತೆರೆಯದೆ ಇರ್ತಾರೆ. ಆರಾಮಾಗಿ ನಾವು ಊಟ ಮಾಡ್ಬಹ್ದು. ಆ ಕಡೇನೇ ಬರ್ತಾ ಇದ್ದೀನಿ. ನಿಮ್ಮನ್ನು ಪಿಕ್‌ಅಪ್ ಮಾಡ್ತೀನಿ" ಫೋನಿಟ್ಟುಬಿಟ್ಟ. ಅವನ ಸ್ವಭಾವವೇ ಹಾಗೆ.

ತೀರಾ ಸಾಮಾನ್ಯ ಬುದ್ಧಿವಂತ. ಕಷ್ಟ, ಸಮಸ್ಯೆಗಳಿಂದ ದೂರ ನಿಲ್ಲಬಲ್ಲ ಚತುರ. ಅಣ್ಣನಿಗಿಂತ ಭಿನ್ನ.

ಒಮ್ಮೆ ಚಕ್ರವರ್ತಿಗಳೇ ಹೇಳಿದ್ದರು. "ಓದುವುದರಲ್ಲಿ ಇವನದು ಸಾಧಾರಣ ವರ್ಗ. ಅತ್ಯುತ್ತಮ ಓದುವ ವರ್ಗಕ್ಕೆ ಸೇರಿದ ಅನುಪಮ್‌ಗೆ ಇರೋ ಆತ್ಮತೃಪ್ತಿ ಇವನಿಗಿಲ್ಲ. ಬರೀ ರ್‍ಯಾಂಕ್, ಪ್ರಶಸ್ತಿಗಳಿಂದ ಹೊಟ್ಟೆ ತುಂಬುತ್ತಾ ಅನ್ನೋ ವಾದ ಇವನದು. ಆದರೆ ಅದರಲ್ಲಿನ ಆತ್ಮತೃಪ್ತಿಯೇ ಬೇರೆ. ಪ್ರತಿಭೆ, ಅಧ್ಯಯನದ ಮುಂದೆ ಮೆಟೀರಿಯಲ್ಸ್, ಹಣ, ಚಿನ್ನ, ಮಿಕ್ಕ ಬೆಲೆ ಬಾಳುವ ವಸ್ತುಗಳು ಏನೂ ಅಲ್ಲವಾಗಿಬಿಡುತ್ತೆ"

ಪ್ರೇಮ್ ಬಗ್ಗೆ ಅವರಿಗೆ ಒಂದು ರೀತಿಯ ನಿರಾಸೆ ಇತ್ತು.

ಅರ್ಧ ಗಂಟೆಯ ಒಳಗಾಗಿಯೇ ಪ್ರೇಮ್ ಬಂದ. "ಹೊರಡೋಣ್ವಾ ಅಂಕಲ್..." ಸೊಂಪುಗೂದಲನ್ನು ಆರಾಮಾಗಿ ಹಿಂದಕ್ಕೆ ದೂಡುತ್ತ ಕೇಳಿದ.

"ಅದೆಲ್ಲ ಸುಮ್ನೆ ರಿಸ್ಕ್. ಮತ್ತೆ ನಂಗೆ ಬರೋವಾಗ ತೊಂದರೆ. ಚಕ್ರವರ್ತಿ ಬರೋವರ್ಗೂ ಕಾಯ್ಬೇಕು" ಅವರ ದನಿಯಲ್ಲಿದ್ದ ನಿರಾಕರಣೆ ಗುರ್ತಿಸಿದ ಪ್ರೇಮ್. "ಡೋಂಟ್‌ವರೀ, ಅಂಕಲ್. ಒಬ್ರೇ ಕೂತು ಊಟ ಮಾಡೋ ಬದ್ಲು ನಾಲ್ಕು ಜನರ ನಡುವೆ ನಗುನಗುತ್ತಾ ಊಟ ಮಾಡೋದ್ರಲ್ಲಿ ಆರಾಮಿದೆ. ನೀವು ಸುಮ್ನೆ ಹೊರಡಿ" ಬಲವಂತದಿಂದ ಹೊರಡಿಸಿದ. ಅವನ ಸ್ವಭಾವವೇ ಹಾಗೆ.

ಬೀಗ ಹಾಕಿ ಹೊರಟವರು ಕ್ಷಣ ಯೋಚಿಸಿ, "ಬೇಡ, ಪ್ರೇಮ್... ಬಾ ಇಲ್ಲೇ ಊಟ ಮಾಡೋಣ. ನೀನು ಜೊತೆಯಲ್ಲಿ ಇರೋದ್ರಿಂದ ಬೋರ್ ಆಗೋಲ್ಲ" ಅವನ ಭುಜದ ಮೇಲೆ ಆತ್ಮೀಯತೆಯಿಂದ ಕೈ ಹಾಕಿ ಮತ್ತೆ ಬೀಗ ತೆಗೆದರು.

ಅಂಬಕ್ಕನ ಕೈಯಲ್ಲಿನ ಉಪ್ಪಿನಕಾಯಿ, ಹಪ್ಪಳ, ಸಂಡಿಗೆ ಎಲ್ಲಾ ತೆಗೆದಿಟ್ಟರು.

"ಒಂದು ಹತ್ತು ನಿಮಿಷ, ಎಂಥ ಊಟ ಹಾಕ್ತೀನಿ ನೋಡು" ಗ್ಯಾಸ್ ಸ್ಟೌವ್ ಹಚ್ಚಿ ಬಾಣಲಿಯನ್ನಿಟ್ಟರು. "ನಮ್ಮ ಅಂಬಕ್ಕನ ಕೈ ಅಡ್ಗೇ, ತಿಂಡಿ ಪ್ರತಿಯೊಂದು ರುಚಿ" ಎಣ್ಣೆಯನ್ನು ಸುರಿದರು.

ಪ್ರೇಮ್ ಒಂದು ಸ್ಟೂಲ್ ತಂದು ಹಾಕಿಕೊಂಡು ಅಲ್ಲೇ ಕೂತ. "ನಿಮ್ಮ ಹಳ್ಳಿಗೆ ಬಂದಿದ್ದಾಗ ರುಚಿ ನೋಡಿದ್ದೀನಿ, ಅಂಕಲ್. ಉಪ್ಪು, ಹುಳಿ, ಖಾರ ಎಲ್ಲಾ ಹದವಾಗಿರುತ್ತೆ. ಇನ್ನು ಮಮ್ಮಿದು ಬರೀ ಸಪ್ಪೆ ಅಡಿಗೆ, ಬರೀ ಹೋಟಲಲ್ಲಿ ತಿಂತೀನಿ. ನಂಗೇನು ಅನ್ನಿಸೋಲ್ಲ. ಡೋಂಟ್ ಮೈಂಡ್, ನಿಮಗೊಂದು ಗುಟ್ಟು ಹೇಳಲಾ! ನಾನು ಗಾಯತ್ರಿನ ನೋಡಿದಾಗ ಯಾಕೆ ಮದ್ವೆ ಆಗ್ಬಾರ್ದೂಂತ ಯೋಚಿಸಿದ್ದುಂಟು. ಅಮ್ಮನ ಹತ್ರ ಏನು, ಡ್ಯಾಡಿ ಹತ್ರಾನು ಹೇಳಿದ್ದೆ. ಮೆಡಿಕಲ್‌ಗೆ ಸೇರ್ಕೊಂಡ್ಮೇಲೆ ನನ್ನ ಮನಸ್ಸು ಬದಲಾಯ್ತು, ಕಾರಣ..." ನಕ್ಕ.

ಜಗದೀಶ್ ಎಣ್ಣೆಯಲ್ಲಿ ಬಿಡಬೇಕೆಂದು ಎತ್ತಿಕೊಂಡ ಹಪ್ಪಳ ಹಾಗೆಯೇ ಉಳಿಯಿತು. ಎದೆಯ ಬಡಿತ ತನ್ನ ಮಾಮೂಲಿನ ವೇಗ ಬದಲಿಸಿತು. ಯಾಕೆ?

"ಯಾಕೆ....?" ಮುಗುಳ್ನಕ್ಕರು. "ಅವಳಿಗಿಂತ ಅಂದವಾದ ಹುಡ್ಗೀ ಕಂಡಳಾ? ಅಥ್ವಾ ನನ್ನಂಥ ಸಾಧಾರಣ ಮಾವನಿಂದ ಏನು ಪ್ರಯೋಜನ ಅಂದುಕೊಂಡ್ಯಾ?" ಕೇಳುತ್ತಲೇ ಎಣ್ಣೆ ಚುರುಗುಟ್ಟುತ್ತ ತೇಲಿದ ಹಪ್ಪಳವನ್ನು ಡಬರಿಗೆ ಹಾಕಿದರು.

ಅದನ್ನೆತ್ತಿಕೊಂಡು ತಿನ್ನುತ್ತ, "ನಾನು ಹುಡ್ಗಿಯರ ಜೊತೆ ಓಡಾಡ್ತೀನಿ. ನೀವು ನನ್ನ ಜೊತೆ ಪಿಕ್ಚರ್‌ಗೆ ಬರಲೇಬೇಕು ಅನ್ನೋ ಆಫರ್ ಅವರಿಂದ ಬಂದರೇ. ಓಕೆ, ಇಫ್ ಈಸ್ ಯುವರ್ ಪ್ಲೆಷರ್ ಅಂತೀನಿ. ಅವ್ರೆಲ್ಲ ನಂಗೆ ಇಷ್ಟವಾಗಿದ್ದಾರೆ ಅಂತಲ್ಲ. ಬೆಳಗಿನ ಮೈ ನಡುಗಿಸುವ ಚಳಿ, ಮಧ್ಯಾಹ್ನದ ಸುಡು ಬಿಸಿಲು, ರಾತ್ರಿಯ ದಟ್ಟ

ಕತ್ತಲು ಅಲ್ಲದ ಸಂಜೆಯ ನಸುಕಪ್ಪಿನಂಥ ಆಹ್ಲಾದಕರ ಪ್ರಬುದ್ಧ ಮನಸ್ಸುಳ್ಳ ಹೆಣ್ಣನ್ನು ನಾನು ಇಷ್ಟಪಡೋದು ಫ್ರಾಂಕಾಗಿ ಹೇಳಲಾ... ಆ ಗುಣಗಳು ಗಾಯತ್ರಿಯಲ್ಲಿ ಇರ್ಲಿಲ್ಲ. ಬದುಕನ್ನು ತೀರಾ ವ್ಯವಹಾರಿಕವಾಗಿ ತಗೊಂಡ್ಲು. ಐ ಡೋಂಟ್ ಲೈಕ್..." ಆ ಹಪ್ಪಳ ಮುಗಿಸಿ ಮತ್ತೊಂದು ಹಪ್ಪಳಕ್ಕೆ ಕೈ ಹಾಕಿದ.

ತೀರಾ ಹುಡುಗಾಟದ ಹುಡುಗನಂತೆ ತಿರುಗಿಕೊಂಡು ಚಕ್ರವರ್ತಿಗಳ ಬೇಸರಕ್ಕೆ ಕಾರಣವಾಗಿರುವ ಪ್ರೇಮ್ ಸಂಗಾತಿಯ ಆಯ್ಕೆಯ ವಿಷಯದಲ್ಲಿ ಎಷ್ಟೊಂದು ಸೀರಿಯಸ್ಸಾಗಿದ್ದಾನೆಂದುಕೊಂಡರು.

"ಅಂಥ ಹೆಣ್ಣು ಸಿಕ್ಕುತ್ತಾಳಾ?" ಮತ್ತೆರಡು ಹಪ್ಪಳ ಎಣ್ಣೆಗೆ ಹಾಕಿದರು. "ಅಫ್‌ಕೋರ್ಸ್ ಸಿಗ್ಲಿಲ್ಲ ಅಂದ್ಕೊಳ್ಳಿ, ಮದ್ವೇನೇ ಆಗೋಲ್ಲ. ನಂಗೆ ಈ ಲವ್ ಮ್ಯಾರೇಜಸ್ ಬಗ್ಗೆ ಕೂಡ ನಂಬ್ಕೆ ಇಲ್ಲ. ಮದ್ವೆಗೆ ಮೊದ್ಲು ಎಂಟು ದಿನ ಪ್ರೇಮದ ಓಡಾಟ, ವಿವಾಹದ ನಂತರ ಅದು ಉಳಿಯೋದು ನಾಲ್ಕು ದಿನ, ನಂತರ ನೋಡ್ಬೇಕು ಅವ್ರುಗಳ ಕಾದಾಟ. ಪ್ರೇಮದ ದುರಂತ ಒಂದು ರೀತಿ ಒಳ್ಳೇದು" ಜೋರು ನಗೆ ಸೇರಿಸಿದ ಮಾತುಗಳಿಗೆ.

ಒಂದಷ್ಟು ಸಂಡಿಗೆ ಕೂಡ ಕರೆದು ಡಬರಿಗೆ ಹಾಕಿದರು.

ಇಬ್ಬರು ಕೂತರು ಊಟಕ್ಕೆ. ಪ್ರೇಮ್‌ನತ್ತ ನೋಟ ಹರಿಸಿದರು. ವಿಪರೀತ ಬೆಳೆಸಿದ ಕೂದಲು, ಮುಖದಲ್ಲಿ ಹುಡುಗಾಟಿಕೆ, ಧರಿಸಿದ್ದು ಜೀನ್ಸ್ ಪ್ಯಾಂಟ್, ಸ್ಟೋನ್ ವಾಶ್ ಷರಟು. 'ಈ ಹುಡುಗನೇ ಇಷ್ಟೆಲ್ಲಾ ಮಾತಾಡಿದ್ದು?' ಎಂದುಕೊಂಡರು. ಅವರನ್ನು ಒಂದು ಪ್ರಶ್ನೆ ಕಾಡಿತು.

"ಪ್ರೇಮ್, ನಿನ್ನ ಒಂದು ಪ್ರಶ್ನೆ ಕೇಳಲಾ? ಫ್ರಾಂಕಾಗಿ ಉತ್ತರ ಹೇಳು. ಗಾಯತ್ರಿಯಲ್ಲಿ ನೀನು ಅನ್ಕೊಂಡ ಗುಣಗಳು ಇರ್ಲಿಲ್ಲಾಂತ ಹೇಗೆ ಅಂದ್ಕೊಂಡೆ?" ಕೇಳಿದರು.

ಹರಟುತ್ತ ಊಟ ಮಾಡುತ್ತಿದ್ದ ಪ್ರೇಮ್‌ನ ಮುಖ ಗಂಭೀರವಾಯಿತು. ತಟ್ಟೆಯಲ್ಲಿನ ಅವನ ಕೈ ಕೂಡ ಸ್ಥಬ್ಧವಾಯಿತು.

"ಸಾರಿ ಅಂಕಲ್, ನಿಮ್ಮ ಪ್ರಶ್ನೆಗೆ ಊಟ ಆದ್ಮೇಲೆ ಉತ್ತರ ಕೊಡ್ತೀನಿ. ಇನ್ನೆರಡು ಸಂಡಿಗೆ ಹಾಕ್ಕೊತೀನಿ. ಅಂಬಕ್ಕನಿಗೆ ನನ್ನ ಪರವಾಗಿ ಥ್ಯಾಂಕ್ಸ್ ಹೇಳಿ. ಇಂಥ ತಿನಸುಗಳ ರುಚಿಗಾಗಿಯಾದ್ರೂ... ಒಂದತ್ತು ದಿನ ನಿಮ್ಮ ಹಳ್ಳಿಯಲ್ಲಿ ಇರ್ತೀನಿ" ತಾನೇ ಎರಡು ಹಪ್ಪಳದ ಜೊತೆ ಉಪ್ಪಿನಕಾಯಿಯನ್ನು ಬಡಿಸಿಕೊಂಡ.

ಅವನ ಉತ್ತರ ಏನಾಗಿರಬಹುದೆಂಬ ವ್ಯಾಕುಲದಲ್ಲಿ ಜಗದೀಶ್‌ಗೆ ಸರಿಯಾಗಿ ಊಟ ಮಾಡಲಾಗಲಿಲ್ಲ. ಕಣ್ಣಲ್ಲಿ ಕಣ್ಣಿಟ್ಟು ಸರ್ವಸ್ವವು ಗಾಯತ್ರಿಯೆನ್ನುವಂತೆ ಬೆಳೆಸಿದ್ದರು. ಮುದ್ದಾದ, ಗಂಭೀರ ಭಾವದ ಹುಡುಗಿಯಲ್ಲಿ ಇವನು ಕಂಡ ತಪ್ಪೇನು?

ಟೇಬಲ್ಲು ಅಚ್ಚುಕಟ್ಟು ಮಾಡಲು ಪ್ರೇಮ್ ಸಹಾಯ ಮಾಡಿದ.

ಭರಣಿ ಮಾಡಿ ತುಂಬಿಟ್ಟಿದ್ದ ಚಕ್ಕುಲಿ, ಕೊಡುಬಳೆ ಒಂದು ತಟ್ಟೆಯಲ್ಲಿ ಹಾಕಿ

ಅವನ ಮುಂದಿಟ್ಟರು.

"ತಗೋ ಪ್ರೇಮ್, ಇದು ಅಂಬಕ್ಕನ ಕೈದಲ್ಲ, ಭರಣಿ ಮಾಡಿದ್ದು. ಅವನು ಆಕೆಯ ಕೈ ಕೆಳಗೆ ಪಳಗಿದವನೇ. ನನ್ನ ಮಾತ್ರ ಬಲವಂತ ಮಾಡ್ಬೇಡ. ನಿನ್ನ ಮಾತಿನ ಮಧ್ಯೆ ಊಟ ಜಾಸ್ತಿ ಆಯ್ತು" ಎಂದರು.

ಪ್ರೇಮ್ ಜೋರಾಗಿ ನಕ್ಕುಬಿಟ್ಟ. "ಖಂಡಿತ ಇಲ್ಲ ಅಂಕಲ್, ನನ್ನ ಮಾತಿಗೆ ಹೆಚ್ಚು ತಲೆ ಕೆಡ್ಸಿಕೊಂಡುಬಿಟ್ರಿ. ಆದ್ರೆ... ನಿಮ್ಮ ನಿದ್ದೆ ಖಂಡಿತ ಹಾಳು ಮಾಡೋಲ್ಲ. ನಾನು ಜಾಲಿಯಾಗಿ ಓಡಾಡ್ಬಹುದು. ಇಟ್ ಈಸ್ ನಾಟ್ ಸೋ ಈಸಿ ಟು ಗೋ ಎಗೆನ್ಸ್ಟ್ ಪೇರೆಂಟ್ಸ್. ಜಗತ್ತಿನಲ್ಲಿ ಯಾವುದೇ ಬದುಕಿನ ಸೌಂದರ್ಯ ಕಡಿಮೆಯಾದರೂ ಕೌಟುಂಬಿಕ ಜೀವನದ ಚೆಲುವು, ಸೊಬಗು ಎಂದೂ ಕಡಿಮೆಯಾಗದು. ಹಲವು ಶತಮಾನಗಳು ಕೂಡ ಇದನ್ನು ನುಂಗಿಹಾಕಲು ಸಾಧ್ಯವಿಲ್ಲ" ದೀರ್ಘ ಪೀಠಿಕೆ ಹಾಕಿ ಸ್ವಲ್ಪ ಹೊತ್ತು ಕೂತ.

ಆ ನಿಶ್ಯಬ್ದವನ್ನು ಅನುಭವಿಸುವುದು ಜಗದೀಶ್‌ಗೆ ಮಾತ್ರ ಕಷ್ಟವಾಯಿತು.

ಮೇಲೆದ್ದ ಪ್ರೇಮ್ ಕ್ರಾಪನ್ನು ಹಿಂದಕ್ಕೆ ತಳ್ಳುತ್ತ, "ಅವ್ರು ತೀರಾ ಸ್ವಾರ್ಥಿ, ಸೋಮಾರಿಯಾದ್ದರಿಂದ್ಲೇ ದೇಶಪಾಂಡೆ ಅಂಥ ಕಲ್ಲನ್ನು ಪ್ರೀತಿಸಿದ್ದು, ಮೆಡಿಕಲ್ ಅರ್ಧದಲ್ಲೇ ನಿಲ್ಲಿಸಿದ್ದು. ಮನುಷ್ಯ ಸಂಬಂಧಗಳನ್ನು ದುಡ್ಡಿಗೆ ಮಾರುವಂಥ ತಾಯ್ತಂದೆಯರ ಮಗ ದೇಶಪಾಂಡೆ. ಇನ್ನು ಬರ್ತೀನಿ, ಅಂಕಲ್. ಮುಂದೆ ನೀವು ಹುಚ್ಚರಾಗೋ ಬದ್ಲು ಇಂದೇ ತಲೆ ಕೆಡ್ಸಿಕೊಳ್ಳಿ. ಗುಡ್ ನೈಟ್... ಗುಡ್ ಬೈ..." ಹೆಲ್ಮೆಟ್ ಹಿಡಿದು ಹೊರಟುಬಿಟ್ಟ.

ಗೇಟುವರೆಗೂ ಬಂದ ಜಗದೀಶ್, ಥ್ಯಾಂಕ್ಯೂ ಪ್ರೇಮ್, ಥ್ಯಾಂಕ್ಯು ವೆರಿಮಚ್... ನಿನ್ನ ಬಗೆಗಿನ ನನ್ನ ನಿಲುವನ್ನು ಮಾತ್ರವಲ್ಲ..." ಮುಂದಿನ ಮಾತುಗಳನ್ನು ನುಂಗಿಕೊಂಡರು.

ಪ್ರೇಮ್ ಬೈಕ್ ಗಾಳಿಯಲ್ಲಿ ಹಾರಿದಂತೆ ಮುಂದಕ್ಕೆ ಹೋಯಿತು.

ಬೆಳಿಗ್ಗೆ ಲಾವಣ್ಯಳ ಪತ್ರಕ್ಕೆ ಉತ್ತರ ಬರೆದು ಬೋಲ್ಟ್‌ಗೆ ಸಿಕ್ಕಿಸಿ ಹಳ್ಳಿಗೆ ಹೊರಟರು.

* * *

ಸ್ವಲ್ಪ ಸಲೀಸಾಗಿ ಓಡಾಡುತ್ತಿದ್ದ ಅಂಬಕ್ಕ ಉಗ್ರಾಣದ ಕೀಲಿಯನ್ನು ಸೊಂಟಕ್ಕೆ ಸಿಕ್ಕಿಸಿಕೊಂಡು ಜಗದೀಶ್‌ಗೆ ಹೇಳಿದರು. "ಗಾಯತ್ರಿ ಗಂಡ ಕೂಡ ಡಾಕ್ಟರ್ ಓದುವಿಕೆ ತಾನೇ ಮಾಡಿರೋದು. ತೆಗೆಯೋದಾದ್ರೆ ಇಲ್ಲೇ ಒಂದು ಷಾಪ್ ಇಡ್ಲಿ. ಇಲ್ಲದಿದ್ರೆ ಇದನ್ನೆಲ್ಲ ನೋಡೋರ್‍ಯಾರು..." ಅವರು ಮುಗುಳ್ನಕ್ಕು ಸುಮ್ಮನಾದರು.

"ಈ ಸಲ ಗಟ್ಟಿಯಾಗಿ ಗಾಯತ್ರಿಗೆ ನಾನು ಹೇಳ್ತೀನಿ" ಮತ್ತೆ ಅದೇ ಮಾತುಗಳು. "ಬಂದ್ಮೇಲೆ ತಾನೇ, ಹೇಳೋದು ಹಾಗೇ ಮಾಡಿ. ನಂಗೆ ಸದ್ಯಕ್ಕೆ ಏನಾದ್ರೂ ತಿನ್ನಲ್ಲಿಕೆ ಕೊಡಿ" ತಾವು ಬಂದು ಅರ್ಧ ಗಂಟೆಯಾದರೂ ಏನು ಕೊಡಲಿಲ್ಲವೆಂದು ಜ್ಞಾಪಿಸಿದರು.

ಅಡಿಗೆ ಕೋಣೆ ಹೊಕ್ಕ ಅಂಬಕ್ಕ ಐದೇ ನಿಮಿಷದಲ್ಲಿ ಅಕ್ಕಿ ರೊಟ್ಟಿ, ಕಾಯಿ ಚಟ್ನಿ ಕಳಿಸಿದರು ಗೌರಿಯ ಕೈಯಲ್ಲಿ.

ಸಂಕೋಚದಿಂದ ಅಷ್ಟು ದೂರದಲ್ಲಿ ನಿಂತಿದ್ದ ಗೌರಿಯನ್ನು ನೋಡಿ "ಇಲ್ಕೊಡು, ಮನೆಯಲ್ಲಿರೋ ಜನರ ಎದುರು ಸಂಕೋಚಾಂದ್ರೆ ಹೇಗೆ?" ಎಂದರು.

ಅವರ ಎದುರಿಟ್ಟು ಹೋದಳು. ಗೌರಿ ಸಂಕೋಚಗೊಂಡದ್ದಾಗಲೀ, ನಾಚಿಕೊಂಡದ್ದಾಗಲೀ ಅವರ ಅರಿವಿಗೆ ಬರಲಿಲ್ಲ.

ಬೆಳಿಗ್ಗೆ ಎದ್ದ ಕೂಡಲೇ ಅಂಬಕ್ಕನನ್ನು ನೋಡುವ ಸಲುವಾಗಿಯೇ ಜಗದೀಶ್ ಹೊರಟು ಬಂದಿದ್ದು. ಆಕೆ ಮಲಗಿದ ನಾಲ್ಕು ದಿನಗಳಲ್ಲಿ ಇಡೀ ವ್ಯವಸ್ಥೆಯೇ ಅಧ್ವಾನವಾಗಿಬಿಟ್ಟಿದೆಯೆನಿಸಿತು.

ಒಬ್ಬರಾದ ಮೇಲೊಬ್ಬರು ಬರತೊಡಗಿದರು. ಅವರೊಂದಿಗೆ ಜಗದೀಶ್ ಮಾತು ಮುಗಿಯುವ ವೇಳೆಗೆ ಊಟದ ಸಮಯವೇ ಮೀರಿ ಹೋಗಿತ್ತು.

"ಎಲೆ ಹಾಕಿದೆ ಬಾ. ನಾನು ನಿನ್ನ ಜೊತೆ ಕೂತು ಊಟ ಮಾಡ್ತೀನಿ, ಗೌರಿ ಬಡಿಸ್ತಾಳೆ" ಅಂಬಕ್ಕ ಬಲವಂತದಿಂದ ಎಬ್ಬಿಸಿ ಕರೆದೊಯ್ದಳು. "ತಿಂದ ರೊಟ್ಟಿ ಅಲ್ಲಾಡಿಲ್ಲ. ನಂಗೆ ಒಂದ್ಲೋಟ ಮಜ್ಜಿಗೆ ಕೊಟ್ಟಿದ್ರೆ ಸಾಕಿತ್ತು" ಬೇಡದ ಮನಸ್ಸಿನಿಂದಲೇ ಊಟಕ್ಕೆ ಕೂತರು.

ಹಲಸಿನ ಹಪ್ಪಳ, ಬೂದುಗುಂಬಳ ಕಾಯಿ ಸಂಡಿಗೆ, ಆಲೂಗಡ್ಡೆ, ಈರುಳ್ಳಿ ಹಾಕಿ ಮಾಡಿದ ಗಟ್ಟಿ ಹುಳಿ. ಒಂದಕ್ಕಿಂತ ಒಂದು ರುಚಿಯಾಗಿತ್ತು.

"ಹೇಗಿದೆ... ಅಡ್ಗೆ?" ಅಂಬಕ್ಕ ಕೇಳಿದರು.

"ಚೆನ್ನಾಗಿದೆ... ಯಾಕೆ?" ಹಪ್ಪಳ ಮುರಿಯುತ್ತ ಕೇಳಿದರು. "ಎಲ್ಲಾ ಗೌರೀನೆ ಮಾಡಿದ್ದು. ಬಲೇ ಅಚ್ಚುಕಟ್ಟು ಅಡ್ಗೆ ಕೆಲ್ಸದಲ್ಲಿ" ಹೊಗಳಿದರು. ಜಗದೀಶ್ ಮುಂದೆ ಅವಳನ್ನು ಕೊಂಡಾಡುವ ಒಂದು ಅವಕಾಶವನ್ನು ಕಳೆದುಕೊಳ್ಳಲಾರರು.

ಹಪ್ಪಳ, ಸಂಡಿಗೆಯ ತಯಾರಿ ಅಂಬಕ್ಕನದು. ಸಾರು, ಹುಳಿಗೆ ಹಾಕೋ ಮೆಣಸಿನ ಪುಡಿ ಆಕೆಯೇ ಮಾಡಿರೋದು. ಮೇಲೆ ಉಸ್ತುವಾರಿ ಇದ್ದದ್ದೇ. ಇನ್ನು ಗೌರಿನ ಹೊಗಳಿಕೊಂಡಿದ್ದೇಕೆ? ಇದಿಷ್ಟು ಮನಸ್ಸಿಗೆ ಬಂದರೂ ಕೇಳಲು ಹೋಗಲಿಲ್ಲ.

ಬಿಟ್ಟ ಕಣ್ಣುಗಳಿಂದ ಗೌರಿ ಅವರನ್ನೇ ನೋಡುತ್ತಿದ್ದಳು. ಗಂಡಿನ ಪ್ರೀತಿ ಸುಖಕ್ಕೆ ಎರವಾದ ಹೆಣ್ಣು. ಸತ್ತ ಬಯಕೆಗಳನ್ನು ಅಂಬಕ್ಕ ಅರಳಿಸಿದ್ದಳು.

"ಸಾವಿರ ಜನ ಸಾವಿರ ಅಂದುಕೊಳ್ಳಿ, ಜಗದೀಶ್ ಹ್ಞೂ ಅಂದರೆ ತಾಳಿ ಕಟ್ಟಿಬಿಡ್ತೀನಿ. ಅವನೇನಾದ್ರೂ ಊರಿನವ್ರಿಗೆ ಅಂಜಿದರೆ ಮನೆಯಲ್ಲೇ ನೀನು ಅವನನ್ನು ಚೆನ್ನಾಗಿ ನೋಡಿಕೊಳ್ಳೋಕೆ ತೊಂದರೆ ಇಲ್ಲ. ಒಟ್ಟಿನಲ್ಲಿ ಅವ್ನು ಸುಖವಾಗಿರಬೇಕು. ಮಗಳ ಹಂಬಲಿಕೆಯಲ್ಲಿ ಸವೆದುಹೋಗೋದ್ಬೇಡ" ಅವರ ಬಗೆಗಿನ ಕಳಕಳಿಯನ್ನು ಅಂಬಕ್ಕ ವ್ಯಕ್ತಪಡಿಸಿದ್ದರು. ಹಳ್ಳಿಯ ಹೆಣ್ಣಾದರೂ ಗೌರಿಗೆ ಅಷ್ಟು ತಿಳಿಯದೇ?

ಕೋಣೆಗೆ ಹೋದ ಮೇಲೆ ನೆನಪು ಮಾಡಿಕೊಂಡರು ಗೌರಿಗೆ ತಂದಿದ್ದ ವಾಲೆಗಳನ್ನು. ಅಲ್ಲಿಂದಲೇ ಭರಣಿಗೆ ಕೂಗು ಹಾಕಿದರು ಕಾಣಿಸಿಕೊಂಡಿದ್ದು ಗೌರಿ.

ತೀರಾ ಮಂಕಾಗಿ, ಪೇಲವವಾಗಿ ಕಂಡಿದ್ದ ಗೌರಿ ಇಂದು ಲಕ್ಷಣವಾಗಿ ಸ್ವಲ್ಪ ನಾಜೂಕಾಗಿ ಕಂಡಳು. ಸಹಾನುಭೂತಿಗೊಂಡರು.

"ಅಂಬಕ್ಕ ಹೇಳಿದ್ರು, ಇದ್ನ ನಿಂಗೇಂತ ತಂದೆ" ಓಲೆಗಳ ಸಣ್ಣ ಪೊಟ್ಟಣವನ್ನು ಅವಳ ಮುಂದಿಡಿದರು. ಒಂದು ತರಹ ನೋಡಿ ತೆಗೆದುಕೊಂಡು ಓಡಿಬಿಟ್ಟಳು.

ಹರಿಣಿಯಂತೆ ಓಡುವ, ನೆಗೆಯುವ ಲಾವಣ್ಯಳ ನೆನಪಾಯಿತು. ಅನರ್ಘ್ಯವಾದ ವಿದ್ಯೆಯ ಸಂಪತ್ತನ್ನು ಹುದುಗಿಸಿಕೊಂಡಂತೆ ಅವಳ ಕಣ್ಣುಗಳು ಜ್ಯೋತಿಗಳಂತೆ ಪ್ರಕಾಶಿಸುತ್ತಿದ್ದವು. ಸದಾ ತುಟಿಯಂಚಿನಲ್ಲಿ ನಗು ಹೊರ ಚಿಮ್ಮಲು ಕಾದು ಕೂತಿರುತ್ತಿತ್ತು.

"ಒಂದು ಜೋಕ್ ಹೇಳಲಾ? ಒಬ್ಬ ಕಲಾವಿದ, ಒಬ್ಬ ಮಹಿಳಾ ವಿಜ್ಞಾನಿ ಇಬ್ಬರು ಸ್ನೇಹಿತರು. ಒಮ್ಮೆ ಮಾತಾಡುತ್ತ ಚರ್ಚೆಗೆ ಹೋಗಿ ವಾದಕ್ಕೆ ಇಳಿದರು. ವಿಜ್ಞಾನಿ, 'ನೀನೇನಾದ್ರೂ ನನ್ನ ಗಂಡನಾಗಿದ್ರೆ ನಿಂಗೆ ಕಾಫಿಯಲ್ಲಿ ವಿಷ ಬೆರ್ಸಿ ಕೊಟ್ಟುಬಿಡ್ತಾ ಇದ್ದೆ' ಅಂದರು. ಅದಕ್ಕೆ ಕಲಾವಿದನ ಉತ್ತರ ಏನು ಗೊತ್ತ? 'ನೀನು ನನ್ನ ಹೆಂಡತಿಯಾಗಿದ್ದರೆ ತಕ್ಷಣ ಕುಡಿದು ಬಿಡ್ತಾ ಇದ್ದೆ.' ಇಬ್ಬರ ಮಧ್ಯೆ ನಗುವಿನ ವಿನಿಮಯ. ಜೋರಾಗಿ ನಕ್ಕಿದ್ದಳು.

ಬದುಕಿನ ಹತ್ತು ಹಲವು ಸಮಸ್ಯೆಗಳನ್ನು ಜೋಕ್‌ಗಳಾಗಿ ಪರಿವರ್ತಿಸುತ್ತಿದ್ದಳು ಲಾವಣ್ಯ. ಬಡ ಬಡ ಆಡುವ ಅವಳ ಮಾತುಗಳಲ್ಲಿ ಎಂಥ ಬದುಕಿನ ಅರ್ಥವಿದೆಯೆಂದುಕೊಂಡರು.

ಮಂಚದ ಮೇಲೆ ಉರುಳಿಕೊಂಡು ಎರಡು ಕೈಗಳನ್ನು ಬೆಸೆದು ತಲೆಯ ಕೆಳಗಿಟ್ಟುಕೊಂಡು ಜಗದೀಶ್ ಛಾವಣಿಯನ್ನು ದಿಟ್ಟಿಸತೊಡಗಿದರು.

ಇದೇ ಕೋಣೆಯಲ್ಲಿ ಸರಸ್ವತಿಯೊಂದಿಗೆ ರಾತ್ರಿಗಳನ್ನು ಕಳೆದಿದ್ದರು. ಎಂಥ ವಿಚಿತ್ರವೆಂದುಕೊಂಡರೇ ಎಷ್ಟೇ ಪ್ರಯತ್ನಿಸಿದರೂ ಸರಿಯಾಗಿ ಅವಳ ಮುಖ ನೆನಪಿಗೆ ಬರದು.

"ಗಾಯತ್ರಿಗೆ ನಿಂದೇ ಎಲ್ಲಾ ಹೋಲಿಕೆ ರೂಪ, ಬಣ್ಣ... ಎಲ್ಲದರಲ್ಲೂ ನಿನ್ನ ಪಡಿಯಚ್ಚೇ" ಅಗಾಗ ಅಂಬಕ್ಕ ಆಡುತ್ತಿದ್ದ ಮಾತುಗಳು.

ಸರಸ್ವತಿ ಜಗದೀಶ್ ಮನದಲ್ಲಿ ನೆನಪಾಗಿ ಉಳಿಯಲಿಲ್ಲ. ಮಾತ್ರವಲ್ಲ ಮಗಳಿಗೆ ತನ್ನ ಹೋಲಿಕೆಯನ್ನು ಬಿಡಲಿಲ್ಲ.

ವಿಚಿತ್ರ ಸಂಬಂಧ! ಆಳವಾಗಿ ಎಂದೂ ಯೋಚಿಸಲು ಹೋಗದ ಜಗದೀಶ್ ಕೂಡ ಚಿಂತಿಸುತ್ತಿದ್ದರು ಈಚೀಚೆಗೆ. ಅದರ ಸಸಿಯನ್ನು ನೆಟ್ಟವಳು ಲಾವಣ್ಯ.

"ನೋಡಿ..." ತಟ್ಟನೇ ಎದ್ದು ಕೂತರು. ಸನಿಹ ಎನ್ನುವಷ್ಟರಲ್ಲಿ ದೂರದಲ್ಲಿ ನಿಂತಿದ್ದಳು ಗೌರಿ. "ಯಾಕೆ... ಗೌರಿ?" ಕೇಳಿದರು. "ನೋಡಿ...." ಮತ್ತದೇ ರಾಗ.

ಅವರಿಗೇನು ಅರ್ಥವಾಗಲಿಲ್ಲ. "ಯಾವುದನ್ನು ನೋಡೋದು?" ನೇರವಾಗಿತ್ತು ಪ್ರಶ್ನೆ.

ಗೌರಿಗೆ ಗಲಿಬಿಲಿಯಾಯಿತು. ಆದರೂ ಈ ಅವಕಾಶ ಕಳೆದುಕೊಳ್ಳಲು ಇಷ್ಟಪಡಲಿಲ್ಲ.

ತಟ್ಟನೆ ಬಂದು ಅವರ ಕಾಲುಗಳಿಗೆ ನಮಸ್ಕರಿಸಿದಳು. ಗಾಬರಿಯಿಂದ ಕಾಲುಗಳನ್ನು ಹಿಂದಕ್ಕೆಳೆದುಕೊಳ್ಳುವ ವೇಳೆಗೆ ಅವಳ ಕೆಲಸ ಮುಗಿಸಿ ಆಯಿತು.

"ಏನಿದೆಲ್ಲ, ನಂಗೆ ಇಂಥದೆಲ್ಲ ಇಷ್ಟವಾಗೋಲ್ಲ. ಹಾಗೇನಾದ್ರೂ ನಿಂಗೆ ನಮಸ್ಕಾರ ಮಾಡಬೇಕೆನಿಸಿದ್ರೆ... ದೇವರ ಮನೆಗೆ ಹೋಗು. ಅಂಬಕ್ಕನಿಗೆ ಮಾಡು. ಅದ್ನ ಬಿಟ್ಟು..." ಸ್ವಲ್ಪ ಸಿಟ್ಟು ಬಂದಿತ್ತು ಅವರಿಗೆ.

ಹಬ್ಬ ಹರಿದಿನಗಳಲ್ಲಿ ಅಂಬಕ್ಕ ಹೇಳಿ ಗಾಯತ್ರಿಯಿಂದ ಅವರಿಗೆ ನಮಸ್ಕಾರ ಮಾಡಿಸುತ್ತಿದ್ದುದುಂಟು. ಸಾಲಕ್ಕೆ ಬರೋರು, ಸಹಾಯ ಕೇಳೋ ಆಳುಗಳು 'ಅಡ್ಡ ಬಿದ್ದಿವಿ ಬುದ್ದಿ' ಎಂದು ಕಾಲು ಹಿಡಿಯಲು ಬರುತ್ತಿದ್ದರು. ಆಳವಾಗಿ ಅದರ ಬಗ್ಗೆ ಚಿಂತಿಸದಿದ್ದರೂ ಜಗದೀಶ್‌ಗೆ ಇಷ್ಟವಾಗದು.

ಅಷ್ಟು ದೂರದಲ್ಲಿ ನಿಂತ ಗೌರಿ "ವಾಲೆ ಇಟ್ಕೊಂಡಿದ್ದೀನಿ..." ಎಂದವಳು ಭರಣಿಯ ಬರುವಿಕೆಯಿಂದ ಹೊರಗೆ ಹೋದಳು.

ಭರಣಿಯತ್ತ ನೋಡಿದವರು ಮಲಗಿಕೊಂಡರು. ಅವನು ಅಲ್ಲೇ ನೆಲದಲ್ಲಿ ಕೂತ. ಈ ತರಹ ಬಂದನೆಂದರೆ ಏನೋ ಕೆಲಸವಿದೆಯೆಂದೇ ಅರ್ಥ.

ಐದು ನಿಮಿಷದಷ್ಟು ದೀರ್ಘಕಾಲ ಸುಮ್ಮನಿದ್ದರು. ಅವನಿಗೂ ಕೂತು ಸಾಕಾಯಿತು.

"ಗಾಯತ್ರಿಯಿಂದ ಪತ್ರ ಬಂದಿತ್ತಾ?" ಕೇಳಿದ.

"ಮೊನ್ನೆಯೆಲ್ಲ ಬರೆದಿದ್ದಳಲ್ಲ. ಯಾವ್ದೋ ಕೋರ್ಸ್‌ಗೆ ಸೇರ್ಕೊಂಡಿದ್ದಾಳಂತೆ. ಪತ್ರ ಬರ್ಯೋಕು ಪುರುಸೊತ್ತು ಬೇಕಲ್ಲ" ಸ್ವಲ್ಪ ಗಡುಸಾಗಿಯೇ ಹೇಳಿದರು.

ಭರಣಿಗೆ ಇಲ್ಲಿರಲು ಇಷ್ಟವೇ ಹೊರತು ಅಲ್ಲಿರಲ್ಲಲ್ಲ. ವೃಥಾ ಖರ್ಚು ಎನ್ನುವ ಗೊಣಗಾಟದ ಜೊತೆ ಅಲ್ಲಿನ ಒಂಟಿತನಕ್ಕೆ ಬಹಳಷ್ಟು ಹೆದರುತ್ತಿದ್ದ.

"ಅಲ್ಲಿನೋರು ಯಾರ್ಗೂ ಪತ್ರ ಬರೆಯೋಲ್ವಾ? ಗಾಯತ್ರಿ ಬಹಳ ಬದಲಾಗಿಬಿಟ್ಟಳು! ಅಲ್ಲಿಗೋದ್ಮೇಲೆ ಇಲ್ಲಿಗೆ ಬರೋ ಇಷ್ಟವಾಗೋಲ್ಲ. ಅಲ್ಲಿನ... ಮನೆ" ಅವನ ಮಾತುಗಳಿಗೆ ಮತ್ತಷ್ಟು ಕಣ್ಣು ರೆಪ್ಪೆಗಳನ್ನು ಬಿಗಿಯಾಗಿ ಮುಚ್ಚಿಕೊಂಡರು.

ಸ್ವಲ್ಪ ಹೊತ್ತು ಕೂತಿದ್ದ ಭರಣಿ ಎದ್ದು ಹೋದ.

ಯಾರಿಗೋ ಕಾಳು ಅಳಿಸಿ ಹಾಕುತ್ತಿದ್ದ ಅಂಬಕ್ಕ ಜೋರು ಮಾಡುತ್ತಿದ್ದರು. "ಅವೆಲ್ಲ ನನ್ಹತ್ರ ನಡ್ಯೋಂಥದಲ್ಲ. ವ್ಯವಹಾರದಲ್ಲಿ ನಾನು ಬಹಳ ಕಟ್ಟುನಿಟ್ಟು." ಕಂಬದ ಮನೆಯ ಗೋಡೆಗಳೆಲ್ಲ ಆಕೆಯ ಕಂಚಿನ ಕಂಠಕ್ಕೆ ಕಂಪಿಸಿದಂತೆ ಕಂಡವು.

ಮೌನವಾಗಿ ನಿಂತ ಭರಣಿ. ಈ ಮನೆಗೆ ಬಂದು ಭರಣಿ ಸೇರಿಕೊಂಡಾಗ ಹತ್ತರ ವಯಸ್ಸಿರಬೇಕು. ಒಂದಷ್ಟು ದಿನ ಶಾಲೆಗೆ ಹೋಗಿದ್ದುಂಟು. ಅವನಿಗೆ ಇಷ್ಟವೆನಿಸಲಿಲ್ಲ. ಬಲವಂತ ಮಾಡುವರಾರು ಇರಲಿಲ್ಲ. ಅಲ್ಲಿಗೆ ಮುಕ್ತಾಯವಾಗಿತ್ತು ಇವನ ಓದು. ಅಂದಿನಿಂದಲೇ ಅಂಬಕ್ಕನನ್ನು ನೋಡುತ್ತಿದ್ದ. ಇದೇ ಜೋರು.

ಎಷ್ಟೋ ಸಲ ಜಗದೀಶ್ ಮೃದುವಾಗಿ ಆಕ್ಷೇಪಿಸುತ್ತಿದ್ದರು. "ಸುಮ್ನೇ ಯಾಕೆ ಕೂಗಾಡಿ ಆಯಾಸ ಮಾಡ್ಕೋತೀರಿ? ಅವ್ರು ನಮ್ಮ ಹಾಗೇ ಮನುಷ್ಯರು. ಸಣ್ಣ ಪುಟ್ಟ ತಪ್ಪು ಮಾಡೋದು ಸಹಜ."

ಅದನ್ನು ಆಕೆ ಒಪ್ಪುತ್ತಿರಲಿಲ್ಲ. "ನಿನ್ಮಾತು ಕಟ್ಟಿಕೊಂಡು ಹೋದರಾಯ್ತು. ದಪ್ಪ ಚರ್ಮದ ಜನರಿಗೆ ನಿನ್ನ ತುಪ್ಪ ಸವರುವಂಥ ಮಾತು ಸರಿ ಹೋಗುತ್ತಾ?" ಅಷ್ಟಕ್ಕೇ ಜಗದೀಶ್ ಸುಮ್ಮನಾಗಿಬಿಡುತ್ತಿದ್ದರು.

ಹೊಸ ವಾಲೆ ಹಾಕಿಕೊಂಡ ಗೌರಿ ನವಕಳೆಯಿಂದ ತುಂಬಿಕೊಂಡವಳಂತೆ ಮನೆಯೆಲ್ಲ ಓಡಾಡುತ್ತಿದ್ದಳು.

"ಅಂಬಕ್ಕ, ಹೇಗೆ ಕಾಣುತ್ತೆ? ನಿಮ್ಗೂ ದೇವರಿಗೂ ನಮಸ್ಕಾರ ಮಾಡೂಂದ್ರು... ಅವರು" ಲಜ್ಜಿತಳಾಗಿ ಅಂಬಕ್ಕನ ಮುಂದೆ ನಿಂತಾಗ ಆಕೆ ಕಣ್ಣರಳಿಸಿ ಕಾಲಿಗೆ ಬಿದ್ದವಳನ್ನು ಹಿಡಿದೆತ್ತಿ ಆಶೀರ್ವದಿಸಿದರು "ಹೆಣ್ಣಿನ ಸುಖ ಕಂಡವನೇ ಅಲ್ಲ ಜಗದೀಶ್. ಸ್ವಲ್ಪ ಪ್ರೀತಿಯಿಂದ ನೋಡಿಕೋ" ಆಕೆ ಹಿತ ನುಡಿದಳು.

ಹುರಿಗಾಳು, ಉಂಡೆ, ಚಕ್ಕುಲಿಯೊಂದಿಗೆ ಕನಿಷ್ಠ ಆರೇಳು ಸಲವಾದರೂ ಜಗದೀಶ್ ಕೋಣೆಗೆ ಬಂದು ಹೋದಳು. ಮದುವೆ ಆಗಿದ್ದು ಹದಿನೈದು ವರ್ಷಕ್ಕೆ. ಗಂಡು ಹೋದದ್ದು ಆರು ತಿಂಗಳಿಗೆ. ಇನ್ನು ಅತ್ತೆಯ ಮನೆಗೆ ಹೋಗಿರಲೇ ಇಲ್ಲ. ನಂತರ ಫುಟ್‌ಬಾಲ್‌ನಂತೆ ಆ ಕಡೆಯಿಂದ ಈ ಕಡೆಗೆ, ಈ ಕಡೆಯಿಂದ ಆ ಕಡೆಗೆ ಒದೆಯುವಾಟದಲ್ಲಿ ಸತ್ತು ಸುಣ್ಣವಾಗಿದ್ದಳು. ಅಂಬಕ್ಕನ ಸಹಾನುಭೂತಿ ಒದ್ದಾಟದಿಂದ ಪಾರು ಮಾಡಿ ನೆಮ್ಮದಿಯ ನೆಲೆಯನ್ನು ದೊರಕಿಸಿಕೊಟ್ಟಿತ್ತು.

ಇನ್ನೊಂದು ಆಸೆ ಗೌರಿಯ ಎದೆಯಲ್ಲಿ ಬಿತ್ತನೆಯಾಗಿದ್ದು ಅಂಬಕ್ಕನಿಂದಲೇ. ಮರವಾಗಿ ಬೆಳೆಯಲು ಆಸ್ಪದವಾಗಿರಲಿಲ್ಲ ಅಷ್ಟೆ.

ಮಲಗಿದ ಜಗದೀಶ್ ಮಿದುಳಿನಲಿದ್ದುದು ಸ್ವಂತ ವಿಚಾರಗಳಲ್ಲ. 'ಯೆ ಕೂಚೇ ಯೇ ನೀಲಾಮ್‌ಘರ್ ದಿಲ್‌ಕಾಶ್ ಕೇ... ಜೀನೇ ನಾಚ್ ಹೈ ಹಿಂದ್ ಪರ್ ವೋ ಕಹಾಂ ಹೇ...' ಹಾಡಿನ ಹುಡುಕಾಟದಲ್ಲಿ ಗುರುದತ್‌ನ ಪರಿಚಯವಾಗಿತ್ತು.

ಹಿಂದಿನ ದಿನದವರೆಗೂ ಏನೂ ಅಲ್ಲದ ಚಿತ್ರನಟ, ನಿರ್ಮಾಪಕ, ನಿರ್ದೇಶಕ ಗುರುದತ್ ಅವರ ಮನದಲ್ಲಿ ಬದುಕಿದ್ದರುಗ. ಗುರುದತ್ ಸೂಕ್ಷ್ಮ ಕಲಾವಂತಿಕೆಯ ಮೋಡಿಯ ಬಗೆಗೆ ಬೆರಗಾಗಿದ್ದರು. 'ಮನುಷ್ಯ ಸಂಬಂಧಗಳು ವ್ಯಾಪಾರವಾಗಬಾರದು' ಎಂದು ಪ್ಯಾಸಾದಲ್ಲಿ ತಮ್ಮ ಕವನಗಳನ್ನು ಮೀರಿದ ವಿಜಯ್ ಮನುಕುಲದ ಅತ್ಯಂತ ಶ್ರೇಷ್ಠ ವ್ಯಕ್ತಿಯಾಗಿ ಕಂಡ.

ಇಷ್ಟು ದಿನ ಕಾಣದ ಒಂದು ಅರ್ಥಪೂರ್ಣ ಜಗತ್ತೇ ಅವರಿಗೆ ಕಾಣಿಸತೊಡಗಿತ್ತು.

"ಅಂಬಕ್ಕ ಎದ್ದಿದ್ದಾರಂತ... ನೋಡ್ಬಾಂದ್ರು" ಸುಂದರ ಸ್ವಪ್ನದಲ್ಲಿದ್ದ ವ್ಯಕ್ತಿಯನ್ನು ತಟ್ಟಿ, ಎಬ್ಬಿಸಿದಂತಿತ್ತು ಗೌರಿಯ ಸ್ವರ. ತಟ್ಟನೆ ಎದ್ದು ಕೂತರು ಜಗದೀಶ್. "ಹೋಗಿ... ನೋಡ್ತೀನಿ" ಟವಲಿನಿಂದ ಮುಖವನ್ನೊತ್ತುತ್ತ ಹೊರಗೆ ನಡೆದರು.

ಪಾದಗಳು ಊರಿದ ಸ್ಥಳಗಳಲ್ಲೆಲ್ಲ ವಿಚಿತ್ರವಾದ ಅನುಭವ. ಉತ್ಸಾಹ, ಉಲ್ಲಾಸ, ಹೊಸ ಹೊಸ ಆವಿಷ್ಕಾರದ ಅನ್ವೇಷಣೆಯಲ್ಲಿ ಪಾದವೂರಿದ ಹೊಸತನ.

ನಡುಮನೆಯಲ್ಲಿ ಕೂತಿದ್ದ ಅಂಬಕ್ಕನ ಮುಂದೆ ಕೂತರು. ಸಣ್ಣಬುಟ್ಟಿಯ ಹತ್ತಿಯನ್ನು ಮುಂದೆ ಹಾಕಿಕೊಂಡು ಬೀಜಗಳನ್ನು ಚೊಕ್ಕಟ ಮಾಡುತ್ತಿದ್ದರು.

"ಏನು ಅಂಬಕ್ಕ...?" ಜಗದೀಶ್ ರೆಪ್ಪೆಗಳು ಇನ್ನೂ ಭಾರವಾಗಿದ್ದವು. ಆಕೆ ಅರ್ಥಮಾಡಿಕೊಂಡು ನಸುನಕ್ಕರು. "ಗೌರಿ ಬಂದು ಕರೆದಳಾ? ನಿಂಗೆ ಅವಳೇ ಮಾಡಿದ ತಿಂಡಿ ಕೊಡ್ಬೇಕೂಂತ."

"ಇಷ್ಟೇನಾ?" ಎನ್ನುವಂತೆ ಜಗದೀಶ್ ಎದ್ದು ಹೋದರು.

ಅವರಲ್ಲಿ ಒಂದು ರೀತಿಯ ಹಸಿವು ಶುರುವಾಗಿತ್ತು. ಇಷ್ಟು ವರ್ಷಗಳ ತನ್ನ ಬದುಕು ಮುಗ್ಧ ಹಸುಳೆಯಂಥದ್ದು. ಇನ್ನು ಮೇಲಾದರೂ ಜಗತ್ತಿನ ವಿಷಯ ತಿಳಿಯಬೇಕು. ಅಂಥ ಮಾತುಗಳನ್ನಾಡಬೇಕು. ಚರ್ಚೆಗಳಲ್ಲಿ ಭಾಗವಹಿಸಬೇಕು.

"ಕಾಯಿನ ಬೆಲೆ ಯದ್ವಾತದ್ವಾ ಏರಿಬಿಟ್ಟಿದೆ. ಶಂಕರಯ್ಯ ಹೇಳಿ ಕಳಿಸಿದ್ದ. ಮಂಡಿಗೆ ಕಳ್ಸಿಬಿಡೋಣ್ವಾ?" ಭರಣಿಯ ಸ್ವರ. ಯಜಮಾನ, ಸೇವಕ ಎನ್ನುವಂಥ ಸಂಬಂಧ ಅವರದಲ್ಲ. ಬಂಧುಗಳ ಒಡನಾಟವೆನ್ನುವಂತೆ ಅವನನ್ನು ನಡೆಸಿಕೊಳ್ಳುತ್ತಿದ್ದರು ಜಗದೀಶ್.

ಅವನತ್ತ ತಿರುಗಿದ ಜಗದೀಶ್, "ಅಂಬಕ್ಕನ್ನ ಕೇಳ್ಬಿಡು. ಸಣ್ಣಲಿಂಗಯ್ಯನಿಗೆ ಹೇಳಿದ್ದೀನಿ. ಇಲ್ಬಂದು ತುಂಬಿಕೊಂಡು ಹೋಗ್ತಾರೆ... ಅಂದಿದ್ದು" ಎಂದರು.

ಬೇರೆ ಯಾರಾದರೂ ಇದ್ದಿದ್ದರೆ ಈ ಪ್ರಮಾಣದ ಯಜಮಾನಿಕೆ ಆಕೆಗೆ ಸಿಕ್ಕುತ್ತಿರಲಿಲ್ಲ. ಅದನ್ನು ಆಕೆಯೆಂದೂ ದುರುಪಯೋಗಪಡಿಸಿಕೊಂಡಿರಲಿಲ್ಲ.

ಹೋದ ಭರಣಿ ಐದು ನಿಮಿಷ ಬಿಟ್ಟು ಹಿಂದಿರುಗಿ ಬಂದ. "ಅಂಬಕ್ಕ, ಆಗ್ಲೇ ಸಣ್ಣ ಗುಂಡಯ್ಯನ ಹತ್ರ ಅಡ್ವಾನ್ಸ್ ಈಸ್ಕೊಂಡಿದ್ದಾಳೆ. ನಾನು ತೋಟದ ಕಡೆ ಹೋಗ್ತೀನಿ" ಹೆಗಲ ಮೇಲಿನ ಟವಲನ್ನು ತಲೆಗೆ ಸುತ್ತಿಕೊಂಡು ಹೊರಟ.

ಭರಣಿ ಹಳ್ಳಿಯಲ್ಲಿದ್ದರೆ ಹೆಚ್ಚು ಇರುತ್ತಿದ್ದುದು ತೋಟದ ಬಳಿ. ರಾತ್ರಿ ಮಲಗಲು ಅಲ್ಲಿಯೇ ಹೋಗುತ್ತಿದ್ದ. ಒಮ್ಮೊಮ್ಮೆ ಜಗದೀಶ್ ಕೂಡ ಅಲ್ಲಿಯೇ ಮಲಗುತ್ತಿದ್ದರು. ಆಗ ಮಾತಾಡುತ್ತಿದ್ದುದೆಲ್ಲ ಪೈರು ಪಚ್ಚೆ, ಲಾಭ ನಷ್ಟದ ಬಗ್ಗೆ ಮಾತ್ರ.

ಮುಖ ತೊಳೆದು ಬಂದ ಜಗದೀಶ್ ಹೊರ ಜಗುಲಿಯ ಮೇಲೆ ಕೂತರು. ಹಿಂದೆ ಈ ಸ್ಥಳದಲ್ಲಿ ಸರಸ್ವತಿಯ ತಂದೆ ಕೂಡುತ್ತಿದ್ದರು. ಅವರು ನಿಲ್ಲುತ್ತಿದ್ದರು. ಹೆಚ್ಚು ಬಲವಂತ ಮಾಡಿದರೇ ಇನ್ನೊಂದು ಬದಿಯ ಜಗುಲಿಯ ಮೇಲೆ ಕೂಡುತ್ತಿದ್ದರು.

ಬಹಳ ಪ್ರಯತ್ನಪಟ್ಟರು, ಸರಸ್ವತಿಯನ್ನು ನೆನೆಸಿಕೊಳ್ಳಲಾಗಲಿಲ್ಲ. ಯೌವ್ವನ ದಿನಗಳ ಸಿಹಿ ಅನುಭವಗಳು ಬದುಕಿನ ದಾರಿಯುದ್ದಕ್ಕೂ ರಮ್ಯ-ರಸಿಕರ ಮಾತು.

ಊಟ, ತಿಂಡಿ ಅಂಬಕ್ಕ ನೋಡಿಕೊಳ್ಳುತ್ತಿದ್ದರು. ರಾತ್ರಿಯೇ ಸರಸ್ವತಿ ಸಾಮೀಪ್ಯ. ಇವರಿಗೆ ಸಂಕೋಚ, ಸರಸ್ವತಿಗೆ ಮಾತಾಡಲು ಬರದು.

ಅವರಿಗೆ ನಗು ಬಂತು. ನಕ್ಕೇಬಿಟ್ಟರು ಕೂಡ.

ಇನ್ನೊಂದು ಬದಿಯ ಜಗುಲಿಯ ಮೇಲೆ ಬಂದು ಕೂತ ಅಂಬಕ್ಕ ಕೇಳಿದರು. "ಒಬ್ನೇ ನಗ್ತಾ ಇದ್ದೀಯಲ್ಲ!" ಗೌರಿಗೆ ವಾಲೆ ತಂದುಕೊಟ್ಟದ್ದು ಆಕೆಗೆ ಅತ್ಯಂತ ಸಂತಸದಾಯಕ.

"ಏನೋ ನೆನಪಾಯ್ತು!" ಎಂದರು.

ಅಂಬಕ್ಕನಿಗೆ ವಯಸ್ಸಾದರೂ ದೃಷ್ಟಿ ಮಾತ್ರ ಬಹಳ ಸೂಕ್ಷ್ಮ. ಯಾರ ನೋಟಕ್ಕೂ ಸಿಕ್ಕದ್ದು ಆಕೆಗೆ ದಕ್ಕಿಬಿಡುತ್ತಿತ್ತು.

"ಗಾಯತ್ರಿ ಚಿಕ್ಕವಳಿದ್ದಾಗ ಇಲ್ಲಿ ನೆಗೆದು ಕುಣಿದು ಆಡ್ತಾ ಇದ್ಲು. ಆ ದಿನಗಳು ಚೆನ್ನ. ಹಾಗಂತ ಅವ್ಳು ಚಿಕ್ಕವಳಾಗಿ ಉಳಿಯೋಕೆ ಸಾಧ್ಯನಾ? ದಿನಗಳು ಸರಿದು ಹೋಗುತ್ತೆ. ನೆನಪುಗಳು ಮಾತ್ರ ಕಾಡುತ್ತೆ" ಪುಟ್ಟ ಗಾಯತ್ರಿ ತಮ್ಮ ತೊಡೆಯೇರಿದ ದೃಶ್ಯವನ್ನು ಅಂಬಕ್ಕ ಕಲ್ಪಿಸಿಕೊಂಡರು.

ಜಗದೀಶ್ ಕೂಡ ಅದರಲ್ಲಿ ಮುಳುಗಿಹೋದರು. ಲಂಗ, ಫ್ರಾಕ್ ತೊಟ್ಟ ಗಾಯತ್ರಿಗೆ ಉದ್ದ ಜಡೆ, ಅದಕ್ಕೊಂದು ನೇತಾಡುವ ಬಂಗಾರದ ಕುಚ್ಚು. ಕಾಲಿಗೆ ಘಳಗುಟ್ಟುವ ಬೆಳ್ಳಿ ಕಾಲು ಚೈನ್.

"ಈ ಹಳ್ಳೀಯಲ್ಲೇ ನಮ್ಮ ಜಗದೀಶಪ್ಪನೋರ ಮಗ್ಳು ಗಾಯತ್ರಿಯಂಥ ಮುದ್ದಾದ ಹುಡ್ಗಿ ಇಲ್ಲ" ಅವರಿವರು ಆಡುತ್ತಿದ್ದ ಮಾತುಗಳು. ಆದರೆ ಉತ್ಪ್ರೇಕ್ಷಿಸುವಂತದಲ್ಲ.

ಆಕೆಯು ಕಣ್ಣು ಮಂಜಾಯಿತು. ಏನೋ ಹಂಬಲಿಕೆ.

"ಜಗದೀಶ್, ಅಮೇರಿಕಾಗೆ ಹೋಗಿ ಬರೋ ಖರ್ಚು ಎಷ್ಟು?" ಕೇಳಿದರು. ಜಗದೀಶ್ ನಕ್ಕುಬಿಟ್ಟರು. "ಯಾಕೆ, ನಿಂಗೂ ಹೋಗೋ ಆಸೆನಾ ಅಮೇರಿಕಾಕ್ಕೆ?"

ತಮ್ಮ ಅಂಗೈಗಳನ್ನು ತೆರೆದು ನೋಡಿಕೊಂಡರು. ಇದೇ ಕೈಗಳಲ್ಲಿ ಬೆಳೆಸಿದ್ದರು. ಒಂದು ಬಟ್ಟಲು ಬಿಸಿ ಹರಳೆಣ್ಣೆಗೆ ಚಿಟಿಕೆ ಅರಿಶಿನ ಹಾಕಿ ಪುಟ್ಟ ಮಗು ಗಾಯತ್ರಿಯನ್ನು ಕಾಲುಗಳ ಮೇಲೆ ಹಾಕಿಕೊಂಡು ಪುಟ್ಟ, ತುಂಟ ಕೃಷ್ಣನನ್ನು ಆಲೈಸುವಂಥ ಜೋಗುಳ ಹಾಡಿ, ಎಣ್ಣೆ ಹಚ್ಚುತ್ತಿದ್ದರು. ಅದು ಅವರಿಗೆ ಹಿತವಾದ, ಮನಸ್ಸಿಗೆ ಸಂತೋಷ ಕೊಡುವಂಥ ಕೆಲಸ.

"ಅದೇನು ಕೈಗಳನ್ನು ನೋಡಿಕೋತಾ ಇದ್ದೀಯಾ ಅಂಬಕ್ಕ" ಜಗದೀಶ್ ಆಶ್ಚರ್ಯದಿಂದ ಕೇಳಿದರು. ಆಕೆ ಕಣ್ಣೊರೆಸಿಕೊಂಡರು. "ಗಾಯತ್ರಿಗೆ ಎಣ್ಣೆ ಹಚ್ಚಿದ ಕೈಗಳು. ಆರೈಕೆ ಮಾಡಿದ ಕೈಗಳು. ಅವ್ಳ ಹೊಟ್ಟೆಯಲ್ಲಿ ಹುಟ್ಟೋ ಮಗುಗು ಎಣ್ಣೆ

ಹಚ್ಚಿ ನೀರು ಹಾಕೋ ಆಸೆ, ಎತ್ತಿ ಆಡಿಸೋ ಬಯಕೆ. ಇವೆಲ್ಲ ಸಾಧ್ಯವೇನೋ ಜಗದೀಶ?" ಆಕೆಯ ಕಂಠ ಗದ್ಗದವಾಯಿತು. ಅತ್ತೇಬಿಟ್ಟರು.

ವಿಸ್ಮಿತರಾದರು ಜಗದೀಶ್. ಅಂಬಕ್ಕನ ಉತ್ತಮ ವ್ಯಕ್ತಿತ್ವದ ಮುಂದೆ ಯಾರೂ ಇಲ್ಲವಾದರು.

"ಯಾಕೆ ಸಾಧ್ಯವಿಲ್ಲ, ಅವ್ಳ ಮಕ್ಕಳನ್ನು ನೀವು ತಾನೇ ಎತ್ತಿ ಆಡಿಸ್ಬೇಕು. ಸ್ವಲ್ಪ ತಡವಾಗ್ಬಹುದಷ್ಟೆ" ಎಂದರು.

ಅಲ್ಲಿ ಇಬ್ಬರು ಕೆಲಸ ಮಾಡದೇ ವಿಧಿ ಇಲ್ಲವೆಂದು ಚಕ್ರವರ್ತಿ ಹೇಳಿದ್ದರು. ಮೆಡಿಕಲ್ ಗಾಯತ್ರಿ ಪೂರ್ಣಗೊಳಿಸಿದ್ದರೆ ಚೆಂದವಿತ್ತು. ಇಲ್ಲಿ ಇವಳಿಗೆ ಅಡ್ಡಿಯಾದುದ್ದೇನು? ದೇಶಪಾಂಡೆಯ ಪ್ರೇಮ, ಪ್ರೀತಿ, ಆಕರ್ಷಣೆ ಬಹಳ ನೊಂದುಕೊಂಡರು ತಂದೆಯಾಗಿ ಅವರು.

"ನಾನು ಬೇಕಾದ್ರೆ ಅಷ್ಟು ಕಾಲ ಬದುಕಲು ಸಿದ್ಧ. ಅವ್ಳು ಹಿಂದಿರುಗಿ ಬರ್ತಾಳೇನೋ? ಅಲ್ಲಿಗೆ ಹೋದ ಗೌಡರ ಮಗ ಎಲ್ಲಿ ವಾಪ್ಸು ಬಂದ?" ಆಕೆಯ ಸ್ವರದಲ್ಲಿ ಭಯವಿತ್ತು. ಅನುಭವದ ಮಾತು.

ಅದನ್ನು ಜಗದೀಶ್ ಮನ ಒಪ್ಪಲಿಲ್ಲ.

"ನಮ್ಮ ಗಾಯತ್ರಿನ ಬೇರೆಯವ್ರಿಗೆ ಯಾಕೆ ಹೋಲಿಸ್ತೀಯಾ ಅಂಬಕ್ಕ, ಖಂಡಿತ ಬರ್ತಾಳೆ" ಭರವಸೆಯ ಮಾತಾಡಿದರು. ಹಿಂದಿನಷ್ಟು ಅವರ ಸ್ವರದಲ್ಲಿ ಕಂಪನವಿರಲಿಲ್ಲ.

ಪಟ್ಟಾಗಿ ವಾರ ಉಳಿದರು. ಯಾವುದರಿಂದಲೋ ಕಳಚಿಕೊಳ್ಳುವ ಸಾಹಸ. ತೋಟದತ್ತ ಹೆಚ್ಚು ಹೆಚ್ಚು ನಿಗಾ ಇಟ್ಟರು.

ತೀರಾ ಅವರ ಗಮನಕ್ಕೆ ಬಂದಿದ್ದು ಗೌರಿಯ ನಡತೆ. ಹಿಂದಿಂತೆ ಕಾಫೀ, ತಿಂಡಿಯೋ ಕೊಟ್ಟ ತಕ್ಷಣ ಹಿಂದಿರುಗಿಬಿಡುತ್ತಿದ್ದಳು. ಈಗ ಹಾಗಿಲ್ಲ, ಅಲ್ಲೇ ನಿಲ್ಲುತ್ತಿದ್ದಳು. ಹೇಗಿದೆಯೆಂದು ವಿಚಾರಿಸುತ್ತಿದ್ದಳು.

ಅಂದು ಲೋಕಾಭಿರಾಮವಾಗಿ ಅಂಬಕ್ಕನೊಂದಿಗೆ ಪ್ರಶ್ನಿಸಿದರು. "ಪರ್ವಾಗಿಲ್ಲ, ಗೌರಿ ಈ ಮನೆಗೆ ಒಗ್ಗಿಕೊಂಡಿದ್ದಾಳೆ. ಎಲ್ಲಾ ಕೆಲ್ಸವನ್ನು ಅವ್ಳಿಗೆ ಬಿಟ್ಟು ನೀನು ಇನ್ಮೇಲಾದ್ರೂ ಆರಾಮಾಗಿ ಇದ್ಕೋ" ಎಂದರು.

ಆಕೆಯ ಬಾಯಿ ಮೊರದಗಲವಾಯಿತು. ಅವರು ಅರ್ಥಮಾಡಿಕೊಂಡಿದ್ದೇ ಬೇರೆ. 'ಗೌರಿ ಜಗದೀಶನ ಮನಸ್ಸಿಗೆ ಬಂದಿದ್ದಾಳೆ.'

"ಅಷ್ಟೇ ಮಾಡ್ಬೇಕು. ಆದ್ರೆ ನನ್ನಂಥವಳು ಕೂತು ಏನ್ಮಾಡ್ಬೇಕು? ಸದಾ ಕೆಲ್ಸ ಮಾಡೇ ಅಂಬಕ್ಕನಿಗೆ ಗೊತ್ತು. ಕೂತು ಏನ್ಮಾಡ್ಲಿ? ವಯಸ್ಸಾದ ಶರೀರಕ್ಕೆ ಗೆದ್ದಲು ಹಿಡಿದುಹೋಗುತ್ತಷ್ಟೆ."

ಜಗದೀಶ್ ಮನಸ್ಸಿಗೆ ಒಂದು ಹೊಳೆಯಿತು. 'ಈ ಹಳ್ಳಿ ಬಿಟ್ಟು ಎಲ್ಲೂ ಹೋಗದ ಅಂಬಕ್ಕನನ್ನು ತೀರ್ಥಯಾತ್ರೆಗೆ ಯಾಕೆ ಕಳಿಸಬಾರದು?' ಆ ವಿಚಾರವನ್ನು ಆಕೆಯ

ಮುಂದೆ ಬಿಚ್ಚಿಟ್ಟರು ಕೂಡ.

"ನೋಡೋಣ, ಎಲ್ಲಾ ನನ್ನ ಪ್ರಕಾರ ಸರಿಹೋದ್ರೆ ಖಂಡಿತ ಹೋಗ್ಬರ್ತೀನಿ" ಎಂದರು. ಮತ್ತೆ ಏನನ್ನೋ ಜ್ಞಾಪಿಸಿಕೊಂಡವರಂತೆ "ಸರಸ್ವತಿಯ ಒಂದಿಷ್ಟು ಸೀರೆಗಳು ಈಗ್ಲೂ ಹಾಗೆಯೇ ಬಿದ್ದಿತ್ತು. ಅವೆಲ್ಲ ಗೌರಿಯಾದ್ರೂ ಉಟ್ಟುಕೊಳ್ಳಲೀಂತ ಕೊಟ್ಟೆ."

ಅದಕ್ಕೆ ಜಗದೀಶ್ ವಿರೋಧವೂ ಇಲ್ಲ, ಸಮ್ಮತವೂ ಇಲ್ಲ. ಎಂದೂ ಆ ಸೀರೆಗಳನ್ನು ನೋಡಿದವರೇ ಅಲ್ಲ. ಗಾಯತ್ರಿಗೆ ಬುದ್ಧಿ ಬಂದ ಮೇಲೆ ಆಗಾಗ ಅವೆಲ್ಲ ತೆಗೆದು ಹಾಕಿಕೊಳ್ಳುತ್ತಿದ್ದಳು. ತನಗೆ ಇಷ್ಟವಾದುದ್ದನ್ನು ಆಯ್ಕೆ ಮಾಡಿಕೊಂಡಿದ್ದಳು.

"ಅಪ್ಪ, ಈ ಸೀರೆಯಲ್ಲಿ ನಾನು ಹೇಗೆ ಕಾಣ್ತೀನಿ?" ಅವರ ಮುಂದೆ ಬಂದು ನಿಲ್ಲುತ್ತಿದ್ದಳು. ಮಮತೆಯ ವರ್ಷವನ್ನೇ ಕರೆಯುತ್ತಿದ್ದವು ಕಣ್ಣುಗಳು ಮಗಳ ಮೇಲೆ. "ತುಂಬ ಚೆನ್ನಾಗಿ ಕಾಣ್ತೀಯ! ಸೀರೆಯ ಬಣ್ಣ, ಅಂಚು ನಿಂಗೆ ಒಪ್ಪಿಗೆಯಾಗುತ್ತೆ. ಯಾವಾಗ ತಗೊಂಡೆ?" ಇವರ ಪ್ರಶ್ನೆಗೆ ಅವಳು ನಕ್ಕುಬಿಡುತ್ತಿದ್ದಳು "ಅಯ್ಯಯ್ಯೋ, ಇದು ಅಮ್ಮನ ಸೀರೆ, ಅಮ್ಮ ಈ ಸೀರೆಯುಟ್ಟ ದಿನವನ್ನು ನೆನಪು ಮಾಡ್ಕೊಳ್ಳಿ."

ಅವರಿಗೆ ನೋಡಿದ್ದರೇ ತಾನೇ ನೆನಪಿಗೆ ಬರೋದು. ಸರಸ್ವತಿ ಹೇಗಿದ್ದಳು ಎಂದು ಕೂಡ ಕಲ್ಪಿಸಿಕೊಳ್ಳಲಾರದ ಸ್ಥಿತಿ. ಗೋಡೆಯ ಮೇಲಿದ್ದ ಫೋಟೋ ನೋಡಿಯೇ 'ಸರಸ್ವತಿ ಹೀಗೆ ಇದ್ದಳು' ಎಂದುಕೊಳ್ಳಬೇಕಿತ್ತು. ನಂತರ ಎಷ್ಟೇ ಪ್ರಯತ್ನಪಟ್ಟರೂ ಆ ಮುಖ ನೆನಪಾಗದು.

ದಾಂಪತ್ಯದ ರಸ ನಿಮಿಷಗಳು, ಕ್ಷಣಗಳು ಯಾವುದೂ ಅವರ ಪಾಲಿಗೆ ಇರಲಿಲ್ಲ. ಸರಸ್ವತಿಯ ತಂದೆ ಒಂದು ರೀತಿಯಲ್ಲಿ ಕಟು ಧೋರಣೆಯ ವ್ಯಕ್ತಿ. ಮನೆಯಲ್ಲೇ ಅವರದೇ ಯಜಮಾನಿಕೆ. ಕೊಡೊ ತರೋ ಸಂಪೂರ್ಣ ವ್ಯವಹಾರಗಳು ಅವರದೇ. ಅವರು ಬದುಕಿರುವಷ್ಟು ಕಾಲವೂ ಅವರೇ ಸಮಸ್ತವನ್ನು ನೋಡಿಕೊಳ್ಳುತ್ತಿದ್ದರು. ಮಡದಿಗಾಗಿ ಒಂದು ಸೀರೆಯೇನು, ಒಂದು ಮೊಳ ಹೂ ಕೂಡ ತಂದಿರಲಿಲ್ಲ ಜಗದೀಶ್.

ಸುಮ್ಮನೇ ಕೂತ ಜಗದೀಶ್‌ನ ಅಂಬಕ್ಕನೇ ಎಚ್ಚರಿಸಬೇಕಾಯಿತು. "ನಿಂಗೆ ಇಷ್ಟವಿಲ್ಲಾಂದ್ರೆ ಬೇಡ..." ತಲೆಯಾಡಿಸಿಬಿಟ್ಟರು "ಇಲ್ಲಿ ಇಷ್ಟ, ಆಯಿಷ್ಟಗಳ ಪ್ರಶ್ನೆ ಎಲ್ಲಿ ಬರುತ್ತೆ ಅಂಬಕ್ಕ? ಪೆಟ್ಟಿಗೆಯಲ್ಲಿ ಬಿದ್ದು ಹಾಳಾಗೋ ಬದ್ಲು ಯಾರೋ ಉಟ್ಟುಕೊಳ್ಳಲಿ ಬಿಡು" ಅಲ್ಲಿ ವ್ಯಕ್ತವಾದದ್ದು ಉದಾಸೀನ.

ಎದ್ದು ತೋಟದತ್ತ ನಡೆದುಬಿಟ್ಟರು ಜಗದೀಶ್. ರಾತ್ರಿ ಅಲ್ಲಿಯೇ ಉಳಿದವರು ಭರಣಿಗೆ ಹೇಳಿದರು.

ಯಾವುದೋ ಆಕರ್ಷಣೆ, ಆಸೆ ಅವನನ್ನು ಹಿಡಿದುಬಿಟ್ಟಿತ್ತು.

"ನನಗೆ ಬೇಸರ ಬಂದು ಹೋಗಿದೆ. ಅಪರೂಪಕ್ಕಾದ್ರೂ ಒಂದ್ಮಾತು ಆಡೋಣಾಂದ್ರೆ... ಜನವಿಲ್ಲ. ನನ್ನಂಥವನಿಗೆ ಹುಚ್ಚು ಹಿಡಿಯುತ್ತದಷ್ಟೆ. ಇನ್ನು ನಾಲ್ಕು

ದಿನವಾದ್ರು ಹಳ್ಳಿಯಲ್ಲಿ ಇದ್ದು ಬರ್ತೀನಿ" ಎಂದ. ಅಂತು ಅವನಿಗೆ ಹಳ್ಳಿ ಬಿಡುವುದು ಇಷ್ಟವಿಲ್ಲವೆಂದು ಅರ್ಥವಾಯಿತು.

ಒತ್ತಡವೇರಲು ಜಗದೀಶ್‌ಗೆ ಇಷ್ಟವಿಲ್ಲ. "ಸರಿ, ಒಂದಷ್ಟು ದಿನ ಇರು. ಸದ್ಯಕ್ಕೆ ಅಲ್ಲಿ ಮಲಗೋಕ್ಕಾದ್ರೂ ಏರ್ಪಾಟು ಮಾಡಿ ಬರ್ಬೇಕು. ನೋಡೋಣ. ಚಕ್ರವರ್ತಿ ಹತ್ರ ಮಾತಾಡ್ತೀನಿ" ತಾವು ಹೋಗುವ ನಿರ್ಧಾರ ಮಾಡಿದರು.

ಲಾವಣ್ಯಳ ನಗು, ಮಾತು, ಬುದ್ಧಿವಂತಿಕೆ ಪ್ರತಿಯೊಂದು ಅವರನ್ನು ಕಾಡುತ್ತಿತ್ತು. ಅಂದು ಕಾಂಪೌಂಡ್ ಗೋಡೆ ಹಾರಿದ್ದನ್ನು ನೆನಪು ಮಾಡಿಕೊಂಡರು. ನೆಗೆಯುವ, ಹಾರುವ ಅವಳ ಪ್ರತಿಯೊಂದು ನಡೆನುಡಿಯೂ ಚೆಂದ.

* * *

ಬಸ್‌ಸ್ಟಾಂಡ್‌ನಿಂದ ಹೊರಗೆ ಬರುವ ವೇಳೆಗೆ ಯಾರೊಂದಿಗೋ ಬೈಕ್ ಮೇಲೆ ಕೂತೇ ಮಾತಾಡುತ್ತಿದ್ದ ಪ್ರೇಮ್ "ಹಾಯ್... ಅಂಕಲ್....." ಎಂದು ಕೂಗಿ ಕೈ ಬೀಸಿದ. ಆಟೋ ಸ್ಟ್ಯಾಂಡ್ ಅತ್ತ ಹೊರಟ ಜಗದೀಶ್ ನಿಂತರು.

ಅವನ ಮನಸ್ಸಿನ ಭಾವನೆ, ಸ್ವಭಾವಗಳನ್ನು ಅರಿಯಲು ತಾವು ಅಶಕ್ತರೇನೋ ಎನ್ನುವ ಅನುಮಾನ ಅವರನ್ನು ಕಾಡಿತು.

ಪ್ರೇಮ್ ಮಾತಿನಲ್ಲೇ ಮುಳುಗಿದಾಗ ತಾವು ಹೊರಟರು.

ಆಟೋ ಏರುವ ವೇಳೆಗೆ ಸದ್ದು ಮಾಡುತ್ತಾ ಬಂದ ಪ್ರೇಮ್ "ಬನ್ನಿ ಅಂಕಲ್... ಎಲ್ಲಿಗೆ ಬೇಕಾದ್ರೂ ಡ್ರಾಪ್ ಮಾಡ್ತೀನಿ. ನಿಮ್ಗೆ ಸಂಕೋಚವಾದ್ರೆ ಆಟೋಗೆ ಕೊಡೋ ಹಣ ನಂಗೆ ಕೊಡಿ. ನಂಗೂ ಅದ್ರಿಂದ ಗೈನ್" ಎನ್ನುತ್ತ ಆಟೋದವನಿಗೆ ಕಣ್ಣೊಡೆದ. ಅವನ ಸಿಡುಕು ಮುಖ ಕೂಡ ಅರಳಿತು.

"ಎಲ್ಲಿಗೆ ಸಾರ್... " ಕಿಕ್ಕರ್ ಮೇಲೆ ಕಾಲಿಟ್ಟು ಕೇಳಿದ. ಮೆಲ್ಲಗೆ ಅವನ ಭುಜದ ಮೇಲೆ ಒಂದು ಏಟು ಹೊಡೆದು "ಮತ್ತೆಲ್ಲಿಗೆ... ಮನೆಗೆ" ಎಂದರು.

"ಮೊದ್ಲು ನಮ್ಮ ಕ್ಲಿನಿಕ್, ನಂತರ ಡ್ಯಾಡಿ ಜೊತೆ ಮನೆಗೆ. ಅಲ್ಲಿ ಊಟ, ಮಾತು, ಅದೂ ಇದರ ನಂತರ ನಿಮ್ಮನ್ನು ಡ್ರಾಪ್ ಮಾಡೋ ಜವಾಬ್ದಾರಿ ನಂದು" ಬೈಕ್ ಸ್ಟಾರ್ಟ್ ಮಾಡಿದ.

ಪ್ರೇಮ್ ಬಗೆಗಿನ ಅವರ ಭಾವನೆಗಳೇ ಬದಲಾದವು. ಚಕ್ರವರ್ತಿಯ ಮೂವರು ಮಕ್ಕಳಲ್ಲಿ ಇವನು ಸಾಮಾನ್ಯ ಬುದ್ಧಿವಂತ. ಸ್ವಲ್ಪ ಬೇಜವಾಬ್ದಾರಿಯವ. ಸದಾ ಓಡಿಯಾಡಿಕೊಂಡು ಕಾಲ ಕಳೆದರು ಮನೆಗೆ ಬಂದ ಕೂಡಲೇ ದಾಂಧಲೆ. ಅವನ ಅಪ್ಪ, ಅಮ್ಮ ಇವನ ಬಗ್ಗೆಯೇ ಚಿಂತೆ ಹಚ್ಚಿಕೊಂಡಿದ್ದು.

ಆದರೆ ಈಚೆಗೆ ಅವನು ಬಹಳ ಇಷ್ಟವಾಗಿ ಕಂಡಿದ್ದ. ಜೀವನದ ಬಗ್ಗೆ ಜನರ ಬಗ್ಗೆ, ಸುತ್ತಲ ಸಮಾಜದ ವಿಷಯದಲ್ಲಿ ಅವನ ಪ್ರೀತಿಯ ಅನನ್ಯತೆ ಅರ್ಥವಾದಂತೆ ಅವನಲ್ಲಿ ಗೂಢವಾಗಿ ಉಳಿದು ಹೋದ ಮತ್ತೊಬ್ಬ ಪ್ರೇಮ್‌ನ ಕಂಡಂತಾಗಿತ್ತು.

ಕ್ಲಿನಿಕ್ ಬಳಿ ಬೈಕ್ ನಿಂತಾಗ ಅಲ್ಲೇ ನಿಂತಿದ್ದ ಫಿಯೆಟ್ ಅವರ ಗಮನ ಸೆಳೆಯಿತು. 'ಯಾರಿಗಾದ್ರೂ ಹೇಳಿ ರಿಪೇರಿಯಾಗದಂತೆ ಆಕ್ಸಿಡೆಂಟ್ ಮಾಡ್ಸಬೇಕು ಜಗದೀಶ್. ಅದ್ವರ್ಗೂ ನಂಗೆ ಈ ಕಾರಿನಿಂದ ವಿಮುಕ್ತಿ ಇಲ್ಲ. ಯಾಕೋ ಒಂದು ತರಹ ವ್ಯಾಮೋಹ ಇದರ್ಮೆಲೆ' ಎರಡು ಅಭಿಪ್ರಾಯಗಳನ್ನ ವ್ಯಕ್ತಪಡಿಸಿದರು.

ಆಗೆಲ್ಲ ಇಂಥ ಮಾತುಗಳಿಗೆ ಅರ್ಥವೇ ಕಾಣುತ್ತಿರಲಿಲ್ಲ. ಈಗ ಅದರ ಹಿಂದಿನ ಒಳತೋಟ ಅವರ ಗಮನಕ್ಕೆ ಬರುತ್ತಿತ್ತು.

"ಅಂಕಲ್, ಒಳ್ಗೆ ಮಮ್ಮೀನೂ ಇರ್ತಾಳೆ. ನೀವ್ಹೋಗಿ ಎಲ್ಲಾ ಮನೆ ತಲುಪೋ ವೇಳೆಗೆ ನಾನು ಹಾಜರ್...." ಬೈಕ್ ಸದ್ದು ಮಾಡುತ್ತ ಹೋಯಿತು.

ಅವನು ಹೋದತ್ತಲೇ ನೋಡಿದರು. ಬದುಕಿಗೆ ಅಂಥ ಜೀವನೋತ್ಸಾಹ ಬೇಕೆನಿಸಿತು. ಕಳೆದುಹೋದ ದಿನಗಳು ಹೆಚ್ಚು ನೀರಸವೆನಿಸಿತು.

ಹತ್ತು ಜನಕ್ಕೂ ಮಿಕ್ಕಿ ಪೇಷೆಂಟ್‌ಗಳು ಇದ್ದರು ಹೊರ ವರಾಂಡದಲ್ಲಿ. ಒಳಗೆ ಎಂಟಕ್ಕೂ ಮಿಕ್ಕಿ ಪೇಷಂಟ್‌ಗಳು ಕನ್ಸಲ್ಟಿಂಗ್ ರೂಮಿನಲ್ಲಿ ಒಬ್ಬ ರೋಗಿಯ ಜೊತೆ ಅವನ ಕಡೆಯ ಮೂವರು.

ಚಕ್ರವರ್ತಿಗಳ ವಿಸ್ತಾರವಾದ ಪ್ರೊಫೆಷನ್‌ಗೆ ಇದು ಚಿಕ್ಕದೇ. ಇದು ಶ್ರೀಮತಿಯವರಿಗೆ ಅರ್ಥವಾಗಬೇಕಷ್ಟೆ ಬಹುಶಃ ಅರ್ಥವಾದರೂ ಆಕೆ ಅಸಹಾಯಕಿ. ಅವಳಲ್ಲಿ ಬೇರೂರಿದ ನಂಬಿಕೆಗಳು ಆ ಮಟ್ಟದಲ್ಲಿತ್ತು.

ಮಧ್ಯದ ಪೇಷಂಟ್‌ಗಳು ಕೂಡುವ ಕೋಣೆಯನ್ನು ಕಾರ್ಡ್‌ಬೋರ್ಡಿನಿಂದ ವಿಭಾಗಿಸಿದ್ದರು. ಅದು ಡಾಕ್ಟರ್ ರೆಸ್ಟ್ ರೂಮು. ಬರುವ ಹೆಂಡತಿಯ ವೈಟಿಂಗ್ ಕೋಣೆ.

ಬಂದ ಜಗದೀಶ್ ಅತ್ತಿತ್ತ ನೋಡಿ ಅಲ್ಲಿ ಇಣಕಿದರು. ಏನೋ ಬರೆಯುತ್ತಿದ್ದ ಶ್ರೀಮತಿ ಥಟ್ಟನೆ ತಲೆಯೆತ್ತಿದರು. "ಬನ್ನಿ... ಬನ್ನಿ..." ಸ್ವಾಗತಿಸಿದರು. ಅಲ್ಲಿ ಕೂಡಬೇಕು ಅಥವಾ ಪೇಷಂಟ್‌ಗಳ ಮಧ್ಯೆ ಇರಬೇಕು. ಸದ್ಯಕ್ಕೆ ಅಲ್ಲಿ ಕೂಡುವುದೇ ಸರಿಯೆನಿಸಿತು.

ಒಳ ಹೋದ ಜಗದೀಶ್ ಮೂಲೆಯಲ್ಲಿದ್ದ ಛೇರ್ ಮೇಲೆ ಕೂತರು. ಚಕ್ರವರ್ತಿಗಳೊಂದಿಗೆ ಧಾರಾಳವಾಗಿ ಬೆರೆತರೂ ಶ್ರೀಮತಿಯವರಲ್ಲಿ ಮಾತುಕತೆ ಅಷ್ಟಕಷ್ಟೆ. ಆದರೆ ಇಂದು ಹೆಚ್ಚು ಸುಪ್ರೀತರಾದಂತೆ ಕಂಡರು.

ಫ್ಲಾಸ್ಕ್‌ನಲ್ಲಿದ್ದ ಕಾಫೀ ಬಗ್ಗಿಸಿ ಕೊಟ್ಟರು ಶ್ರೀಮತಿ "ಯಾವಾಗ ಬಂದಿದ್ದು? ಅವ್ರಿಗೆ ಪುರಸೊತ್ತಾದಾಗಲೆಲ್ಲ ನಿಮ್ದೇ ಮಾತು. ನೀವೊಬ್ರೇ ಅವ್ರಿಗೆ ಗುಡ್ ಫ್ರೆಂಡ್" ಆಕೆ ಹೊಗಳಿದಾಗ ಪೆಚ್ಚು ನಗೆ ಬೀರಬೇಕಷ್ಟೆ.

ಪೇಷಂಟ್‌ಗಳು ಮುಗಿಯುವವರೆಗೂ ಕೂಡುವುದು ಕಷ್ಟವೆನಿಸಿತು ಜಗದೀಶ್‌ಗೆ "ಲೇಟಾಗುತ್ತೇನೋ, ಒಂದಿಷ್ಟು ಕೆಲ್ಸ ಮುಗ್ಸಿಕೊಂಡು ಮತ್ತೆ ಬರ್ತೀನಿ" ಮೇಲೆದ್ದರು.

"ಬೇಡ, ಬೇಡ.... ನೀವು ಬಂದು ಹಾಗೇ ಹೋದರೆ ತುಂಬ ಬೇಜಾರು

ಮಾಡ್ಕೊಂಡ್ಬಿಡ್ತಾರೆ" ಎಂದರು ಶ್ರೀಮತಿ.

ಮಾತುಗಳಿಲ್ಲದೆ, ವಿಷಯವಿಲ್ಲದೆ ಎದುರುಬದುರು ವ್ಯಕ್ತಿಗಳು ಕೂಡುವುದು ಕಷ್ಟವೆನಿಸಿತು. "ನೋಡ್ಕೊಂಡ್ಹೋಗ್ತೀನಿ..." ಅಲ್ಲಿಂದ ಹೊರಗೆ ಬಂದರು.

ಅವರಿಗೆ ಹಾಯೆನಿಸಿತು.

ಕ್ಲೀನಿಕ್ ಬಾಯ್‌ನ ಕರೆದು ಮತ್ತೊಬ್ಬ ಪೇಷಂಟ್ ಕಳಿಸುವ ವೇಳೆಯಲ್ಲಿ ತಾವು ಹೋದರು.

"ಏನಯ್ಯಾ ನಿನ್ನ ತಾಪತ್ರಯ?" ಮುಂದಿದ್ದ ಮೆಡಿಕಲ್ ಜನರಲ್ಸ್ ನೋಡುತ್ತ "ನಿಂಗೆ ಬ್ಲಡ್ ಪ್ರೆಷರ್, ಷುಗರ್... ಇತ್ಯಾದಿ ಇತ್ಯಾದಿ ಇರೋಲ್ಲ. ಹೆಂಡತಿ ಇಲ್ಲದ್ದರಿಂದ ಯಾವ್ದೇ ಟೆನ್ಷನ್ ಇಲ್ಲ" ಎಂದು ನುಡಿದರು.

ತನ್ನನ್ನು ನೋಡದೆಯೇ ಪೇಷಂಟ್ ಪುರಾಣ ಊದುವ ಡಾಕ್ಟರಿಕೆಯ ಬಗ್ಗೆ ಜಗದೀಶ್‌ಗೆ ಆಶ್ಚರ್ಯ. ತುಟಿ ತೆರೆಯಲಿಲ್ಲ.

"ಬೇಗ... ಹೇಗೆ..." ಎಂದು ತಲೆಯೆತ್ತಿದವರು "ಏಯ್ ಜಗ್ಗು, ನಂಗೆ ನೀನು ಬಂದಿದ್ದು ಗೊತ್ತಾಗ್ಲಿಲ್ಲ ಅಂದ್ಕೊಂಡ್ಯಾ? ನಾನು ಫಿಜಿಷಿಯನ್ ಆದ್ರೂ ತಕ್ಕಮಟ್ಟಿಗೆ ಸೈಕಾಲಜಿ, ಫಿಲಾಸಫಿ ಓದಿಕೊಂಡಿದ್ದೀನಿ. ಕೂತ್ಕೋ... ಕೂತ್ಕೋ..." ಎದ್ದು ಎರಡು ಭುಜವಿಡಿದು ಕೂಡಿಸಿದರು.

"ಪೇಷಂಟ್‌ಗಳು..." ಜಗದೀಶ್ ಪೇಚಾಡಿದರು.

"ಸಾಕಷ್ಟು ಕಾದಿದ್ದಾರೆ. ಒಂದೈದು ನಿಮಿಷ ಹೆಚ್ಚಿಗೆ ಕಾಯ್ತಾರೆ ಅಷ್ಟೆ. ಈ ಡಾಕ್ಟ್ರು ಅನ್ನೋ ಪ್ರಾಣಿ ಕೂಡ ಒಬ್ಬ ಮನುಷ್ಯ ತಾನೇ!" ತಾವು ಕೂತರು.

ಫ್ಯಾನ್ ಸ್ವಿಚ್ ಹಾಕಲು ತಿಳಿಸಿದರು.

"ಏರ್‌ಕಂಡೀಷನರ್ ರೂಮಿನಲ್ಲಿ ಕೂತು ಪ್ರಿಸ್ಕಪ್ಷನ್ ಬರೆಯೋಷ್ಟು ಸಂಪಾದ್ನೆ ಇದೆ ಈ ಬಡ ಪ್ರಾಣಿಗೆ. ಆದರೆ ಏನ್ಮಾಡ್ತೀಯಾ... ಈ ಹಳೇ ಫ್ಯಾನೇ ಗತಿ. ನಾ.... ಮಾಡಿದ ಕರ್ಮ... ಬಲವಂತಾವಾದರೆ... ನೀನೇನು ಮಾಡುವೆಯೋ... ರಂಗ... ಇದ್ನ ಹಾಡಿದ್ದು ಪುರಂದರದಾಸರು. ನನ್ನಂಥವರನ್ನ ನೋಡಿಯೇ ಹಾಡಿರಬೇಕು. ಇದು ಹಳೇ ಹಾಡು... ಹೊಸ ರಾಗ ಹಾಕೋಕ್ಕಾಗಲ್ಲ. ಅಲ್ಲಿನ ವಿಷ್ಯವೇನು ತಿಳ್ಸು" ಒಂದೇ ಸಮ ಮಾತಾಡಿಬಿಟ್ಟರು.

ಒಂದು ಗ್ಲಾಸ್ ನೀರು ಬಗ್ಗಿಸಿ ಅವರ ಮುಂದಿಟ್ಟು ಹೋದ ರಾಜು.

"ಬೇಡ ಚಕ್ರವರ್ತಿ, ಹೊರ್ಗೆ ಪೇಷಂಟ್‌ಗಳು ಕಾದು ಕೂತಿರುವಾಗ ನಾವು ಮಾತಾಡ್ತಾ ಕೂತಿರೋದು ಸರಿಯಲ್ಲ" ಜಗದೀಶ್ ಎದ್ದರು.

ಚಕ್ರವರ್ತಿಗೂ ಅದು ಸರಿಯೆನಿಸಿತು. ವಾಚ್ ಕಡೆ ನೋಡಿ "ಇನ್ನ ಹತ್ತು ನಿಮಿಷದಲ್ಲಿ ಎಮರ್ಜೆನ್ಸಿ ಇರೋ ಪೇಷಂಟ್‌ಗಳ್ನ ನೋಡಿ ಬಂದ್ಬಿಡ್ತೀನಿ. ಮೂಡ್ ಸರಿಯಿಲ್ಲದಾಗ ಟ್ರೀಟ್‌ಮೆಂಟ್ ಕೊಡೋದು ತಪ್ಪು. ಹೊರ್ಗೆ ಕಾಯ್ತಾ ಇರು.

ಹೋಗೋಕಂತೂ ಪರ್ಮಿಷನ್ ಇಲ್ಲ. ನೆಕ್ಸ್ಟ್..." ಕೂಗಿದರು.

ಬಂದ ಜಗದೀಶ್ ಹೊರ ವರಾಂಡದಲ್ಲಿದ್ದ ಪೇಷಂಟಗಳ ಮಧ್ಯೆ ನಿಂತರು. ಹತ್ತು ಅಲ್ಲದಿದ್ದರೂ ಹದಿನೈದು ನಿಮಿಷದಲ್ಲಿ ಎಲ್ಲಾ ಪೇಷೆಂಟ್‌ಗಳನ್ನು ಖಾಲಿ ಮಾಡಿ ಹೊರಗೆ ಬಂದರು.

ಒಳಗೆ ಅಂಥ ಗಾಳಿ ಬೆಳಕಿನ ವ್ಯವಸ್ಥೆ ಇಲ್ಲ. ಅದರ ಓನರ್ ಯಾವ ಬದಲಾವಣೆಗೂ ಒಪ್ಪದಂಥ ವ್ಯಕ್ತಿ. ಅದರಿಂದಲೇ ಅದರ ಸ್ಥಿತಿ ಬದಲಾಯಿಸಲು ಸಾಧ್ಯವಾಗಿರಲಿಲ್ಲ.

ಅಷ್ಟು ದೂರ ಹೋದ ಫಿಯೆಟ್ ನಿಂತುಬಿಟ್ಟಿತು. "ನಾನು ತುಂಬ ಟಯರ್ಡ್. ಬಾನೆಟ್ ತೆಗೆಯೋ ಶಕ್ತಿ ಕೂಡ ಇಲ್ಲ. ಪಕ್ಕದಲ್ಲಿ ತಳ್ಳಿ ಹೋಗ್ಬಿಡ್ತೀನಿ" ಎಂದರು ಹೆಂಡತಿಯ ಕಡೆ ತಿರುಗಿ.

ಆಕೆ ಮುಖ ಎಷ್ಟು ಕಳಾಹೀನವಾಯಿತೆಂದರೆ ತೊಟ್ಟು ರಕ್ತವೂ ಇಲ್ಲದೆ ಹಿಂಗಿಹೋದಂತಾಯಿತು.

ಗಂಡನ ಪಕ್ಕ ಹೋಗಿ "ನಾವು ಈ ಕಾರು ತಗೊಂಡ್ಮೇಲೆ ಎಲ್ಲಾ ಒಳ್ಳೇದು ಆಗಿದ್ದು. ಇದರ ಸಾಲ ಎಷ್ಟು ಬೇಗ ತೀರಿತು ಅನ್ನೋದು ಮರೆತು ಬಿಟ್ಟಿರಾ!" ಅದೇ ಹಳೆಯ ಪಲ್ಲವಿ. ಎಷ್ಟು ಸಾವಿರ ಸಲ ಕೇಳಿದ್ದರೋ "ಇದ್ನ ಹೊತ್ತುಕೊಂಡು ಹೋಗೋಕು ಮೂರೇ ಜನ ಇರೋದು. ಇನ್ನೊಬ್ಬರನ್ನು ಎಲ್ಲಿಂದ ತರ್ತೀಯ?" ಸಿಡಿಮಿಡಿಗೊಳ್ಳುತ್ತಲೇ ಬಾನೆಟ್ ತೆಗೆದು ಅಷ್ಟಿಷ್ಟು ರಿಪೇರಿ ಮಾಡಿ ಬಂದು ಕಾರು ಹತ್ತಿದರು. ದೇವರ ದಯೆಯಿಂದ ಸ್ಟಾರ್ಟ್ ಆಯಿತು.

ಹರೆಯದ ಹುಡುಗನಂತೆ ಚಕ್ರವರ್ತಿಗಳು ಬಾಯಲ್ಲಿ ಬೆರಳುಗಳನ್ನಿಟ್ಟು ಸಿಳ್ಳೆ ಹಾಕಿದರು.

"ಜಗದೀಶ್, ಬೇಗ ಹತ್ತು. ಮತ್ತೆ ನಿಂತರೆ ಮೂವರು ಮನೆಯವರೆಗೋ, ಗ್ಯಾರೇಜ್‌ವರೆಗೋ ದೂಡಬೇಕಾಗುತ್ತೆ" ಅವಸರಪಡಿಸಿದರು.

ಅಂತೂ ಮನೆ ತಲುಪಿದರೆ ಸಾಕೆನಿಸಿತು ಜಗದೀಶ್‌ಗೆ.

ಹಿಂದೆ ಚಕ್ರವರ್ತಿಗಳು ಹೆಂಡತಿಯ ಸೆಂಟಿಮೆಂಟ್ಸ್ ಬಗ್ಗೆ ಹೇಳಿದರೆ ಆ ಕ್ಷಣ ನಕ್ಕುಬಿಡುತ್ತಿದ್ದರು. ಮನದ ಆಳಕ್ಕೆ ಇಳಿದು ಕಾರಣಗಳನ್ನು ಕೆದಕಲು ಹೋಗುತ್ತಿರಲಿಲ್ಲ.

ಮನೆಗೆ ಬಂದ ಕೂಡಲೇ ಚಕ್ರವರ್ತಿಯವರು ಬೇರೆಯ ಮನುಷ್ಯರಾದರು. ಹೆಂಡತಿಯನ್ನು ಹಾಸ್ಯ ಮಾಡಿದರು. ಅಡಿಗೆಯವನನ್ನು ತಮಾಷೆ ಮಾಡಿದರು. ಜಗದೀಶ್‌ಗೆ ಚುರುಕು ಮುಟ್ಟಿಸಿದರು.

ಊಟದ ಮಧ್ಯೆ ಪೀಠಿಕೆ ಹಾಕಿದರು. "ಜಗದೀಶ್, ನೀನು ಲಾ ಓದಬೇಕಿತ್ತು. ನನ್ನ ರೂಮ್‌ಮೇಟ್ ಆಗಿರಲಿಲ್ವಾ ಲಕ್ಷ್ಮೀಪತಿ, ಅವನೀಗ ಗ್ರೇಟ್ ಅಡ್ವೋಕೇಟ್. ಮೊನ್ನೆ ಸಿಕ್ಕಿದ್ದ ಕಣಮ್ಮ. ತಲೆಯಲ್ಲಿ ಒಂದು ಕೂದಲು ಬೇಡ್ವಾ...." ಜಗದೀಶ್ ಕೈ ಅರಿವಾಗದಂತೆ ತಮ್ಮ ದಟ್ಟವಾದ ಕ್ರಾಪ್‌ನ ಮೇಲೆ ಹೋಯಿತು.

ಪ್ರೇಮ್ "ಓಹೋ..." ಎಂದು ನಗತೊಡಗಿದ. "ಅಂಕಲ್, ಒಂದು ರೀತಿ ಜಲಸಿ ಡ್ಯಾಡಿಗೆ ಯಾಕೆ ಗೊತ್ತಾ? ಈಗ್ಲೂ ನಿಮ್ದು ಹದಿನೆಂಟರ ಹುಡ್ಗಿ ಮೆಚ್ಚುವಂಥ ಪರ್ಸನಾಲಿಟಿ. ಒಂದು ಬಿಳಿಗೂದಲಿದೆ. ಅದೇನು ದೊಡ್ಡದಲ್ಲ. ಎಂಥ ಕೂದಲು..." ಉದ್ಗರಿಸಿದ.

"ಛೇ" ಎಂದ ಚಕ್ರವರ್ತಿ ಒಂದು ಲೋಟ ನೀರು ಕುಡಿದಿಟ್ಟರು. "ನಮ್ಮ ಪ್ರೇಮ್‌ಗೆ ಸೆನ್ಸ್ ಆಫ್ ಹ್ಯೂಮರ್ ಇದೆ. ಹಾಗಂತ ಎಲ್ಲಾ ಕಾಲಕ್ಕೂ ಅದು ಉಪಯೋಗಕ್ಕೆ ಬರೋಲ್ಲ. ಈಡಿಯಟ್..." ಕೋಪದಿಂದ ಗೊಣಗಿದರು.

ಅದನ್ನು ಅವರು ಹೇಳಲು ಹೊರಟಿರಲಿಲ್ಲ.

ಅಷ್ಟಕ್ಕೆ ಪ್ರೇಮ್ ಸುಮ್ಮನಾಗಲಿಲ್ಲ. ತಂದೆಯ ಕೂದಲನ್ನು ಕೆದರಿ "ಇರೋ ಕೂದಲು ಕಡ್ಮೆ. ಬಣ್ಣ ಹಚ್ಚದಿದ್ರೆ ಮಮ್ಮೀನೇ ಮೆಚ್ಚೊಲ್ಲ ಅವ್ರನ್ನ. ಇನ್ನು ನಿಮ್ಮ ಕೂದಲು ಮೇಲೆ ಕಣ್ಣು ಇರ್ದೇ ಇರುತ್ತಾ?" ಎಂದವನು ಓಡಿಹೋದ.

"ಈಡಿಯಟ್..." ಮತ್ತೆ ಉಚ್ಚರಿಸಿದರು.

ಮತ್ತೆ ಮೊದಲಿನ ವಿಷಯಕ್ಕೆ ಬಂದರು. "ಆಲ್ ಇಂಡಿಯಾ ಅಡ್ವೋಕೇಟ್ಸ್ ಕಾನ್ಫರೆನ್ಸ್‌ನಲ್ಲಿ ಭಾಗವಹಿಸಿ ಹಿಂದಿರುಗಿದ ಮಾರನೆಯ ದಿನವೇ ಸಿಕ್ಕ. ಎಷ್ಟು ಬ್ರೈಟಾಗಿ ಮಾತಾಡ್ದ ಗೊತ್ತ?" ಎನ್ನುತ್ತ ಉಪ್ಪಿನಕಾಯಿ ಹೋಳನ್ನು ಪಕ್ಕಕ್ಕೆ ಸರಿಸಿದರು.

"ನಂಗೊಂದು ನೆನಪಿನಲ್ಲಿಲ್ಲ. ನಂಗೆ ಜ್ಞಾಪಕಶಕ್ತಿನೇ ಕಡ್ಮೆ ಅನ್ನಿಸುತ್ತೆ" ನುಡಿದರು ಜಗದೀಶ್.

ಶ್ರೀಮತಿ ಮಧ್ಯೆ ಪ್ರವೇಶಿಸಿದರು. "ಊಟ ಮುಗ್ಸಿ ಆಮೇಲೆ ಮಾತಾಡಿ. ಇದು ಒಳ್ಳೆ ಅಭ್ಯಾಸವಲ್ಲ" ಆಕ್ಷೇಪಿಸಿದರು.

ಆಮೇಲೆ ಒಂದು ಮಾತೂ ಆಡದೆ ಊಟ ಮುಗಿಸಿ ತಮ್ಮ ಕೋಣೆಗೆ ಬಂದು ಬಾಗಿಲು ಹಾಕಿಕೊಳ್ಳುವ ಮೊದಲು 'ಡೋಂಟ್ ಡಿಸ್ಟರ್ಬ್ ಮಿ' ಎನ್ನುವ ಬೋರ್ಡನ್ನು ಆಚೆ ಇಟ್ಟರು.

"ಒಂದಿಷ್ಟು ನಿರಾಂತಕವಾಗಿ ಇರ್ಬಹ್ದು. ಇದು ಬೇರೆಯವ್ರಿಗೆ ಅನ್ವಯವಾಗುತ್ತೆ. ಶ್ರೀಮತಿ ಅದ್ನ ಒಪ್ಪಿಕೊಳ್ಳೊಲ್ಲ. ತಗೋ ಒಂದು ಸಿಗರೇಟು ಕೆಳಗಿನ ಡ್ರಾಯರ್‌ನಲ್ಲಿದ್ದ ಸಿಗರೇಟು ಕೇಸನ್ನು ಹೊರಗೆ ತೆಗೆದು ಅವರ ಮುಂದಿಡಿದರು.

ಈ ಅಭ್ಯಾಸ ಚಕ್ರವರ್ತಿಯಿಂದಲೇ ಆಗಿದ್ದು. ಅವರ ಜೊತೆಯಲ್ಲಿ ಚಕ್ರವರ್ತಿ ಕೇಸ್‌ನ ಸಿಗರೇಟನ್ನು ಸೇದುತ್ತಿದ್ದುದು.

"ಅಂಬಕ್ಕ ಹೇಗಿದ್ದಾರೆ?" ಸಿಗರೇಟು ಹಚ್ಚುತ್ತ ಚಕ್ರವರ್ತಿ ಕೇಳಿದರು. "ನಾರ್ಮಲ್, ನಾನು ಚೇತರಿಸಿಕೊಳ್ಳೋಕೆ ಬಹಳ ದಿನಗಳು ಆಗುತ್ತೇಂತ ಅಂದ್ಕೊಂಡಿದ್ದೆ. ಮಾಮೂಲಾಗಿ ಕೆಲ್ಸ ಮಾಡಿಕೊಂಡಿದ್ದಾರೆ" ಒಮ್ಮೆ ಸೇದಿದ ಸಿಗರೇಟನ್ನು ಆ್ಯಷ್‌ಟ್ರೇನೊಳಕ್ಕೆ ಒತ್ತಿಬಿಟ್ಟರು.

ಹಣೆಗೆ ಕೈ ಹಚ್ಚಿದರು ಚಕ್ರವರ್ತಿ "ಸ್ವಲ್ಪವಾದ್ರೂ ಕಾಮನ್‌ಸೆನ್ಸ್ ಬೇಡ್ವಾ! ಇದು ಫಿಲ್ಟರ್ ಸಿಗರೇಟು ಕಣಯ್ಯ 92–93ನೇ ಸಾಲಿನ ಬಡ್ಜೆಟ್‌ನಲ್ಲಿ ಪ್ರತಿ ಸಾವಿರ ಸಿಗರೇಟುಗಳಿಗೆ 30 ರೂಪಾಯಿನಿಂದ ನೂರು ರೂಪಾಯಿವರ್ಗೂ ಏರಿಸಿದ್ದಾರೆ. ಹತ್ತು ಡಜನ್ ಸಿಗರೇಟ್ ಕೇಸ್‌ಗಳು ಖರೀದಿಸಿದ್ದೆ ಶ್ರೀಮತಿಗೆ ಗೊತ್ತಾಗ್ದಂತೆ' ಆ್ಯಷ್‌ಟ್ರೇನೊಳಕ್ಕೆ ಸೇರಿ ಹೋದ ಸಿಗರೇಟು ಬಗೆಗೆ ಸಂತಾಪ ವ್ಯಕ್ತಪಡಿಸಿದರು.

ಬಾಗಿಲು ಮೇಲೆ ಟಕಟಕ ಸದ್ದು. ಗೊಣಗುಟ್ಟುತ್ತಲೇ ಹೋಗಿ ಬಾಗಿಲು ತೆಗೆದರು ಚಕ್ರವರ್ತಿ. ಶ್ರೀಮತಿಯ ಹಿಂದೆ ಪ್ರೇಮ್ ನಿಂತಿದ್ದ.

"ಸಾರಿ ಫಾರ್ ದಿ ಡಿಸ್ಟರ್ಬ್. ಅಂಕಲ್‌ನ ಮನೆಗೆ ಡ್ರಾಪ್ ಮಾಡ್ತೀನಿ ಅಂದಿದ್ದೆ. ಇವತ್ತು ಸರ್ಕಲ್ ಗ್ರೌಂಡ್‌ನಲ್ಲಿ ಮ್ಯಾಚ್ ಇದೆ. ಅದು ಮುಗ್ದು ಸೋತವ್ರಿಗೆ ಸಂತಾಪ ಸೂಚಕ ಸಭೆ, ಗೆದ್ದವರ ಪಾರ್ಟಿ ಎರ್ಡೂ ಮುಗ್ಸಿಕೊಂಡು ಬರೋಕೆ ರಾತ್ರಿಯೇ ಆಗುತ್ತೆ. ಅದ್ಕೆ ಮಮ್ಮಿನ ಕರ್ಕೊಂಡ್ ಬಂದೆ. ಹೊರ್‍ಗೆ ಬೋರ್ಡ್ ಇದ್ದಾಗ ನಮ್ಗೆ ಪರ್ಮಿಷನ್ ಇಲ್ವಲ್ಲ" ತಲೆ ಕೆರೆದುಕೊಂಡ.

ದುರುಗುಟ್ಟಿಕೊಂಡು ಹೆಂಡತಿಯತ್ತ ನೋಡಿದವರು ನಾಲಿಗೆ ತುದಿಗೆ ಬಂದ ಮಾತುಗಳನ್ನು ನುಂಗಿಕೊಂಡರು. "ನನ್ನ ಫೇಟ್... ಅಷ್ಟೆ ನೀನು ಡ್ರಾಪ್ ಮಾಡ್ಲಿಲ್ಲಾಂದ್ರೆ.. ನಾನು ಕರ್ಕೊಂಡ್ಹೋಗಿ ಬಿಡ್ತಾ ಇರ್‍ಲಿಲ್ವಾ? ಅಕಸ್ಮಾತ್ ಆಗ್ಲಿಲ್ಲಾಂದ್ರೆ ಅವ್ನೇ ಹೋಗ್ತಾ ಇದ್ದ" ರೇಗಿಕೊಂಡರು.

ಆದರೆ ಜಗದೀಶ್ ಹೊರಟು ನಿಂತರು "ಬಸ್‌ಸ್ಟಾಂಡ್‌ನಿಂದ ಪ್ರೇಮ್‌ನೇ ಕರ್ಕೊಂಡ್ಬಂದಿದ್ದು. ಮನೆ ಬಿಟ್ಟು ಹತ್ತು ದಿನದ ಮೇಲಾಯ್ತು" ಗಿಡಗಳನ್ನು ನೆನಸಿಕೊಂಡರು. ಅದು ಆಗಿರಬಹುದಾದ ಸ್ಥಿತಿಯನ್ನು ನೆನಸಿಕೊಂಡಾಗ ಪರಿತಾಪವಾಯಿತು.

ಮನೆಯ ಮುಂದೆ ಪ್ರೇಮ್ ಇಳಿಸಿ ಹೋದಾಗ ಅವರಿಗೆ ಆಶ್ಚರ್ಯ ಕಾದಿತ್ತು. ಎಲ್ಲಾ ಗಿಡಗಳು ನಗುತ್ತಿದ್ದವು. ನಾಯರ್ ಮನೆಯತ್ತ ಅವರ ನೋಟ ಹರಿಯಿತು. ಎಂದಿನಂತೆ ಮುಚ್ಚಿತ್ತು ಬಾಗಿಲು.

'ಲಾವಣ್ಯ' ಗಾಳಿಯಲ್ಲಿ ಅವಳ ಹೆಸರು ಹರಿದಾಡಿದಂತಾಯಿತು. ಪ್ರೇಮ್‌ನ ಬೈಕ್‌ನಲ್ಲಿ ಅವಳನ್ನು ಕೂಡಿಸಿಕೊಂಡು ಓಡಾಡಿದ್ದರೇ – ಎಲ್ಲೋ ಹುದುಗಿದ್ದ ಆಸೆ ಕ್ಷಣ ಮಿಂಚಿ ಮರೆಯಾದಂತಾಯಿತು.

ಗೇಟಿನ ಬೀಗ ತೆಗೆದು ಒಳಗೆ ಕಾಲಿರಿಸಿದರು.

ಮೂರನೇ ಮನೆಯ ಬಾಲಸುಂದರಂ ವಯಸ್ಸಾದ ವ್ಯಕ್ತಿ ಇಣಕಿದರು. "ನಿಮ್ಮ ಅಳಿಯನ ಕಡೆಯವರಂತೆ, ಎರ್ಡು ಸಲ ಹುಡುಕಿಕೊಂಡು ಬಂದು ಹೋದ್ರು" ಹೇಳಿದ್ದು ಮುಗಿಯಿತು ಎನ್ನುವಂತೆ ಹೊರಟುಹೋದರು.

ಅವರುಗಳದ್ದು ಬರೀ ಮುಖ ಪರಿಚಯ ಮಾತ್ರ. ಮದುವೆಗೆ ಬಂದರು, ಹೋದರು ಅಷ್ಟೆ. ಎದುರು ಬದರಾದರೂ ನೆನಪು ಮಾಡಿಕೊಳ್ಳಬೇಕು.

ಬೀಗ ತೆಗೆದು ಒಳಗೆ ಹೋದವರು ಒಂದು ಗಂಟೆ ಹೆಣಗಾಡಿ ಅಚ್ಚುಕಟ್ಟು ಮಾಡಿದರು.

ಹೊರ ಬಾಗಿಲು ತೆಗೆದಾಗ ಆಶ್ಚರ್ಯ. ಎರಡು ಬಕೆಟ್ ನೀರು ಕಾಂಪೌಂಡ್‌ನೊಳಗಿಟ್ಟು ಹತ್ತಿ ಒಳಗೆ ಧುಮುಕಿದ ಲಾವಣ್ಯ "ಹಲೋ ಹ್ಯಾಂಡ್‌ಸಮ್..." ಚಂಗನೆ ಎಗರಿ ಬಂದಳು. "ಊಟ.... ಆಯ್ತಾ?" ಎತ್ತಿ ಕಟ್ಟಿದ ಕೂದಲು ಅವಳ ದುಂಡು ಕೆನ್ನೆಗಳಿಗೆ ಮುತ್ತಿಕ್ಕುತ್ತಿದ್ದವು.

"ಆಯ್ತು, ಇದೇನು ಸರ್ಕಸ್?" ಎಂದರು ನಗುತ್ತ.

"ಎಂಥ ಸರ್ಕಸ್! ಗಿಡಗಳು ಒಣಗಬಾರದಷ್ಟೆ. ನಮ್ಮ ನಾಯರ್ ಅಂಕಲ್‌ದು ನೀವು ಗೇಟಿಗೆ ಹಾಕಿದ ಬೀಗ ತೆಗೆಯೋಕೆ ವಿರೋಧ. ಆಮೇಲೆ ನನ್ನ ಸರ್ಕಸ್ ನೋಡಿದ್ರೂ ಅವ್ರ ನಿಲುವು ಬದಲಾಗ್ತಿಲ್ಲ" ಪಕ್ಕನೆ ನಕ್ಕಳು.

"ನಾನು ಹಾಕ್ತೀನಿ ಬಿಡು" ಮುಂದಾದಾಗ ತಡೆದಳು. "ನನ್ನ ಪ್ರಶ್ನೆಗೆ ಉತ್ತರ ಹುಡುಕಿದ್ರಿ. ಗುಡ್, ಇನ್ನೊಂದು ಪ್ರಶ್ನೆ ರೆಡಿಯಾಗಿದೆ" ಹುಬ್ಬು ಕುಣಿಸಿದಳು.

ಅದರಲ್ಲಿ ಅವರಿಗೂ ಆಸಕ್ತಿ. "ಅಂತೂ ನಂಗೋಸ್ಕರ ಒಂದು ಪ್ರಶ್ನೆ ಪತ್ರಿಕೆಯೇ ರೆಡಿ ಮಾಡಿದ್ದೀಯ" ಮುಗುಳ್ನಗು ಅರಳಿಸಿದರು.

ಬಕೆಟ್ ನೀರನ್ನು ಖಾಲಿ ಮಾಡಿ ಮತ್ತೆ ಕಾಂಪೌಂಡ್ ಹಾರಿಯೇ ಹೋಗಿದ್ದು. ಅರ್ಧ ಗಂಟೆಯ ನಂತರ ಬಂದು ಬಾಗಿಲು ಕುಟ್ಟಿದಳು. ಕೈಯಲ್ಲಿ ಹಾಲಿನ ಪ್ಯಾಕೆಟ್ ಇತ್ತು.

"ಕಾಫೀ ನಂತರವೇ ನನ್ನ ಕೊಶ್ಚನ್..." ಒಳಗೆ ನಡೆದಳು.

ಹತ್ತು ನಿಮಿಷಕ್ಕೆ ಸರಿಯಾಗಿ ಕಾಫಿ ಮಾಡಿ ತಂದಳು. "ಇದು ತೀರಾ ಆರ್ಡಿನರಿ ಪ್ರಶ್ನೆ. ಪ್ರವಾಹದ ಮಧ್ಯೆ ದೋಣಿ ಇತ್ತು. ಅದ್ರಲ್ಲಿ ಇದ್ದಿದ್ದು ಮೂವರು. ಹೊಸದಾಗಿ ಮದುವೆಯಾದ ಹೆಂಡತಿ, ಜೊತೆಯಲ್ಲಿ ತಾಯಿ. ಪ್ರವಾಹ ಜೋರಾಯಿತು. ಯುವಕನನ್ನು ಉಳಿದು ಇಬ್ಬರೂ ನೀರಿಗೆ ಬಿದ್ದರು. ಅವನು ತಾಯಿ ಅಥವಾ ಹೆಂಡತಿ ಇಬ್ಬರಲ್ಲಿ ಒಬ್ಬರನ್ನು ಉಳ್ಸಿಕೊಳ್ಳಬಹುದಿತ್ತು. ಯಾರನ್ನು ಉಳಿಸಿಕೊಂಡ?" ಕಾಫಿಯ ಕಪ್ ತುಟಿಗೆ ಹಚ್ಚಿದಳು.

ಪ್ರಶ್ನೆ ಅತ್ಯಂತ ಸರಳ. ಅವನು ಇಬ್ಬರಲ್ಲಿ ಒಬ್ಬರನ್ನು ಉಳಿಸಿಕೊಳ್ಳಬಹುದಿತ್ತು. ತಾಯಿ... ಹೆಂಡತಿ...! ಜಗದೀಶ್ ಹಣೆಯಲ್ಲಿ ಗೆರೆಗಳು ಮೂಡಿದವು. ಗದ್ದಕ್ಕೆ ಕೈ ಹಚ್ಚಿದರು.

"ಇದರ ಉತ್ತರಕ್ಕೆ ಮೂರು ದಿನಗಳ ಅವಕಾಶವಿದೆ. ರಾತ್ರಿ ಏನೂ ಮಾಡೋದ್ಬೇಡ. ನಾನು ರಸ, ಅನ್ನ ತರ್ತೀನಿ" ಹೇಳಿ ಹೋದಳು.

ಮೊದಲು 'ಹೆಂಡತಿ' ಅಥವಾ 'ತಾಯಿ' ಎಂದು ಹೇಳಿದರಾಯಿತೆಂದುಕೊಂಡರು. ಹೇಗೆ? ಯಾವುದು ಸಮರ್ಪಕ? ಹುಟ್ಟಿನಿಂದ ಬಂದ ತಾಯಿ ಹೆಚ್ಚಾ? ಹರೆಯದಲ್ಲಿ

ಕೈ ಹಿಡಿದು ಕನಸುಗಳನ್ನು ತುಂಬಿದ ಸಂಗಾತಿ ಹೆಚ್ಚಾ? ಮನದ ತಕ್ಕಡಿಯಲ್ಲಿಟ್ಟು ತೂಗಿದರು. ಒಮ್ಮೆ ಒಂದು ಕಡೆಯ ತಟ್ಟೆ ಕೆಳಗೆ ಬಂದರೆ, ಮತ್ತೊಮ್ಮೆ ಇನ್ನೊಂದು ನೆಲವನ್ನು ಸೋಕುತ್ತಿತ್ತು.

ಎಂಟರ ಹೊತ್ತಿಗೆ ಎರಡು ಬಟ್ಟಲುಗಳನ್ನಿಡಿದು ಬಂದಳು. ಆ ಪ್ರಶ್ನೆಯಲ್ಲಿ ಎಷ್ಟು ತಾದಾತ್ಮ್ಯಭಾವ ಹೊಂದಿದ್ದರೆಂದರೆ ಕೂತ ಕಡೆಯಿಂದ ಒಂದಿಂಚು ಅಲ್ಲಾಡಿರಲಿಲ್ಲ.

ಈ ಪ್ರಶ್ನೆಗೆ ಉತ್ತರವನ್ನು ಯಾವ ಪುಸ್ತಕದಲ್ಲಿಯಾಗಲಿ, ಹಳೇ ಮ್ಯಾಗಝೀನ್ ಅಂಗಡಿಗಳಲ್ಲಾಗಲೀ ಹುಡುಕಲು ಸಾಧ್ಯವಿರಲಿಲ್ಲ. ಬದುಕಿನಲ್ಲಿ ಬೆಸೆದುಹೋದ ಸಂಬಂಧಗಳನ್ನು ಅನುಭವದಲ್ಲಿಯೇ ಹೆಕ್ಕಿ ತೆಗೆಯಬೇಕಿತ್ತು.

"ಲಾವಣ್ಯ ಇಲ್ಬಾ" ಕೂಗಿದರು.

"ಆ ಪ್ರಶ್ನೆ...." ಎಂದ ಕೂಡಲೇ ಕೈಯೆತ್ತಿದಳು. "ಯಾವ್ದೇ ಕ್ಲೂ ಕೊಡಲು ಸಾಧ್ಯವಿಲ್ಲ. ಪ್ರಯತ್ನಪಡಿ. ಆಲ್ ದಿ ಬೆಸ್ಟ್... ಇದಕ್ಕೆ ಮಿದುಳಿಗಿಂತ ಮನಸ್ಸು ಮುಖ್ಯ. ಗುಡ್‌ನೈಟ್" ಪಾತ್ರೆಗಳನ್ನು ಇಟ್ಟು ಹೋಗಿಬಿಟ್ಟಳು.

ಗಳಿಗೆಗಳು ಕಳೆದು ನಿಮಿಷಗಳಾಗುತ್ತಿದ್ದವು. ನಿಮಿಷದ ಮುಳ್ಳು ದೌಡಾಯಿಸಿ ಗಂಟೆಯನ್ನು ಪೂರೈಸಿತು. ಅಲ್ಲಿಂದ ಅಲುಗಾಡಲಾಗಲಿಲ್ಲ. ಏನಿದೆ ಈ ಪ್ರಶ್ನೆಯಲ್ಲಿ ಅಂಥ ಜಿಜ್ಞಾಸೆ? ಇಬ್ಬರಲ್ಲಿ ಒಬ್ಬರ ಬಗ್ಗೆ ಹೇಳಿದರಾಯಿತು ಅಂದುಕೊಂಡು ಊಟ ಮಾಡಿದರು.

ರಸ ಬಹಳ ರುಚಿಯಾಗಿತ್ತು. ತನ್ನ ಬಗ್ಗೆ ಏನನ್ನೂ ಹೇಳಿಕೊಳ್ಳದ ಬೇರೆಯವರ ವೈಯಕ್ತಿಕ ವಿಷಯ ಕೇಳದ ಲಾವಣ್ಯ ಇಷ್ಟು ಸ್ನೇಹಪೂರ್ವಕವಾಗಿ ವರ್ತಿಸಲು ಯಾವ ಪ್ರಬಲವಾದ ಕಾರಣವಿದೆ?

ಮಲಗಿ ಎದ್ದು ಕೊನೆಗೆ ಚಕ್ರವರ್ತಿಯನ್ನು ಯಾಕೆ ಕೇಳಬಾರದು ಇದಕ್ಕೆ ಉತ್ತರವನ್ನು?

ಡಯಲ್ ತಿರುಗಿಸಿದರು. ಎತ್ತಿದ್ದು ಶ್ರೀಮತಿಯವರು. "ಸ್ವಲ್ಪ ಚಕ್ರವರ್ತಿಯೊಂದಿಗೆ ಮಾತಾಡಬೇಕಲ್ಲ" ಸಂಕೋಚದಿಂದಲೇ ಹೇಳಿದರು.

"ಏನೋ ಓದ್ತಾ ಇದ್ರು..." ಫೋನ್ ಹಾಗೆಯೇ ತೆಗೆದಿಟ್ಟು ಹೋದ್ರು.

ಒಮ್ಮೆ ಪ್ರೇಮ್ ನಗೆಯಾಡುತ್ತಾ ಹೇಳಿದ್ದು ಇಂದು ನೆನಪಿಗೆ ಬಂತು. ಅಂದು ಏನೂ ಅನ್ನಿಸದಿದ್ದು ಇಂದು ವಿಪರೀತ ಅರ್ಥಗಳ ಜೋಡಣೆಯಾಗಿ ಕಂಡಿತು.

"ಮಮ್ಮಿ ತೀರಾ ವ್ಯಾವಹಾರಿಕ. ಕಾಲದಿಂದ ಹಿಡಿದು ಕಾಫೀವರ್ಗೂ ಲೆಕ್ಕ ಹಾಕ್ತಾಳೆ. ನೀರಿಗೂ ಉಂಟು ಲೆಕ್ಕ. ಒಂದು ಲೋಟ ನೀರು ಕೊಡೋವಾಗ ಕೂಡ ಅವ್ರಿಂದ ಏನಾದ್ರು ಉಪಯೋಗವಿದ್ಯ ಎಂದು ಯೋಚಿಸ್ತಾಳೆ. ತೀರಾ ಮೆಟಿರಿಯಲಿಸ್ಟ್ ಮೈಂಡ್..."

ಫೋನ್ ಇಟ್ಟುಬಿಡಲೇ ಎಂದು ಯೋಚಿಸಿದವರು. ಅಷ್ಟರಲ್ಲಿ ಬಂದು

ಚಕ್ರವರ್ತಿಗಳು ಅವರನ್ನು ಬಿಡುಗಡೆ ಮಾಡಿದರು. "ಹಲೋ, ನಂಗೆ ಗಾಬ್ರಿಯಾಗಿದೆ. ಬೇಗ ಮಾತಾಡು. ನನ್ನ ಎದೆ ಬಡಿತ ಒಂದೇ ಸಮ ಏರ್ತಾ ಇದೆ. ಬೇಕಾದ್ರೆ ನೋಡು" ಎದೆಯ ಬಳಿ ಫೋನನ್ನು ಹಿಡಿದಿರಬೇಕು. ಲಬ್‌ಡಬ್ ಲಬ್‌ಡಬ್ ಅನ್ನೋ ಸದ್ದು. ಅದು ನಿಂತ ಮೇಲೆಯೇ ಮಾತಾಡಿದ್ದು. "ಸುಮ್ನೆ ಫೋನ್ ಮಾಡ್ದೆ. ಯಾವ್ದೋ ಹಳೇ ಪುಸ್ತಕದಲ್ಲಿ ಒಂದು ಪ್ರಶ್ನೆ ಓದಿದೆ. ನಿನ್ನ ಯಾಕೆ ಕೇಳ್ಬಾರ್ದು ಅಂದ್ಕೊಂಡ್ ಫೋನ್ ಮಾಡ್ದೆ..." ಅವರು ನಿಧಾನವಾಗಿ ಎಲ್ಲಾ ಆಲಿಸಿರಬೇಕು. ಗಂಟಲು ಸರಿಮಾಡಿಕೊಂಡ ಶಬ್ದ ಕೇಳಿಸಿತು.

"ಜಗದೀಶ್, ಏನು ಬೇಕಾದ್ರೂ ಕೇಳು ಆದರೆ ಒಂದು ಪ್ರಶ್ನೆಗೆ ಮಾತ್ರ ನನ್ನಲ್ಲಿ ಉತ್ತರವಿಲ್ಲ. ನನ್ನ ಹೆಂಡ್ತಿಯ ಸೆಂಟಿಮೆಂಟ್ಸ್‌ನ ಮಂಗನಾಟಕ್ಕೆ ನನ್ನ ಫುಲ್ ಕೋ-ಆಪರೇಷನ್. ಅದು ಯಾಕೆ ಅನ್ನೋದು ಮಾತ್ರ ಕೇಳ್ಬೇಡ. ಈಗ್ಹೇಳು...." ಎಂದರು.

ಅಚ್ಚುಕಟ್ಟಾಗಿ ಅರ್ಥವಾಗುವಂತೆ ವಿವರಿಸಿದರು. "ನೀನು ಪ್ರವಾಹದಲ್ಲಿ ಬಿದ್ದ ಹೆಂಡ್ತಿನ ರಕ್ಷಿಸ್ತೀಯೋ ಅಥ್ವಾ ತಾಯಿನೋ" ತಟ್ಟನೆ ಅವರಿಂದಲೂ ಏನು ಹೇಳಲಾಗಲಿಲ್ಲ. "ಇದು ಬಹಳ ಕ್ಲಿಷ್ಟ ಕಣೋ. ರಾತ್ರಿಯೆಲ್ಲ ಯೋಚ್ಸಿ ಬೆಳಿಗ್ಗೆ ಹೇಳ್ತೀನಿ. ಗುಡ್ ನೈಟ್...." ಫೋನಿಟ್ಟರು.

ಅವರಿಗೂ ಶಿವರಾತ್ರಿ ಆಯಿತು. ಬೆಳಿಗ್ಗೆ ಕಾಫೀಗೆ ಮೊದಲು ಜಗದೀಶ್‌ಗೆ ಫೋನ್ ಮಾಡಿ ವಿಚಾರಿಸಿದರು. "ನಂದಿರ್‍ಲೀ, ನಿನ್ನ ಉತ್ತರ ಏನು ಹೇಳ್ತೀಯಾ?" ಜಗದೀಶ್ ಮುಖದ ಮೇಲೆ ವಿಷಾದ ಇಣಕಿತು. "ಬಹುಶಃ ನನ್ನ ಉತ್ತರ ಖಂಡಿತ ಸಮರ್ಪಕವಾಗಿರೋಲ್ಲ. ನಂಗೆ ತಾಯಿಯ ನೆನಪಿಲ್ಲ. ಆಕೆಯ ಪ್ರೀತಿ, ಮಮತೆ ಹೇಗಿರುತ್ತದೆಯೆಂದು ಗೊತ್ತಿಲ್ಲ. ಇನ್ನು ಸರಸ್ವತಿ... ನನ್ನ ಅವಳ ನಡುವೆ ಸಾರಿ... ನಿನ್ನ ಉತ್ತರ ಸರಿಯಾಗಿರುತ್ತೆ" ಎಂದರು. "ಓಕೇ... ಸಂಜೆಯೊಳ್ಗೆ ಹೇಳ್ತೀನಿ" ಫೋನಿಟ್ಟ ಸದ್ದು ಕೇಳಿಸಿತು.

ತಾನು ಇದನ್ನೇ ಲಾವಣ್ಯಗೆ ಹೇಳಿದರೇ, ಯಾಕೋ ಬೇಡವೆನಿಸಿತು. ಬೇರೊಬ್ಬರ ಅನುಭವಗಳನ್ನು ತನ್ನ ವಿಚಾರದ ಮೂಸೆಯಲ್ಲಿ ಕರಗಿಸಿ, ಸಿಕ್ಕಿದ್ದು ಹೇಳಬಹುದಷ್ಟೆ.

ಮತ್ತೆ ರಿಂಗ್ ಮಾಡಿದರು. ಫೋನೆತ್ತಿದ್ದು ಶ್ರೀಮತಿಯವರೇ. ಯಾವುದೇ ಫೋನ್ ಬರಲಿ, ಎಷ್ಟೇ ಕೆಲಸವಿರಲೀ ಅವರೇ ಬಂದು ತೆಗೆದುಕೊಳ್ಳುತ್ತಿದ್ದರು.

"ಸ್ವಲ್ಪ ಪ್ರೇಮ್ ಹತ್ರ ಮಾತಾಡ್ಬೇಕಿತ್ತು..." ಎಂದರು. ಮೊದಲು ಆಕೆಯ ಮುಖದಲ್ಲಿ ಬೇಸರ ಇಣಕಿದರೂ ನಂತರ ಪ್ರಫುಲ್ಲವಾಯಿತು. "ಕರೀತೀನಿ..." ಇಟ್ಟು ಹೋದರು.

ಹಿಂದಿನ ರಾತ್ರಿ ಮಾತಿನ ಸಂದರ್ಭದಲ್ಲಿ ಪ್ರೇಮ್, "ನಾನು ಅಂಕಲ್ ಹಳ್ಳಿಗೆ ಹೋಗ್ತೀನಿ" ಎಂದಿದ್ದ. ಅಲ್ಲಿಗೆ ಹೋದರೇ ಹೊರೆಯಾಗಿ ಬರುವ ಪದಾರ್ಥಗಳನ್ನು ಲೆಕ್ಕಹಾಕಿಟ್ಟಿದ್ದರು.

ಎಳನೀರು, ಕಾಯಿ, ಕೊಬ್ಬರಿಯಿಂದ ಹಿಡಿದು ಬಾಳೆಗೊನೆ, ತರಕಾರಿ, ಹುರಿಹಿಟ್ಟುಗಾಗಿ, ಸಣ್ಣ ಅಕ್ಕಿಯ ನೆವದಲ್ಲಿ ಭತ್ತದ ಮೂಟೆ ಕೂಡ ಬಂದು ಬೀಳುತ್ತಿತ್ತು.

ಇಷ್ಟು ಪ್ರಾಫಿಟ್ ಅವರಿಂದ, ಅದಕ್ಕಾಗಿಯೇ ಪ್ರಸನ್ನರಾಗಿದ್ದರು.

ಫೋನೆತ್ತಿದ ಪ್ರೇಮ್, "ಏನು ಅಂಕಲ್ ಸಮಾಚಾರ... ಗುಡ್ ಮಾರ್ನಿಂಗ್" ನಂತರ ಸೇರಿಸಿದ.

ಪ್ರಶ್ನೆಯನ್ನು ಬಿಡಿಸಿಟ್ಟಾಗ ಅವನ ನಿದ್ದೆಯ ಮಂಪರು ಹಾರಿ ಹೋಯಿತು. "ಅರರೇ, ಎಲ್ಲಿ ಓದಿದ್ರಿ? ಇದೆಂಥ ಪ್ರಶ್ನೆ. ಮಿದುಳಿಗೆ ಕಸರತ್ತು. ನಾಳೆ ಬೆಳಿಗ್ಗೆ ಹೇಳಲಾ? ಹಗಲು ನಂಗೆ ಯೋಚಿಸೋಕೆ ಪುರುಸೊತ್ತಿಲ್ಲ. ಥ್ಯಾಂಕ್ಯೂ... ಅಂಕಲ್" ಫೋನಿಟ್ಟುಬಿಟ್ಟ.

ಎಂಟರ ಸುಮಾರಿಗೆ ಲಾವಣ್ಯ ಬಂದಳು. "ಡಿಯರ್ ಹ್ಯಾಂಡ್‌ಸಮ್, ನಂಗೆ ಒಂದಿಷ್ಟು ಹೆಲ್ಪ್ ಬೇಕು. ನನ್ಜೊತೆ ಷಾಪಿಂಗ್ ಬರ್ಬೇಕು. ಅಂಕ್ಲ್, ಆಂಟೀ ಮ್ಯಾರೇಜ್ ಆನಿವರ್ಸರಿ ಇವತ್ತು. ಬಿ ಕ್ವಿಕ್... ಒನ್ ಟೂ ತ್ರಿ... ಫೋರ್... ಫೈವ್... ಟ್ವೆಂಟಿ ಎಣಿಸೋದರಲ್ಲಿ ಬರ್ಬೇಕು. ಹರಿಅಪ್" ಅವಸರಿಸಿದಳು. ಅಧಿಕಾರವಿತ್ತು ಅವಳ ದನಿಯಲ್ಲಿ. ಅಲೌಕಿಕವಾದ ಶಕ್ತಿಯೊಂದು ಅವರನ್ನು ಮಣಿಸಿತು.

ಲಾವಣ್ಯ ಕೊಡಿಸಿದ ಬಟ್ಟೆಗಳನ್ನೇ ತೊಟ್ಟು ಬಂದರು. "ಗುಡ್, ಯು ಲುಕ್ ವೆರಿ ಹ್ಯಾಂಡ್‌ಸಮ್... ಬೇಗ್ಬನ್ನಿ. ವೇಳೆ ಕಡಿಮೆ... ಕೆಲ್ಸ ಜಾಸ್ತಿ" ಹೈ ಹೀಲ್ಡ್ ಸದ್ದು ಮಾಡುತ್ತ ಹೊರಟಳು.

ಸೂಟು ಪೀಸ್, ಬೆನಾರಸ್ ಸೀರೆ ಖರೀದಿಸಿದಳು. ದೊಡ್ಡ ದೊಡ್ಡ ಪ್ಯಾಕೆಟ್‌ಗಳ ತುಂಬ ಸ್ವೀಟ್ಸ್ ತುಂಬಿಕೊಂಡಳು. ಎರಡು ಹಾರಗಳ ಜೊತೆ ಹೂವಿನ ಬೊಕ್ಕೆಗಳನ್ನು ಖರೀದಿಸಿದಳು. ಚಕಚಕ ಅವಳ ಓಡಾಟ. ಯಂತ್ರದಂತಾಗಿಬಿಟ್ಟರು ಜಗದೀಶ್.

ಮಧ್ಯೆ ಮಧ್ಯೆ ಅವರ ಸಲಹೆಗಳನ್ನು ಪಡೆದಳು ಕೂಡ. ತುಂಬಿದ ಆಟೋದೊಂದಿಗೆ ಬಂದು ಅವರ ಮನೆಯ ಮುಂದೆ ಇಳಿದಳು.

ಬೊಕ್ಕೆಗಳನ್ನು ಕೈಗೆತ್ತಿಕೊಂಡರು. ಅಂದಿನ ಪ್ರಕರಣ ನೆನಪಿಸಿಕೊಂಡು ಹಿಂದೆಗೆದರು.

"ಬನ್ನಿ ಜಗದೀಶ್, ಅಂಕಲ್, ಆಂಟೀ ತಮ್ಮ ಸುತ್ತಲೂ ಒಂದು ವರ್ತುಲ ನಿರ್ಮಿಸ್ಕೊಂಡು ಅದರೊಳಗೆ ಕಷ್ಟ ಅನುಭವಿಸ್ತಾ ಇದ್ದಾರೆ. ಡೋಂಟ್ ಮೈಂಡ್..." ಅವಳ ಸ್ವರದಲ್ಲಿನ ಗಾಢತೆಗೆ ಕರಗಿಹೋದರು.

ಮುಖ ದಪ್ಪಗೆ ಮಾಡಿಕೊಂಡು ನಾಯರ್ ಸ್ವಾಗತಿಸಿದರೂ ಒಂದಿಷ್ಟು ಉಲ್ಲಾಸವಾಗಿರುವಂತೆ ಕಂಡರು.

"ನಾಟಿ ಗರ್ಲ್, ಒಂದಿಷ್ಟು ಹೇಳ್ದ ಮಾತು ಕೇಳೋಲ್ಲ. ಇಂಥ ಸೆಲಬ್ರೇಟ್‌ಗಳೆಲ್ಲ ನಮಗ್ಯಾಕೆ?" ಹುಸಿಮುನಿಸು ತೋರಿದರು ಅವಳ ಮೇಲೆ.

ಒಂದಿಷ್ಟು ಅವರ ಕಿವಿಯ ಬಳಿ ಬಗ್ಗಿದ ಲಾವಣ್ಯ, "ಆಂಟಿ, ಕೆನ್ನೆ ಕೆಂಪು ನೋಡ್ಬೇಕು. ಅಂಕಲ್, ನೀವು ಬರ್ದ ಲವ್ ಲೆಟರ್‌ಗಳನ್ನೆಲ್ಲ ಆಂಟಿ ನಂಗೆ ಕೊಟ್ಟಿದ್ದಾರೆ. ಅದ್ನ ಇವ್ರಿಗೂ ಓದೋಕೆ ಕೊಡ್ಲಾ?" ಛೇಡಿಸಿದಳು. "ಯೂ... ಯೂ..." ಓಡಿಸಿಕೊಂಡು

ಹೋದರು. ಇಡೀ ಮನೆಯನ್ನೇ ಅವರ ಕೈಯಲ್ಲಿ ಒಂದು ಸುತ್ತು ಹಾಕಿಸಿಬಿಟ್ಟಳು.

ದಢೂತಿ ಮೈನ ನಾಯರ್ ಹೆಂಡತಿಯ ಮುಖದಲ್ಲಿ ಕೆಂಪು ಓಕುಳಿಯ ಚೆಲ್ಲಾಟ. ಅಂತು ಇದೊಂದು ಅಪರೂಪದ ಚಿತ್ರ.

"ಕೂತ್ಕೊಳ್ಳಿ..." ಎಂದರು ಆಕೆ.

ಇರುಸುಮುರುಸಿನಿಂದಲೇ ಕೂತರು. ಆಕೆಯೇ ಟೀ ತಂದುಕೊಟ್ಟರು. ಒಂದೆರಡು ಮಾತುಗಳನ್ನು ಲಾವಣ್ಯ ಬಗ್ಗೆ ಆಡಿದರು.

ಹೊರಗೆ ಬಂದು ಬಿಡುಗಡೆಯ ಉಸಿರು ಬಿಟ್ಟರು ಜಗದೀಶ್. ನಾಯರ್ ಮನೆಯವರು ಬಾಗಿಲು ಕಿಟಕಿಗಳನ್ನು ಕೂಡ ತೆರೆಯುತ್ತಿರಲಿಲ್ಲ. ಹೊರಗಿನ ಸಂಪರ್ಕ ಪೂರ್ತಿ ಬಂದ್.

ಸಂಜೆಯ ವೇಳೆಗೆ ಮುನ್ನ ಲಾವಣ್ಯ ಮೂರು ಇಂಚು ಜರಿಯ ಸೀರೆಯುಟ್ಟು, ಕೂದಲನ್ನು ನವೀನ ಮಾದರಿಯಲ್ಲಿ ಎತ್ತಿಕಟ್ಟಿ, ನೆರಿಗೆಗಳನ್ನು ಚಿಮ್ಮುತ್ತ ಬಂದಳು.

"ನಮ್ಮ ಅಂಕಲ್, ಆಂಟಿ ಮ್ಯಾರೇಜ್ ಆನಿವರ್ಸರಿ ಪಾರ್ಟಿ ಇದೆ. ಖಂಡಿತ ಬನ್ನಿ" ಹೇಳಿ ಸರಿದುಹೋದಳು.

ದಾಳಿಂಬೆಯ ಪಂಕ್ತಿಯಂತೆ ಜೋಡಣೆಗೊಂಡ ಹಲ್ಲಿನ ಸಾಲುಗಳು ಅವಳ ನಾಲಿಗೆಯಿಂದ ಉದುರುವ ಪದಗಳು ಅತ್ಯಂತ ಅಮೂಲ್ಯ ಮುತ್ತುಗಳು.

ಎಷ್ಟೋ ಹೊತ್ತು ಸುಮ್ಮನೆ ಕೂತವರು ನೆನಪಿಸಿಕೊಂಡು ರೆಡಿಯಾಗಿ ಹೊರಟರು.

ಬೇರೆಯವರ ಗಾಳಿ ಮನೆಯಲ್ಲಿ ಸುಳಿಯದಂತೆ ಎಚ್ಚರಗೊಂಡಿದ್ದ ನಾಯರ್ ಮನೆಯ ಕಿಟಕಿ, ಬಾಗಿಲು ಇಂದು ತೆರೆದಿದ್ದವು. ಇಡೀ ಬೀದಿಯ ಜನ ಅಲ್ಲೇ ಇದ್ದರು.

"ಬನ್ನಿ ಹ್ಯಾಂಡ್‌ಸಮ್, ನಾನು ನಿಮಗಾಗಿಯೇ ಕಾಯ್ತಾ ಇದ್ದೆ" ಸಡಗರದಿಂದ ಬಂದು ಎದುರುಗೊಂಡರು.

ಎಲ್ಲರಿಗೂ ಸಂಭ್ರಮದಿಂದ ಕೂಲ್ ಡ್ರಿಂಕ್ಸ್ ಹಂಚಿದಳು. ನಾಲ್ಕು ಮಾತು ಜಗದೀಶ್‌ರೊಂದಿಗೆ ಮಾತಾಡಿದಳು. ಇವರೇ ಮಿಡುಕಿ ಸುತ್ತಮುತ್ತಲೂ ನೋಟ ಹರಿಸಬೇಕಿತ್ತು. ಅಂಥದ್ದರಿಂದ ಅವಳು ಮುಗ್ಧಳಂತೆ ಕಂಡಳು.

ಹೊರಟಾಗ ಹಿಂದೆ ಬಂದವಳು, "ಎಲ್ಲಿಯವರ್‍ಗೂ ಬಂದ್ರಿ? ನಿಮ್ದೇ ಮಾರ್ಕ್ಸ್ ಹಾಕ್ತ ಹೋಗ್ತೀನಿ. ಇದು ಈಸೀ ಕೊಶ್ಚನ್?" ಸವಾಲೆಸೆದಂತೆ ಕಂಡಳು. ಜಗದೀಶ್ ಬರೀ ಮುಗುಳ್ನಕ್ಕರು.

ಅಂತರ್ಮುಖಿಯಾಗಿ ಮನೆಗೆ ಬಂದರು.

* * *

ಎಂದಿನಂತೆ ಕಾಲೇಜಿಗೆ ಹೊರಟ ಪ್ರೇಮ್, ಫಸ್ಟ್ ಪೀರಿಯಡ್ ನಂತರ ಗೆಳೆಯರ

ಗುಂಪಿನೊಂದಿಗೆ ಕ್ಯಾಂಟೀನ್‌ಗೆ ಬಂದು ಕೂತ. ಒನ್ ಬೈ ಟೂ ಕಾಫೀಗಳ ಸಮಾರಾಧನೆ ಆಯಿತು.

ತಟ್ಟನೆ ಜಗದೀಶ್‌ರ ಪ್ರಶ್ನೆ ನೆನಪಾಯಿತು. ಗೆಳೆಯರ ಹಿಂಡಿನಲ್ಲಿ ಆ ಪ್ರಶ್ನೆ ಇಡಲೇ? ಬೇಡವೆನಿಸಿತು ಅವನ ಮನಕ್ಕೆ. ತನ್ನಲ್ಲಿ ಹುಡುಕಿಕೊಳ್ಳಬೇಕೆನಿಸಿತು.

"ಮನೆಗೆ ಹೋಗ್ತೀನಿ. ಯಾಕೋ ಇವತ್ತು ಪಾಠ ಕೇಳೋ ಮೂಡ್ ಇಲ್ಲ" ಮೇಲೆದ್ದವನ ತೋಳು ಹಿಡಿದು ಒಬ್ಬ ಕೂಡಿಸಿದ. "ಇದೆಲ್ಲ ನಮ್ಗೆ ಹೇಳ್ಬೇಡ. ಮಾರ್ನಿಂಗ್ ಷೋಗೆ ಹೋಗೋ ತರಾತುರಿ" ಮತ್ತೊಬ್ಬ ರೇಗಿಸಿದ.

"ಬರೀ ತಲೆಹರಟೆ..." ಷರಟಿನ ಕಾಲರ್ ಸರಿಮಾಡಿಕೊಳ್ಳುತ್ತ ಅಷ್ಟು ದೂರ ಹೋದವನು ಹಿಂದಕ್ಕೆ ತಿರುಗಿ, "ಸಿ ಯೂ ಲೇಟರ್, ಸುಮ್ನೆ ಸಿನಿಮಾ ಕನಸು ಕಾಣ್ತಾ ಕ್ಯಾಂಟೀನ್‌ನಲ್ಲಿ ಕೂಡಬೇಡಿ. ನೆಕ್ಸ್ಟ್ ಪೀರಿಯಡ್ ಇದೆ. ಕ್ಲಾಸ್‌ಗೆ ಹೋಗಿ ಅಟೆಂಡ್ ಮಾಡಿ" ಬುದ್ಧಿವಾದ ಹೇಳಿ ನಡೆದ.

ಎಲ್ಲರೂ ಘೊಳ್ಳನೆ ನಕ್ಕರು.

"ನೀನು ಕಾಲೇಜಿಗೆ ಯಾಕೆ ಬರ್ತೀಯಾ ಅಥವಾ ಹೋಗ್ತೀಯಾಂತ" ಯಾರಾದರೂ ಕರೆದು ಪ್ರಶ್ನಿಸಿದರೂ ಅವನ ಉತ್ತರ ಒಂದೇ ಆಗಿರುತ್ತಿತ್ತು. "ಬರೀ ಅನುಭವಕ್ಕಾಗಿ ಕಾಲೇಜ್ ಅದಕ್ಕೆ ಒಳ್ಳೆ ರಂಗ ಸ್ಥಳ. ಅನುಭವದ ಕಲಿಕೆ ಅಲ್ಲಿಂದಲೇ ಪ್ರಾರಂಭ" ಎಂದು ಉತ್ತರಿಸುತ್ತಿದ್ದ. ಇದೇನು ಉಡಾಫೆಯ ಮಾತಾಗಿರಲಿಲ್ಲ.

ಕಾಲೇಜಿಗೆ ಬರುತ್ತಿದ್ದ ಕ್ಲಾಸ್‌ಗೆ ಅಟೆಂಡ್ ಆಗುತ್ತಿದ್ದ. ಕಾಲೇಜಿನಲ್ಲಿ ನಡೆಯುವ ಎಲ್ಲಾ ಸಭೆ, ಸಮಾರಂಭಗಳಲ್ಲೂ ಅವನಿರುತ್ತಿದ್ದ. ಆದರೆ ಪುಸ್ತಕ ಮಾತ್ರ ಮುಟ್ಟಲಾರ.

"ನನ್ನ ಮೈಂಡ್ ಮೆಚೂರ್ ಆಗೋವರ್ಗೂ ಕಾಯ್ತೀನಿ. ಆಮೇಲೆ ಯಾವುದಾದ್ರೂ ಕಾಯಕ ಆರಂಭಿಸುತ್ತೀನಿ" ಇದು ಎಲ್ಲರೊಂದಿಗೂ ಹೇಳುತ್ತಿದ್ದ ಮಾತು.

ಇಂದು ಅಲ್ಲಿ, ಇಲ್ಲಿ ಸುತ್ತದೆ ನೇರವಾಗಿ ಮನೆಗೆ ಬಂದ. ತೀರಾ ಹರೆಯದ ವಯಸ್ಸು. ಒಂದು ರೀತಿಯಲ್ಲಿ ಕನಸ್ಸಿನ ಪ್ರಪಂಚದಲ್ಲಿ ತೇಲುವಂಥ ಮನಸ್ಸು.

"ಏನಾದ್ರೂ ತಿನ್ನೋಕೆ ಕೊಡು" ಸೋಫಾ ಮೇಲೆ ಉರುಳಿಕೊಂಡು ಕೂಗಿದ. "ನಿಂಗಿಷ್ಟವಾದುದಲ್ಲ, ನಂಗಿಷ್ಟವಾಗಿದ್ದು" ಮತ್ತೆ ಸೇರಿಸಿದ.

ಬಂದ ಶ್ರೀಮತಿ ಪ್ರೀತಿಯಿಂದ ಮಗನ ದಟ್ಟವಾದ ಕೂದಲಲ್ಲಿ ಬೆರಳಾಡಿಸಿದರು. "ನೀನು ಡಿಗ್ರಿ ತಗೋಳ್ಳೋದ್ರಲ್ಲಿ ನಂಗೆ ಅನುಮಾನ ಕಣೋ" ಆಕೆಯ ಸ್ವರದಲ್ಲಿ ನಿರಾಶೆ ಮಿನುಗಿತು.

ಎದ್ದು ಕೂತ ಪ್ರೇಮ್ ನೇರವಾಗಿ ನೋಡಿ ಘೊಳ್ಳನೆ ನಕ್ಕುಬಿಟ್ಟ. "ನಿನ್ನ ಅಂಗೈ ಇಡಿ...." ಎಂದು ಆಕೆಯ ಅಂಗೈ ತೆಗೆಸಿದ. "ನಿಂಗೆ ಖಂಡಿತ ಅನುಮಾನ ಬೇಡ. ಈ ಮಗ ಇನ್ನ ಹತ್ತು ವರ್ಷವಾದ್ರೂ ಡಿಗ್ರಿ ಪಾಸ್ ಮಾಡೋಲ್ಲ. ಬೇಕಾದ್ರೆ ಬಾಂಡ್ ಪೇಪರ್‌ನಲ್ಲಿ ಬರ್ದು ಸಹಿ ಹಾಕಿಕೊಡ್ತೀನಿ. ಅವರಿಬ್ರೂ ಓದ್ತಾ ಇದ್ದಾರಲ್ಲ. ಓದಿಕೊಳ್ಳಿ"

ತೆರೆದ ಆಕೆಯ ಅಂಗೈನಲ್ಲಿ ತನ್ನ ಕೈಯಿಟ್ಟ.

ಮೊದಲು ಆಕೆಯ ಮುಖದಲ್ಲಿ ಮೂಡಿದ ಗಾಬರಿ ನಂತರ ವೇದನೆಗೆ ತಿರುಗಿ ಕಣ್ಣೀರಿನಲ್ಲಿ ಪರ್ಯಾವಸಾನಗೊಂಡಿತು.

"ಮುಂದೇನು ಮಾಡ್ತೀಯಾ?" ಕಂಬನಿ ಕೆನ್ನೆಯ ಮೇಲೆ ಹರಿದಾಗ ತೊಡೆದ. "ದೇವರೇ, ನಮ್ಮಮ್ಮನ ಕಾಪಾಡು. ಜಗತ್ತಿನಲ್ಲಿರೋ ಜನವೆಲ್ಲ ಡಿಗ್ರಿಗಳ್ನ ಮಾಡಿದ್ದಾರ? ನಂಗೆ ಲೆಕ್ಕಾಚಾರದ ಓದ್ಗಿಂತ ಇಷ್ಟ ಬಂದಿದ್ದು ಓದ್ಕೋತೀನಿ. ನನ್ನ ಊಟದ ಯೋಚ್ನೆ ಬೇಡ. ನನ್ನ ಬಿಜಿನೆಸ್ ಪ್ರಾರಂಭವಾಗೋದು ಹತ್ತು ರೂಪಾಯಿನಿಂದ. ಅದು ಹೇಗೆ ಬೆಳೆಯುತ್ತೆ, ಅದ್ನ ಹೇಗೆ ಬೆಳೆಸ್ತೀನಿ ನೋಡು. ಓ...." ಜೋರಾಗಿ ಶಿಳ್ಳೆ ಹಾಕಿದ.

ಕಿವಿ ಮುಚ್ಚಿಕೊಂಡು ಆಕೆ ಎದ್ದು ಹೋದರು.

"ನಂಗೇನು ತಿನ್ನೊಕೆ ಬೇಡ. ನಾನು ಮಲಗ್ತೀನಿ" ಹೊದಿಕೆಯನ್ನು ತಲೆಯವರೆಗೂ ಹೊದ್ದುಕೊಂಡು ಮತ್ತೆ ಕೂಗಿದ "ಯೋಚ್ನೆ ಮಾಡೋದಿದೆ."

ಮಗನ ಸ್ವಭಾವವರಿತ ಶ್ರೀಮತಿ ಸುಮ್ಮನೆ ಹೋದರು.

ಪರೀಕ್ಷೆ ದಿನಗಳಲ್ಲಿ ಕೂಡ ತಲೆ ಕೆಡಿಸಿಕೊಳ್ಳದವ ಪ್ರೇಮ್. ಆದರೆ ಜಗದೀಶ್ ಹಾಕಿದ ಪ್ರಶ್ನೆ ಅವನನ್ನು ಕಾಡಿಬಿಟ್ಟಿತ್ತು. "ಏನು ಮಹಾ!" ಎನಿಸುವ ಅದರಲ್ಲಿ ಕ್ಲಿಷ್ಟತೆ ಏನಿದೆ?

ಮದುವೆಯಾದ ಹೊಸದರಲ್ಲಿ ಒಂದು ರೀತಿಯ ಅಮಲಿನ ದಿನಗಳು. ಬಹುಶಃ ಆಗ ನಿನಗೆ ಅಮೆರಿಕಾ ಅಧ್ಯಕ್ಷಗಿರಿ ಬೇಕೋ, ಮಡದಿ ಬೇಕೋ ಅಂದರೆ.... 'ಇಲ್ಲ, ಇವಳೇ ಸಾಕು' ಎನ್ನುವ ಭಾವನಾತ್ಮಕ ಸ್ಥಿತಿ.

ಇಂಥದ್ದರಲ್ಲಿ ಮಡದಿ ಪ್ರವಾಹಕ್ಕೆ ಬಿದ್ದರೆ ಯಾರಾದರೂ ಸುಮ್ಮನಿದ್ದಾರೆಯೇ? ಎದ್ದು ಕೂತ. ಮತ್ತೆ ಮಲಗಿದ.

ಆ ಚಿತ್ರವನ್ನು ಪೂರ್ತಿ ಕಲ್ಪಿಸಿಕೊಂಡ. ದೊಡ್ಡ ಪ್ರವಾಹ. ನಡುವೆ ನಡುವೆ ಸಿಲುಕಿದ ಎರಡು ಜೀವಗಳು 'ಪ್ರೇಮ್, ಪ್ರೇಮ್' ಎರಡು ಕಡೆಯ ಕೂಗುಗಳು ಅವನಿಗೆ ಯಾರನ್ನು ಕಳೆದುಕೊಳ್ಳುವುದೂ ಇಷ್ಟವಿಲ್ಲ. ಚಿಂತನೆಯ ಹಂತದಲ್ಲಿದ್ದಾಗಲೇ ತಾಯಿ ಮುಳುಗಿಹೋಗುವ ದೃಶ್ಯ. ದಢಾರನೆ ಎದ್ದು ಕೂತ. ಮುಖ ಬೆವರಿನಿಂದ ತೋಯ್ದು ಹೋಗಿತ್ತು.

ಮತ್ತೆ ಮಲಗಿದವನು ಹೊದ್ದು ಅತ್ಯಂತ ಗಂಭೀರವಾಗಿ ಆಳಕ್ಕಿಳಿದು ಯೋಚಿಸತೊಡಗಿದ. 'ಅಮ್ಮ...' ಆ ಪದವೇ ವಿಚಿತ್ರವಾದ ಸೆಳೆತ ವ್ಯಕ್ತಿಯ ವಿಕಾಸಕ್ಕೆ.

ಅರ್ಧ ಗಂಟೆಯ ನಂತರ ಎದ್ದು ಕೂತ. ಉತ್ತರ ಹುಡುಕಿಕೊಂಡ. ಮಿದುಳಿನಿಂದಲ್ಲ, ಮನಸ್ಸಿನಿಂದ.

ಎದ್ದು ಹೋಗಿ ಡಯಲ್ ತಿರುಗಿಸಿದ. "ಅಂಕಲ್, ನಿಮ್ಮ ಪ್ರಶ್ನೆಗೆ ಉತ್ತರ ಹೇಳ್ತೀನಿ. ಫೋನಿನಲ್ಲಿ ಬೇಡ. ಅಲ್ಲಿಗೇ ಬರ್ತೀನಿ" ಎಂದು ಇಟ್ಟುಬಿಟ್ಟ.

ಈ ಕಡೆಯ ಕೊನೆಯಲ್ಲಿ ಯಾರಿದ್ದಾರೆ ಎಂದು ತಿಳಿಯುವುದಕ್ಕೆ ಕೂಡ ಹೋಗಲಿಲ್ಲ.

ಮುಖಕ್ಕೆ ತಣ್ಣೀರೆರಚಿಕೊಂಡ ಸಿಂಕ್‌ನಲ್ಲಿ ಅಡಿಗೆಯ ಮನೆಗೆ ಬಂದ. ಅಡಿಗೆಯವನಿಗೆ ಏನೋ ಗೈಡ್ ಮಾಡುತ್ತಿದ್ದ ಆಕೆಯ ಕಾಲುಗಳಿಗೆ ನಮಸ್ಕರಿಸಿದ.

"ಇದೇನೋ...." ಆಕೆಗೆ ಗಾಬರಿಯ ಜೊತೆ ಆತಂಕ ಕೂಡ. "ಯಾರ್‍ಗೂ ನಮಸ್ಕಾರ ಮಾಡದವನು..." ನಿಲ್ಲಲೂ ಇಲ್ಲ. ಉತ್ತರ ಹೇಳಲೂ ಇಲ್ಲ ಪ್ರೇಮ್.

ತಲೆಯಲ್ಲಿ ಹೊಸ ವಿಚಾರಗಳನ್ನು ಸ್ವಲ್ಪ ವಿಭಿನ್ನವಾದದ್ದನ್ನು ತುಂಬಿಕೊಂಡ ಅವನು ಫ್ಲಾಟಾಗೋದು, ಉರ್‌ಬೈಸ್ ಮಾಡೋದನ್ನು ವಿರೋಧಿಸುತ್ತಿದ್ದ.

"ಅಂಥದ್ನ ನಾನು ಲೈಕ್ ಮಾಡೋಲ್ಲ. ಅಫ್ಟರಾಲ್ ಮನುಷ್ಯ ಏನು ಮಾಡ್ತಾನೆ? ಅದಕ್ಯಾಕೆ ಕಾಲಿಗೆ ಬೀಳಬೇಕು?" ಇಂಥದ್ದೇ ಮಾತುಗಳು ಅವನವು.

ಒಳ್ಳೇ ಗೂಳಿಯಂತೆ ನುಗ್ಗಿದವನು ಜಗದೀಶ್ ಮುಂದೆ ಅತ್ಯಂತ ಸನಿಹದಲ್ಲಿ ಸ್ಟೂಲ್ ಎಳೆದುಕೊಂಡು ಕೂತ.

"ಫೋನ್‌ನಲ್ಲೇ ಚುಟುಕಾಗಿ ನನ್ನ ಅಭಿಪ್ರಾಯ ತಿಳ್ಸಬಹುದಿತ್ತು. ಆದರೆ ಅದಕ್ಕೊಂದಿಷ್ಟು ವ್ಯಾಖ್ಯಾನ ಬೇಕು?" ಎಂದ ಅವನ ಸ್ವರದಲ್ಲಿ ಅತ್ಯಂತ ಸೀರಿಯಸ್‌ನೆಸ್ ಇತ್ತು. ಜಗದೀಶ್ ಆಶ್ಚರ್ಯಗೊಂಡರು.

ಜಾಲಿಯಾಗಿ ಓಡಾಡಿಕೊಂಡಿದ್ದ ಪ್ರೇಮ್ ಅಂಥ ಯುವಕ ಹೀಗೆ ತಲೆ ಕೆಡಿಸಿಕೊಂಡಿದ್ದೇಕೆ?

"ಪ್ರವಾಹಕ್ಕೆ ಬಿದ್ದಾಗ ಒಬ್ಬರನ್ನು ಮಾತ್ರ ರಕ್ಷಿಸಿಕೊಳ್ಳಬಹುದಾದಂಥ ಅವಕಾಶ. ನಾನು ಅಂಥ ಸಮಯದಲ್ಲಿ ರಕ್ಷಿಸಿಕೊಳ್ಳೋದು ನನ್ನ ತಾಯಿಯನ್ನು. ವ್ಯಕ್ತಿಯ ಹುಟ್ಟಿಗೆ, ವಿಕಾಸಕ್ಕೆ, ಬದುಕಿಗೆ ಅನನ್ಯ ಪಾತ್ರ ತಾಯಿಯದು ಒಂದೇ ಪಾತ್ರ. ಪುರಾಣದಲ್ಲಿ, ಇತಿಹಾಸದಲ್ಲಿ, ಈಗಲೂ ಕೂಡ ತಾಯಿ ಒಬ್ಬಳೇ. ಅಕಸ್ಮಾತ್ ಪ್ರವಾಹದಲ್ಲಿ ಮಡದೀನ ಕಳೆದುಕೊಂಡ್ರೂ ಮತ್ತೆ ಮದ್ವೆ ಆಗ್ಬಹ್ದು! ಅವಳ ಸ್ಥಾನ ತುಂಬೋಕೆ ಮತ್ತೊಬ್ಬಳು ಬರ್‍ಬಹ್ದು. ಆದರೆ ತಾಯಿ ಸ್ಥಾನ ಯಾರಿಂದ್ಲೂ ತುಂಬೋಕ್ಕಾಗೋಲ್ಲ ಅವ್ಳು ಸತ್ತರೆ ಅಲ್ಲಿಂದಲೇ ಶುರುವಾಗುತ್ತೆ ಅನಾಥತ್ವ" ಕಣ್ಣು, ಮೂಗು ಉಜ್ಜುತ್ತ ಮುಖ ಕೆಂಪಗೆ ಮಾಡಿಕೊಂಡ.

ಬೆರಗಾಗಿಬಿಟ್ಟರು ಜಗದೀಶ್. ಇಷ್ಟು ಭಾವನಾತ್ಮಕವಾಗಿ, ಭಾವೋದ್ವೇಗಕ್ಕೆ ಪ್ರೇಮ್ ಅಂಥ ಯುವಕ ಒಳಗಾಗುವುದು ಎಷ್ಟು ವಿಪರ್ಯಾಸ!

"ಈಗ್ಲೇ ಇವ್ನಿಗೆ ಮನೆಯವ್ರ ಬಗ್ಗೆ ಇಷ್ಟೊಂದು ನೆಗ್ಲೆಕ್ಟ್. ಜೊತೆಗೊಬ್ಳು ಸಿಕ್ಕ ಕೂಡ್ಲೇ ನಮ್ಮ ನೆನಪೇ ಇರೋಲ್ಲ" ಆಗಾಗ ಚಕ್ರವರ್ತಿಗಳು ಮಗನ ಬಗ್ಗೆ ಆಡುತ್ತಿದ್ದ ಮಾತುಗಳು. ಅವನ ಹುಡುಗು ಸ್ವಭಾವ ಕಂಡ ಯಾರು ಬೇಕಾದರೂ ಆ ನಿರ್ಧಾರಕ್ಕೆ ಬರಬಹುದಿತ್ತು.

ಅವನ ಭುಜದ ಮೇಲೆ ಕೈಯಿಟ್ಟ ಜಗದೀಶ್ "ನಿನ್ನ ಆಯ್ಕೆ ಬೇರೆಯದೆ ಆಗುತ್ತೆ ಅಂದ್ಕೊಂಡೆ" ಎಂದ ಕೂಡಲೇ ಅವರತ್ತ ತಿರುಗಿದ "ಹೇಗೆ ಸಾಧ್ಯ ಅಂಕಲ್? ಇಟ್ ಈಸ್ ಪಾಸಿಬಲ್. ಎಷ್ಟು ಯೋಚಿಸಿದ್ರು ತಾಯಿಯೊಬ್ಬೇ ನಿಸ್ವಾರ್ಥ ವ್ಯಕ್ತಿಯಾಗಿ ಮಕ್ಕಳ ಬಗ್ಗೆ ಕಾಣ್ತಾಳೆ. ಪ್ಲೀಸ್ ಹೇಳಿ ಅಂಕಲ್. ರಾಮಾಯಣದಲ್ಲಿ ಅಷ್ಟೊಂದು ನಿಂದನೆಗೆ, ಆಕ್ಷೇಪಣೆಗೆ ಒಳಗಾದ ಕೆಟ್ಟ ಹೆಣ್ಣು ಕೈಕೆ ಕೂಡ ಒಬ್ಬ ತಾಯಿ. ಅಲ್ಲಿ ಅವ್ಳು ಯೋಚಿಸಿದ್ದು ತನ್ನ ಮಗನ ಬಗ್ಗೆ ಮಾತ್ರ. ಕಡೆಗೆ ಅವನಿಂದ್ಲೇ ದೂಷಿತಳಾದ್ಲು. ಹೆಣ್ಣು ಕೆಟ್ಟವಳಾಗೋದು ಸ್ವಾರ್ಥಳಾಗೋದು ತನ್ನ ಮಕ್ಳಿಗೋಸ್ಕರ. ಅವಳನ್ನು ಮುಳುಗಲು ಬಿಟ್ಟರೇ... ನೋ... ನೋ" ಮುಷ್ಟಿಯನ್ನು ಬಿಗಿ ಹಿಡಿದು ಹಲ್ಮುಡಿ ಕಚ್ಚಿ ಗಾಳಿಯಲ್ಲಿ ಗುದ್ದಿದ. ಒಂದು ರೀತಿಯ ಆವೇಶಕ್ಕೆ ಒಳಗಾಗಿದ್ದ.

"ಬಿ ಕಾಮ್ ಪ್ರೇಮ್... ಇದು ಬರೀ ಪ್ರಶ್ನೆ ಅಷ್ಟೆ. ಕಾಫಿ ತರ್ತೀನಿ ಕೂತ್ಕೋ. ಭರಣಿ ಇಲ್ಲದ್ದು ಬಹಳ ತಾಪತ್ರಯವಾಗಿದೆ" ಹೊರಟವರನ್ನು ಕೈ ಹಿಡಿದು ನಿಲ್ಲಿಸಿದ.

ಎರಡು ಕ್ಷಣ ತುಟಿ ಕಚ್ಚಿ ನಿಂತವನು "ಈಗೇನು ಬೇಡ ಅಂಕಲ್. ಕೈ ಹಿಡಿದ ಹೆಣ್ಣಿನ ರಕ್ಷಣೆ ಭಾರ ಗಂಡಿಗೆ ಸೇರಿದ್ದು. ಆದರೆ ತಾಯಿಯನ್ನು ರಕ್ಷಿಸಲಾರದವನು ಹೆಂಡತಿಯನ್ನೂ ರಕ್ಷಿಸಲಾರ. ಸಾವಿರ ಜನದ್ದು ಬೇರೆ ಅಭಿಪ್ರಾಯವಾದ್ರೂ... ನಾನು ಒಂಟಿಯಾಗಿ ನಿಂತು. ನನ್ನ ಆಯ್ಕೆಯನ್ನು ಸಮರ್ಥಿಸಿಕೊಳ್ಳಬಲ್ಲೆ. ಸಿ ಯು ಎಗೇನ್" ದಡದಡ ಹೋಗಿಬಿಟ್ಟ.

ಚಿತ್ರವಾದರೂ ಜಗದೀಶ್. ಕೆಲವರಿಗೆ ಎರಡು ಮುಖಗಳು ಇರುತ್ತದೆಯೆನಿಸಿತು.

ರಾತ್ರಿ ಚಕ್ರವರ್ತಿ ಫೋನ್ ಮಾಡಿದರು "ಸುಮ್ನೆ ತಲೆ ಕೆಡ್ಸಿಬಿಟ್ಟೆ. ನಿಂಗೆ ಪುಸ್ತಕ ಅಂದರೆ ಅಲರ್ಜಿ ಇತ್ತಲ್ಲ. ಎಲ್ಲಿ ಓದಿದೆ ಈ ಪ್ರಶ್ನೆ? ಕ್ಲಿನಿಕ್‌ನಲ್ಲೂ ಕೂಡ ಮನಸ್ಸಿಟು ಕೆಲ್ಸ ಮಾಡೋಕಾಗ್ಲಿಲ್ಲ. ಆದ್ರೂ... ನನ್ನ ಚಿಂತನೆಗೆ ಹಚ್ಚಿದೆ. ಅಮ್ಮ ಸತ್ತು ಹತ್ತು ವರ್ಷವಾಯ್ತು. ಹೊಸದರಲ್ಲಿ ಅವ್ಳ ನೆನಪು ಕಾಡಿದರೂ ಈಚೆಗೆ ಮರ್ತೇಬಿಟ್ಟಂತಾಗಿತ್ತು. ಆದರೆ.... ಅಳೋ ಹಂಗೇ ಆಗಿಬಿಡ್ತು ಕಣೋ...." ಸ್ವರ ಗದ್ಗದವಾದದ್ದು ಜಗದೀಶ್ ಅರಿವಿಗೆ ಬಂತು.

ಎರಡು ನಿಮಿಷ ನಿಶ್ಶಬ್ದ. "ಅಲ್ಲಿಗೆ ಬರ್ತೀನಿ ಕಣೋ" ಎಂದವರು ಫೋನಿಟ್ಟರು. ಆಶ್ಚರ್ಯದ ಮೇಲೆ ಆಶ್ಚರ್ಯ ಅವರಿಗೆ.

ತೀರಾ ಸರಳವಾಗಿ ಕಾಣುವ ಪ್ರಶ್ನೆ ಮಾನವೀಯ ಸಂಬಂಧಗಳ ಸೂಕ್ಷ್ಮ ಎಳೆಗಳನ್ನು ಬಿಡಿಸಿ ನೋಡುವಷ್ಟು ಸಮರ್ಥವಾಗಿದೆಯೆನಿಸಿತು.

ಹೊರಗೆ ಬಂದರು. ಡಾಕ್ಟರ್ ಜೊತೆ ಸ್ಕೂಟರ್‌ನಲ್ಲಿ ಬಂದಿಳಿದ ಲಾವಣ್ಯ ಮಾಮೂಲಿ ನಗುಮುಖದೊಂದಿಗೆ ಕೈಯಾಡಿಸಿದಳು. ನವಿಲು ತನ್ನ ಗರಿಗಳನ್ನು ಬಿಚ್ಚಿ ನರ್ತಿಸಿದಂತಾಯಿತು. ಪ್ರಕೃತಿಯಲ್ಲಿ ಅದೊಂದು ಅದ್ಭುತ ನೋಟ.

ಆಗಾಗ ನಾಯರ್ ಮನೆಗೆ ಡಾಕ್ಟರ್ ಬರುವುದು ಸುತ್ತಮುತ್ತಲಿನ ಜನಕ್ಕೆಲ್ಲ

ಗೊತ್ತು. ನಾಯರ್ ಹೆಂಡತಿಗೆ ಹೈಪರ್ ಟೆನ್ಸ್‌ನ್ ಬಿ.ಪಿ. ಸದಾ ಮಕ್ಕಳ ಗುಂಗಿನಲ್ಲೇ ಇರುವ ಆಕೆಯ ಬಿ.ಪಿ. ನಾರ್ಮಲ್‌ಗೆ ಬರುವುದೇ ಕಷ್ಟ.

ಅರ್ಧ ಗಂಟೆಯ ನಂತರ ಮನೆಯ ಮುಂದೆ ಫಿಯೆಟ್ ನಿಂತಿತು. ಕುಂದಿದ ಮುಖದಿಂದ ಡಾ॥ ಚಕ್ರವರ್ತಿ ಬಂದರು.

"ಯಾಕೆ ಡಿಪ್ರೆಸ್ಡ್?" ಗಾಬರಿಯಿಂದ ಕೇಳಿದರು.

"ನೀನು ಕೊಟ್ಟ ಡೋಸ್ ಚೆನ್ನಾಗಿ ಕೆಲ್ಸ ಮಾಡಿದೆ. ಕ್ಲಿನಿಕ್‌ಗೆ ಹೋಗೋದು, ಪೇಷೆಂಟ್‌ಗಳ್ನ ನೋಡೋದು, ಕಮಾಯಿಸಿದ ಹಣವನ್ನು ಶ್ರೀಮತಿಯ ಕೈಗೆ ಹಾಕಿ ಆರಾಮಗಿದ್ದೆ" ಎಂದರು ಖಿನ್ನತರಾಗಿ.

ಈಗ ಜಗದೀಶ್ ಜೋರಾಗಿ ನಕ್ಕುಬಿಟ್ಟರು.

"ಯೂ ಫೂಲ್, ಬರೀ ಪ್ರಶ್ನೆ ಕಣಯ್ಯ. ಎಲ್ಲೂ ಪ್ರವಾಹ ಇಲ್ಲ. ಬೀಳೋಕೆ ನಿನ್ನಮ್ಮ ಇಲ್ಲ. ಅಂಥ ಸಮಯ ಬಂದರೆ ಹೆಂಡ್ತಿನ ರಕ್ಷಿಸಿಕೋಬೇಕಷ್ಟೆ. ಅದಕ್ಯಾಕೆ ಅಷ್ಟೊಂದು ತಲೆ ಕೆಡ್ಸಿಕೊಂಡೆ" ಎಂದರು. ಮಾತಾಡಿದ ಮೇಲೆ ಅದು ಪೆದ್ದುತನವೆನಿಸಿತು.

ಬೇಸರದ ಮುಖ ಮಾಡಿದರು ಚಕ್ರವರ್ತಿಗಳು. "ಏಯ್, ಅಷ್ಟೊಂದು ಇನ್ವಾಲ್ವ್‌ಮೆಂಟ್ ಇಲ್ಲದಿದ್ರೆ ಹೇಗಯ್ಯ ನಿನ್ನ ಪ್ರಶ್ನೆಗೆ ಸಮರ್ಪಕ ಉತ್ತರ ಸಿಗುತ್ತೆ?" ರೇಗಿಕೊಂಡರು.

ಅಂದಿನ ರಾತ್ರಿ ಬಾಟಲುಗಳನ್ನು ಜೊತೆಯಲ್ಲಿ ಹೊತ್ತು ತಂದಿದ್ದ ಅವರು ಕುಡಿದರು. ಹಿಂದಿನದೆಲ್ಲ ನೆನಪಿಸಿಕೊಂಡರು. ತಮ್ಮ ಸ್ವಂತ ಭಾವನೆಗಳ ಜೊತೆ ಬೇರೆಲ್ಲ ಮಾತಾಡಿದರು.

"ಲೋ, ಜಗದೀಶ... ಅಮ್ಮನಿಗೆ ಹೇಗೂ ವಯಸ್ಸಾಗಿತ್ತು. ಅವ್ಳು ಇಲ್ಲದಿದ್ರೂ ಬದ್ಕಬಲ್ಲೆ, ಆದ್ರೆ – ಶ್ರೀಮತಿನ ಮಾತ್ರ ನಾನು ಪ್ರವಾಹದಲ್ಲಿ ಹೋಗೋಕೆ ಬಿಡೋಲ್ಲ. ನೆವರ್.... ನೆವರ್... ನೆವರ್..." ಕುಡಿದು ತೊದಲಿದರು.

ಪ್ರಶ್ನೆ ಜಗದೀಶ್‌ಗೆ ಬಂತು. "ನೀನೇನು ಮಾಡ್ತಾ ಇದ್ದೆ. ಟೆಲ್ ಮೀ...." ಮುಷ್ಟಿ ಹಿಡಿದು ಟೀಪಾಯಿ ಮೇಲೆ ಗುದ್ದಿದರು ಚಕ್ರವರ್ತಿ.

ವಿಷಾದದ ರೇಖೆಗಳು ಕಾಣಿಸಿಕೊಂಡವು ಜಗದೀಶ್ ಮುಖದ ಮೇಲೆ. "ನಿಂಗೆ ಉತ್ತರ ಸಿಗೋಲ್ಲ. ಏನೋ ಹೇಳಿ ನನ್ನ ಮನಸ್ಸಾಕ್ಷಿನ ಕೊಂದುಕೊಳ್ಳಲಾರೆ. ಪಾಠ ಓದದ, ಕ್ಲಾಸ್‌ಗೆ ಅಟೆಂಡ್ ಆಗದ ವ್ಯಕ್ತಿ ಹೇಗೆ ಪರೀಕ್ಷೆಯಲ್ಲಿ ಭಾಗವಹಿಸಲಾರನು?, ಪ್ರಶ್ನೆಪತ್ರಿಕೆಗೆ ಉತ್ತರಿಸಿಯಾನು? ಐಯಾಮ್ ಸಾರಿ" ಎಂದರು.

"ಯು ಆರ್ ಲಕ್ಕಿ. ನೀನು ಉತ್ತರ ಹುಡುಕೋ ಹಾಗೆಯೇ ಇಲ್ಲ" ಕೂಡಲೆ ಸೋಫಾಗೆ ಒರಗಿ ಕಣ್ಮುಚ್ಚಿದರು. ನಂತರವೂ ಅವರ ಬಡಬಡಿಕೆ ನಿಲ್ಲಲಿಲ್ಲ.

ಜಗದೀಶ್ ಬಲವಂತದಿಂದ ಎಬ್ಬಿಸಿಕೊಂಡು ಹೋಗಿ ಹಾಸಿಗೆಯ ಮೇಲೆ ಮಲಗಿಸಿ ಹೊದ್ದಿಸಿದರು.

ಫೋನ್ ಹತ್ತಿರ ಬಂದವರು ಆಶ್ಚರ್ಯಚಕಿತರಾದರು. ಇದು ಚಕ್ರವರ್ತಿಯ ಕೆಲಸವೇ ಎಂದುಕೊಂಡರು. ಫೋನ್ ಡಿಸ್‌ಕನೆಕ್ಟ್ ಆಗಿತ್ತು.

ಕನೆಕ್ಟ್ ಮಾಡಿ ಡಯಲ್ ತಿರುಗಿಸಿದರು. ಹಿಂದೆಯೇ "ಹಲೋ.... ಹಲೋ" ಶ್ರೀಮತಿಯವರ ವಾಯ್ಸ್. ಸ್ವಲ್ಪ ಮಿಡುಕಿದರು ಜಗದೀಶ್, "ಹಲೋ, ನಾನು ಜಗದೀಶ್... ಫೋನ್ ಕೆಟ್ಟಿತ್ತು. ಇಷ್ಟೊತ್ತು ಚಕ್ರವರ್ತಿ ಟ್ರೈ ಮಾಡಿ ಸುಮ್ಮನಾದ. ಮಲ್ಗಿಬಿಟ್ಟಿದ್ದಾನೆ. ಬೆಳಿಗ್ಗೆ ಬರ್ತಾನೆ" ಫೋನಿನ ಬಟನ್ ಅದುಮಿದ ನಂತರ ಇಟ್ಟರು.

ಅಂದು ರಾತ್ರಿ ಪೂರ್ತಿ ಜಗದೀಶ್‌ಗೆ ನಿದ್ದೆ ಇಲ್ಲ. ನೋವು, ನಲಿವು ಅನುಭವಗಳು, ತಿಳಿವಳಿಕೆ ಮನುಷ್ಯನ ವ್ಯಕ್ತಿತ್ವವನ್ನು ಪರಿಪೂರ್ಣಗೊಳಿಸುತ್ತೆ.

ಮಧ್ಯ ರಾತ್ರಿಯ ವೇಳೆಗೆ ಶ್ರೀಮತಿ, ಮಗನ ಜೊತೆ ಬಂದೇಬಿಟ್ಟರು. ಆಕೆ ಗಾಬರಿ, ಆತಂಕದಿಂದ ಬೆವರುತ್ತಿದ್ದರು.

"ಬೆಳಿಗ್ಗೆ ಬರ್‍ತಾ ಇದ್ದ" ಅಂದವರು ತುಟಿ ಕಚ್ಚಿಕೊಂಡರು. ಏನೋ ಮಾತಾಡಬಹುದು. ಮನುಷ್ಯ ಸಂಬಂಧಗಳ ಬಗ್ಗೆ ಹೆಚ್ಚು ಸ್ಪಷ್ಟವಾಗಿ, ಪರಿಪೂರ್ಣವಾಗಿ ತಾನು ಮಾತನಾಡಲಾರನೆಂದು ಇತ್ತೀಚೆಗೆ ಅನ್ನಿಸಿತ್ತು.

ಶ್ರೀಮತಿ ಕಂಬನಿ ತೊಡೆದುಕೊಳ್ಳುತ್ತ "ಅವ್ರು ಇಲ್ಲಿ ಸೇಫಾಗಿ ಇರ್ತಾರೇಂತ ಗೊತ್ತು. ಆದರೆ ನಂಗೆ ಇಡೀ ರಾತ್ರಿ ನರ್ಕವಾಗಿಬಿಡುತ್ತೆ. ದಯವಿಟ್ಟು ಏನೂ ತಿಳ್ಕೋಬೇಡಿ" ಮಗನ ಜೊತೆ ಗಂಡನನ್ನು ಎಬ್ಬಿಸಿಕೊಂಡು ಕರೆದೊಯ್ದರು.

ನಿಬ್ಬೆರಗಾಗಿ ನಿಂತರು ಜಗದೀಶ್.

"ಬರ್ತೀನಿ... ಅಂಕಲ್" ಪ್ರೇಮ್ ಸ್ಟೀರಿಂಗ್ ವ್ಹೀಲ್ ಮುಂದೆ ಕೂತು ಕೈ ಬೀಸಿದ. ಸೀಟಿನಲ್ಲಿ ಗಂಡನನ್ನು ಎದೆಗೊರಗಿಸಿಕೊಂಡಿದ್ದ ಆಕೆ "ಮನೆಯಲ್ಲಿ ಕುಡ್ಯೋಲ್ಲ. ಕುಡೀಬೇಕೂಂತ ಅನ್ನಿಸಿದಾಗ ಹೊರ್‍ಗೇ ಬರ್ತಾರೆ. ಇನ್ಮೇಲೆ ಅನ್ನಿಸಿದಾಗ ಮನೆಯಲ್ಲೇ..." ಕಂಬನಿಯನ್ನೊರೆಸಿಕೊಂಡರು.

ಕತ್ತಲೆಯ ದಾರಿಯನ್ನೇ ನೋಡುತ್ತ ನಿಂತರವ ನೋಟ ಒಮ್ಮೆ ನಾಯರ್ ಮನೆ ಕಡೆ ಹರಿಯಿತು. ಒಂದು ಕೋಣೆಯ ದೀಪ ಮಾತ್ರ ಉರಿಯುತ್ತಿತ್ತು.

ಒಳಗೆ ಬಂದು ಕೂತರು. "ಚಲೇ ಆವೋ... ಚಲೇ ಆವೋ...." ಎಂದು ಹಾಡುತ್ತ ಕತ್ತಲೆಯ ಅಂಗಳದಲ್ಲಿ ದೂರದ ಹಾದಿ ನೋಡುತ್ತ ತಹತಹಿಸುವ ಗುರುದತ್‌ರ 'ಸಾಹಿಬ್ ಬೀಬಿ ಔರ್ ಗುಲಾಮ್'ನ ಛೋಟಿ ಬಹು ನೆನಪಾದಳು. ಎಂದೋ ನೋಡಿದ ಚಿತ್ರದ ದೃಶ್ಯಗಳು ಅವರ ಕಣ್ಮುಂದೆ ಹರಡಿಕೊಂಡವು.

ಮೀನಾಕುಮಾರಿಯ ಅದ್ಭುತ ಅಭಿನಯದ ಚಿತ್ರ 'ಸಾಹಿಬ್ ಬೀಬಿ ಔರ್ ಗುಲಾಮ್', ಗುರುದತ್‌ರ 'ಪ್ಯಾಸಾ', 'ಕಾಗಜ್ ಕಿ ಫೂಲ್' ನಂತರದ ಚಿತ್ರ. ಅವರ ಪರಿಪೂರ್ಣ ಚಿತ್ರ ಇದು ಎನ್ನುವ ಮಾತೊಂದಿದೆ.

ಬಂಗಾಳದ ಊಳಿಗಮಾನ್ಯ ಕುಟುಂಬದ ಪತನದ ಕಥಾವಸ್ತು. ಅದು ಬರೀ

ಜನಪ್ರಿಯವಾಗಲಿಲ್ಲ ಮಾತ್ರವಲ್ಲ, ನೋಡಿದವರ ಮನಸ್ಸಿನ ಜೊತೆ ಮಿದುಳನ್ನು ತಟ್ಟುತ್ತಿತ್ತು. ವ್ಯಕ್ತಿಗತ ಸಂಬಂಧಗಳು ಹೇಗೆ ಪತನಗೊಳ್ಳುತ್ತದೆಯೆನ್ನುವುದನ್ನು ದೃಶ್ಯ ಮಾಧ್ಯಮದಲ್ಲಿ ಹೇಗೆ ಚಿತ್ರಿತವಾಗಿದೆಯೆಂದರೆ ವರ್ಷಗಳು ಕಳೆದರೂ ಮರೆಯುವಂಥದಲ್ಲ. ಆಶಾಭೋಂಸ್ಲೆಯವರ ಕಂಠಕ್ಕೆ ಹೇಮಂತ್‌ಕುಮಾರ್ ಅವರ ಸಂಗೀತ ಸೇರಿ ಅನನ್ಯ ಕೃತಿಯನ್ನಾಗಿಸಿತ್ತು.

'ಛೋಟಿ ಬಹು' ಮೀನಾಕುಮಾರಿ ಒಬ್ಬ ದೊಡ್ಡ ಶ್ರೀಮಂತ ಮನೆತನದ ಸೊಸೆಯಾಗಿ ಹೊರಗಿನ ವ್ಯಸನಗಳಿಂದ ಲೋಲುಪ್ತನಾಗಿರುವ ಗಂಡನನ್ನು ಮನೆಯಲ್ಲಿ ಉಳಿಸಿಕೊಳ್ಳಲು ಮಧ್ಯವನ್ನು ಸೇವಿಸಲಾರಂಭಿಸುವುದು. ಗಂಡನ ಚಟ ಬಿಡಿಸುವ ಹುಚ್ಚಿನಲ್ಲಿ ಮಧ್ಯಕ್ಕೆ ತಾನೇ ತುತ್ತಾಗುವ ಚಿತ್ರ. ಗಂಡನನ್ನು ಉಳಿಸಿಕೊಳ್ಳುವ ಹಟ, ಆಕಾಂಕ್ಷೆಯಲ್ಲಿ ಸೋಲುವ ಹೆಣ್ಣು ಪ್ರೇಕ್ಷಕರ ಹೃದಯಗಳನ್ನು ಗೆದ್ದು ಅವರ ಕಣ್ಣಲ್ಲಿ ಕಂಬನಿ ಹರಿಸುವಂತಾಗಿದ್ದಳು. ಅದೇ 'ಛೋಟಿ ಬಹು' ಮನೆಗೆ ಬರುವ ಭೂತನಾಥ ಎನ್ನುವ ಸೇವಕನೊಡನೆ ಬೆಳೆಸಿಕೊಳ್ಳುವ ಮಾನವೀಯ ಸಂಬಂಧ ಆ ಚಿತ್ರವನ್ನು ಒಂದು ಮೇರು ಕೃತಿಯನ್ನಾಗಿಸಿತ್ತು. ಮೀನಾಕುಮಾರಿಯ ಪಾತ್ರ ಪ್ರೀತಿಗೆ, ವಾತ್ಸಲ್ಯಕ್ಕೆ ಸಾಂತ್ವನಕ್ಕೆ, ಬದುಕಿನ ಅನ್ವೇಷಣೆಗೆ ತಹತಹಿಸುವಿಕೆಯ ಪಾತ್ರ ಬಹಳ ಕಾಲ ನಿಲ್ಲುವಂಥದ್ದು.

ಆ ದೃಶ್ಯಗಳ ಮಧ್ಯೆ ಹೇಗೆ ಮುಳಗಿಹೋದರೆಂದರೆ ಬೆಳಕು ಹರಿದಿದ್ದೇ ಅವರಿಗೆ ಗೊತ್ತಾಗಲಿಲ್ಲ. ಆಯಾಸ, ಆತಂಕ ಬೆರೆತ ಶ್ರೀಮತಿ ಗಂಡನನ್ನು ಒರಗಿಸಿಕೊಂಡಿದ್ದ ಸ್ಥಿತಿ ನೆನಪಾದಾಗ ಗುರುದತ್‌ರ 'ಛೋಟಿ ಬಹು' ಅಂಥ ಹೆಣ್ಣುಗಳು ಇನ್ನು ಜೀವಂತ. ಗಂಡನನ್ನು ಉಳಿಸಿಕೊಳ್ಳುವ ದಿಸೆಯಲ್ಲಿ ತಮ್ಮ ಸ್ವಂತ ವ್ಯಕ್ತಿತ್ವವನ್ನೇ ಮರೆತುಬಿಡುತ್ತಾರೆ.

ಶತಮಾನ ಕಳೆದರೂ 'ಛೋಟಿ ಬಹು' 'ಶ್ರೀಮತಿ'ಯಂಥವರು ಇದ್ದೇ ಇರುತ್ತಾರೆಂದುಕೊಂಡರು.

ಬಾಗಿಲು ಸರಿದು ಲಾವಣ್ಯ ಒಳಗೆ ಬಂದಾಗಲೇ ಚಕ್ರವರ್ತಿಯನ್ನು ಕಳಿಸಿದ ನಂತರ ಬಾಗಿಲೇ ಹಾಕಿಲ್ಲವೆಂಬ ಅರಿವು.

"ಗುಡ್ ಮಾರ್ನಿಂಗ್ ಹ್ಯಾಂಡ್‌ಸಮ್... ನೀವು ರಾತ್ರಿ ನಿದ್ದೆ ಮಾಡಿರೋಲ್ಲಾಂತ ನಂಗೆ ಗೊತ್ತು" ತಂದ ಫ್ಲಾಸ್ಕ್‌ನಲ್ಲಿನ ಕಾಫಿಯನ್ನು ಕಪ್‌ಗೆ ಬಗ್ಗಿಸಿ ಜಗದೀಶ್ ಮುಂದಿಟ್ಟಳು.

ಸುಮ್ಮನೆ ಕೂತುಬಿಟ್ಟರು. 'ಛೋಟಿ ಬಹು' ಭೂತನಾಥರ ಮಧ್ಯದಲ್ಲಿನ ಸಂಬಂಧ, ಸ್ನೇಹ ಎಂಥಹುದು? ಆಕೆಗಾಗಿ ಅವನೆಷ್ಟು ತುಡಿಯುತ್ತಾನೆ!

"ಕಾಫಿ ಬೇಡಾ ಲಾವಣ್ಯ?" ಎಂದರು ಸ್ವಲ್ಪ ನೀರಸವಾಗಿ, ಗ್ಲಾಸ್ ನೆಲಕ್ಕೆ ಬಿದ್ದರೆ ಹೇಗೆ 'ಫಳ್' ಅನ್ನುತ್ತದೆಯೋ ಹಾಗೆ ನಕ್ಕಳು. "ನಂಗೆ ರೀಸನ್ ಗೊತ್ತು. ಆ ಪ್ರಶ್ನೆಗೆ ಉತ್ತರ ಹೇಳೋಕ್ಕಾಗೋಲ್ಲ!" ಮುಖದ ಮೇಲಿನ ಭಾವನೆಗಳನ್ನು ಓದಿದಂತೆ ಹೇಳಿದಳು.

ಹೌದೆನ್ನುವಂತೆ ತಲೆದೂಗಿದರು. ಗದ್ದಕ್ಕೆ ಕೈಯೊತ್ತಿ ಕೂತ ಅವಳ ಕಣ್ಣಿನ ರೆಪ್ಪೆಗಳು ಸುಂದರವಾದ ದೇವತೆ ತನ್ನ ಹೊಳೆಯುವ ರಕ್ಕೆಗಳನ್ನು ಪಟಪಟ ಎಂದು ಬಡಿದಂತಿತ್ತು.

"ಕಾಫಿ, ಪ್ರಶ್ನೆ, ಉತ್ತರ ಎಲ್ಲಾ ಸೆಪರೇಟ್. ಒಂದಕ್ಕೊಂದು ಸಂಬಂಧವಿಲ್ಲ. ಇದು ಕಲಿಗಾಲ ಅಂತಾರೆ. ಸಂಧ್ಯಾವಂದನೆ ಮಾಡುವಾಗ, ಮಾಡೋಂಥ ಜನ 'ಶ್ವೇತವರಾಹರಲ್ಲೇ ದೈವಸ್ವತ ಮನ್ವಂತರೇ ಅಷ್ಟಾವಿಂಶ ತಿತಮೇ ಕಲಿಯುಗೇ...' ಎಂದು ಜ್ಞಾಪಿಸಿಕೊಳ್ಳುತ್ತಾರೆ. ಈಗ್ಬಂದೆ..." ಹಾರುತ್ತ ನಡೆದಳು.

ಕಪ್‌ನ ಕಾಫೀ ಫ್ಲಾಸ್ಕ್‌ಗೆ ಬಗ್ಗಿಸಿ ಸ್ನಾನಕ್ಕೆ ಹೋದರು. ಬಾಯ್ಲರ್‌ನ ಸ್ವಿಚ್ ಹಾಕಿರಲಿಲ್ಲ. ಅವರಿಗೆ ಬಿಸಿ ನೀರಿನ ಅಗತ್ಯವು ಕಾಣಲಿಲ್ಲ. ತಣ್ಣೀರಿನಲ್ಲಿ ಸ್ನಾನ ಮುಗಿಸಿ ಪುಟ್ಟ ದೇವರ ಮನೆಯ ಒಳಗೆ ಹೋದರು.

ಸರಸ್ವತಿಯ ತಂದೆ ಬದುಕಿದ್ದಾಗ ಪೂಜೆಯ ಕೈಂಕರ್ಯ ಅವರದು. ಕರೆದು ಕೊಟ್ಟರೆ ಮಾತ್ರ ಮಂಗಳಾರತಿ, ತೀರ್ಥ. ನಂತರ ಅದನ್ನು ಅಂಬಕ್ಕ ವಹಿಸಿಕೊಂಡಳು. ಹಬ್ಬ ಹರಿದಿನಗಳಲ್ಲಿ ದೀಕ್ಷಿತರು ಬರುತ್ತಿದ್ದರು ಪೂಜೆಗೆ. ಇಲ್ಲಿನ ಪೂಜಾ ಗೃಹದ ವ್ಯವಸ್ಥೆ ಭರಣಿಯದು. ಅವನು ಇಲ್ಲದ ದಿನ ದೀಪ ಹಚ್ಚುತ್ತಿದ್ದರು. ಬ್ಯಾಂಕ್‌ನಲ್ಲಿ ಚಲನ್ ತುಂಬಿ ಹಣ ಕಟ್ಟುವಂಥ ಕೆಲಸವೇ ಅವರು ದೇವರ ಮನೆಯಲ್ಲಿ ಮಾಡುತ್ತಿದ್ದುದು ಕೂಡ.

ಇಂದು ದೀಪ ಹಚ್ಚಿದರು. ಗಾಯತ್ರಿ ದೇವಿಯ ಒಂದು ಫೋಟೋ ಅದರ ಮುಂದೆ ಒಂದೆರಡು ಸಣ್ಣಪುಟ್ಟ ಕಂಚಿನ ವಿಗ್ರಹಗಳು. ಇವು ಗಾಯತ್ರಿಯ ಸಂಗ್ರಹವೇ ತಿರುಪತಿಗೆ ಹೋದಾಗ ವೆಂಕಟೇಶ್ವರ ವಿಗ್ರಹ, ಕೊಲ್ಲಾಪುರಕ್ಕೆ ಹೋದಾಗ ಲಕ್ಷ್ಮೀ ವಿಗ್ರಹ, ನಂಜನಗೂಡಿಗೆ ಹೋದಾಗ ಶಿವಲಿಂಗ, ಮತ್ತೆ ಅಂಬಕ್ಕನ ಮಾತಿನಂತೆ ಪಂಚಲೋಹದ ಗಣಪತಿ ವಿಗ್ರಹವನ್ನು ಜಗದೀಶ್ ಖರೀದಿಸಿ ತಂದಿದ್ದರು.

ಎಂದಿನಂತೆ ದೀಪ ಹಚ್ಚಿ ನಮಸ್ಕಾರ ಮಾಡಿದರು. ಲಾವಣ್ಯ ಹೇಳಿದ ಸಂಧ್ಯಾವಂದನೆಯ ನೆನಪಾಯಿತು. ಮದುವೆಯಾದ ಹೊಸದರಲ್ಲಿ ಸಂಧ್ಯಾವಂದನೆಗೆ ಕೂಡುತ್ತಿದ್ದರು. ಅಳಿಯನಾಗಿ ಮಾಡಿಕೊಳ್ಳುವ ಮುನ್ನ ಉಪನಯನ ಮಾಡಿಸಿ ಎಳೆ ಹಾಕಿಸಿ ಸಂಧ್ಯಾವಂದನೆಗೆ ಕೂಡಿಸಿದವರು ಸರಸ್ವತಿಯ ಅಪ್ಪನೇ.

ಮಂತ್ರಗಳ ಪಾಠ ಸರಿಯಾಗಿ ಆಗದೆ ಅಷ್ಟಿಷ್ಟು ಮರೆತುಹೋಗಿತ್ತು. ಉಚ್ಚಾರಣೆ ಸರಿಯಿಲ್ಲವೆಂದು ತುಟಿಗಳನ್ನು ಭದ್ರವಾಗಿ ಹಿಡಿದು ಮನದಲ್ಲಿ ಬಡಬಡಿಸುತ್ತ ಸಂಧ್ಯಾವಂದನೆ ಮುಗಿಸುತ್ತಿದ್ದರು.

ಕೆಲಸದ ಒತ್ತಡ ಹೆಚ್ಚಾದಾಗ ಹಾಗೆಯೇ ಹೊರಟುಬಿಡುತ್ತಿದ್ದರು. ಮೊದಮೊದಲು ಅಂಬಕ್ಕ ಸ್ನಾನ ಮುಗಿಸಿ ಬರುವ ವೇಳೆಗೆ ಮಣೆ ಹಾಕಿ, ತಟ್ಟೆ, ಪಂಚಪಾತ್ರೆ ತಂದಿಡುತ್ತಿದ್ದರು. ಅವು ಹಾಗೆಯೇ ಉಳಿದುಬಿಡುತ್ತಿತ್ತು ಒಮ್ಮೊಮ್ಮೆ.

ಸ್ನಾನಕ್ಕೆ ಹೊರಡುವ ಮುನ್ನವೇ ಅಂಬಕ್ಕ "ಸಂಧ್ಯಾವಂದನೆ ಮಾಡ್ತೀಯಾ?"

ಕೇಳಿಯೇ ಮಣೆ ಹಾಕುತ್ತಿದ್ದುದು.

ಒಂದು ಲೆಕ್ಕಕ್ಕೆ ಸಿಗದ ಲಾವಣ್ಯಳ ಪಾಂಡಿತ್ಯ, ಒಂದು ಅರ್ಥಕ್ಕೆ ಸಿಗದ ಅವಳ ಭಾವಪೂರ್ಣ ನಡವಳಿಕೆ ಬಣ್ಣದ ನವಿಲು ಗರಿಗಳನ್ನು ಬಿಚ್ಚಿ ನರ್ತಿಸಿ ಒಂದು ಸುಂದರ ಲೋಕಕ್ಕೆ ಒಯ್ದಂತಾಯಿತು.

ಮತ್ತೊಮ್ಮೆ ನಮಸ್ಕಾರ ಮಾಡಿ ದೇವರಿಗೆ ಹೊರಗೆದ್ದು ಬಂದರು. ಒಂದು ಸರಳವಾಗಿ ಕಾಣುವ ಪ್ರಶ್ನೆಯಿಂದ ಬದುಕಿನ ಸೂಕ್ಷ್ಮ ತಂತುಗಳನ್ನು ಮೀಟಿ ವಿಭಿನ್ನ ಸತ್ಯಗಳು ಬೆಳಕಿಗೆ ಬಂದಿದ್ದವು.

ತಾವೇ ಅಡಿಗೆಗೆ ಇಟ್ಟರು. ಮಗಳಿಗೆ ಫೋನ್ ಹಚ್ಚಿದರು. ಅಪರೂಪಕ್ಕೆ ಸಿಕ್ಕ ಗಾಯತ್ರಿ "ಹೇಗಿದ್ದೀರಿ ಅಪ್ಪ?" ಕೇಳಿದಾಗ ಅವರ ಹೃದಯ ದ್ರವಿಸಿ ಅಳುವಂತಾಯಿತು. "ಚೆನ್ನಾಗಿದ್ದೀನಿ. ನೀನು ಹೇಗಿದ್ದೀಯಾ?" ಕೇಳಿದರು. "ಓಕೇ, ಫೈನ್..." ಎಂದಳು. ಆದರೆ ಮೊದಲಿನ ಉತ್ಸಾಹ, ಉಲ್ಲಾಸ ಅವರ ಸ್ವರದಲ್ಲಿ ಇಲ್ಲವೇನೋ ಎನ್ನುವ ಅನುಮಾನ ಅಥವಾ ಅದೊಂದು ರೀತಿಯ ಭ್ರಮೆ.

ತಾನು ಈಗ ಮಕ್ಕಳನ್ನು ನೋಡಿಕೊಳ್ಳುವ ಒಂದು ಸಿಟ್ಟಿಂಗ್ ಸೆಂಟರ್‌ನಲ್ಲಿ ಕೆಲಸ ಮಾಡುತ್ತಿರುವ ವಿಷಯ ತಿಳಿಸಿದಳು. ಅಲ್ಲಿನ ಊಟ, ತಿಂಡಿ, ಅನುಕೂಲದ ಜೊತೆ ತಾಪತ್ರಯಗಳನ್ನು ತೋಡಿಕೊಂಡಳು.

"ನಿಮ್ಮನ್ನೆಲ್ಲ ನೋಡೋ ಇಷ್ಟ" ಎಂದಾಗ ಇವರು ಅಳಬೇಕಿತ್ತಷ್ಟೆ. "ಬಂದ್ಬಿಡು..." ಜೋರಾಗಿ ಹೇಳಿದರು. "ಆಗೋಲ್ಲಪ್ಪ, ಇನ್ನೆರಡ್ವರ್ಷ ಅಲ್ಲಿಗೆ ಬರೋ ಹಾಗಿಲ್ಲ. ಸ್ವಲ್ಪ ಕಷ್ಟವೆನಿಸಿದರೂ ಎಲ್ಲಾ ಇಷ್ಟವಾಗಿದೆ. ದೇಶಪಾಂಡೆಗೆ ಇಲ್ಲೇ ಉಳಿಯೋ ಇಷ್ಟ" ಇವರ ದನಿ ಮಗಳ ಮಾತಿನಿಂದ ಕುಸಿಯಿತು.

ಪ್ರೇಮ್ ಗಾಯತ್ರಿ ಬಗ್ಗೆ ತನ್ನ ಅಭಿಪ್ರಾಯ ವ್ಯಕ್ತಪಡಿಸಿದಾಗ ಅವರಿಗೆ ಬೇಜರಾಗಿದ್ದು ಅವನ ಬಗ್ಗೆಯೇ, ಅದು ಅವರ ಅರಿವಿಗೆ ಬಾರದಂತೆ, ಮಮತೆ ಯಾವ ತಪ್ಪುಗಳನ್ನು ಮಗಳ ಮೇಲೇರಲು ಇಷ್ಟಪಡಲಿಲ್ಲ.

ಆಮೇಲೆ ತೀರಾ ಸಪ್ಪಗಾಗಿಬಿಟ್ಟರು. ಬದುಕು ಸ್ವಲ್ಪ ನೀರಸವೆನಿಸಿತು ಸ್ವಲ್ಪ ಹೊತ್ತು.

ಗಾಯತ್ರಿಯನ್ನು ಡೊನೇಷನ್ ಕೊಟ್ಟು ಮೆಡಿಕಲ್‌ಗೆ ಸೇರಿಸಿದಾಗ ಒಂದು ಅಪೂರ್ವವಾದ ಕನಸು ಕಂಡಿದ್ದರು. ಅವಳ ಮುಂದೆ ಉಸುರಿದ್ದರು ಕೂಡ.

"ಇರೋ ಹಣದ ಜೊತೆ ಆಸ್ತಿ ಒಡವೆಗಳ್ನ ಮಾರಿಬಿಟ್ಟು ಸರಸ್ವತಿ ಹೆಸರಲ್ಲಿ ದೊಡ್ಡ ನರ್ಸಿಂಗ್ ಹೋಂ ಮಾಡೋಣ. ಅಲ್ಲಿ ನೀನು ಬಿಳಿ ಕೋಟು ಹಾಕ್ಕೊಂಡ್... ಓಡಾಡೋದೆ ಒಂದು ಅದ್ಭುತ" ಮುಗ್ಧರಂತೆ ತೀರಾ ಅಮಾಯಕರಂತೆ ನುಡಿದಿದ್ದರು.

ಬಹುಶಃ ಅವಳಿಗೆ ಓದಲೇ ಇಷ್ಟವಿಲ್ಲದಿರಬಹುದು. ಆ ಕಡೆ ಗಾಯತ್ರಿ ಗಮನ ಕೊಡಲೇ ಇಲ್ಲ.

ಅರ್ಧ ಆದ ಅಡಿಗೆ ಹಾಗೆಯೇ ಉಳಿಯಿತು. ಅದನ್ನು ಪೂರ್ತಿ ಮಾಡುವ

ಉತ್ಸಾಹ ಅವರಿಗಿಲ್ಲ.

ಎಲ್ಲಾ ಮುಚ್ಚಿಟ್ಟು ಹೊರಗೆ ಬರುವ ವೇಳೆಗೆ ಲಾವಣ್ಯ ಹಾಜರ್. "ನೀವು ಸೋತಿದ್ದಕ್ಕೆ ನಿಮ್ಗೆ ಪನಿಷ್‌ಮೆಂಟ್ ನಂಗೆ ಬ್ಲೂ ಐಸ್‌ಕ್ರೀಮ್ ಸೆಂಟರ್‌ನಲ್ಲಿ ಐಸ್‌ಕ್ರೀಮ್ ಕೊಡ್ಸಬೇಕು" ಅವರ ಮುಖದ ಕಂಗೆಟ್ಟುವಿಕೆಯನ್ನು ತೊಡೆದುಹಾಕಲು ಸಮರ್ಥಳಾದಳು.

"ಓಕೆ, ಈಗ್ಲೇ ನಡೀ" ಅವರಿಗೂ ಈ ವಾತಾವರಣದಿಂದ ವಿಮುಕ್ತಿ ಬೇಕಿತ್ತು. "ಒಂದು ಷರತ್, ನಿಮ್ಗೆ ಊಟ ನಾನು ಹಾಕಿಸ್ತೀನಿ. ಯಾಕೆ ಗೊತ್ತ, ನೀವು ಸೋತಿದ್ದಕ್ಕೆ" ಹೂ ಅರಳಿದಂತೆ ನಕ್ಕಳು.

ಇಬ್ಬರು ಕೂಡಿಯೇ ಮನೆ ಬಿಟ್ಟರು.

ಆಟೋ ಇಳಿದಾಗ ಕೇಳಿದಷ್ಟು ಹಣ ಕೊಡಲು ಮುಂದಾದಾಗ, ಲಾವಣ್ಯ ತಡೆದಳು.

"ನೋ, ಮೀಟರ್ ಮೇಲೆ ಎಕ್ಸ್‌ಸ್ ಕೊಡಲು ಸಾಧ್ಯವೇ ಇಲ್ಲ. ಯಾಕೆ ಕೊಡ್ಬೇಕು?" ವಾದ ಷುರು ಮಾಡಿದಳು.

ಜಗದೀಶ್ ನೋಡುತ್ತ ಸುಮ್ಮನೆ ನಿಂತರು. ಒಮ್ಮೆ ಫುಟ್‌ಪಾತ್‌ನಲ್ಲಿ ಕಾಸಿಗೆ ಕೈ ಚಾಚಿ ಹಸಿದ ಹೊಟ್ಟೆ ತೋರಿಸುತ್ತಿದ್ದ ಹುಡುಗನನ್ನು ತನ್ನೊಂದಿಗೆ ಕರೆದೊಯ್ದು ಜೊತೆಯಲ್ಲಿ ಕೂಡಿಸಿಕೊಂಡು ಮೀಲ್ಸ್ ತರಿಸಿದ್ದಳು.

"ಮತ್ತೆ ಯಾರಿದ್ದಾರೆ ಮನೆಯಲ್ಲಿ?" ಆತುರಾತುರವಾಗಿ ಪೂರಿ ಮುರಿಯುತ್ತಿದ್ದ ಹುಡುಗನನ್ನು ಕೇಳಿದಳು ಅವನ ಬೆರಳುಗಳು ತಟಸ್ಥವಾದವು. "ಅಮ್ಮ, ತಮ್ಮ ಇದ್ದಾರೆ..." ಅವನ ಕಣ್ಣಲ್ಲಿ ನೀರಿಳಿದಾಗ, ತನ್ನ ಕರ್ಚೀಫ್‌ನಿಂದಲೇ ತೊಡೆದು ಅರವತ್ತೆರಡು ರೂಪಾಯಿನಷ್ಟು, ತಿಂಡಿಯನ್ನು ಪ್ಯಾಕ್ ಮಾಡಿಸಿ ಕೈಗೆ ಐದು ರೂಪಾಯಿ ಇಟ್ಟು ಕಳಿಸಿದ್ದಳು.

ಅಂಥ ಲಾವಣ್ಯ ಎರಡೂವರೆ ರೂಪಾಯಿಗಾಗಿ ಜಗಳಕ್ಕೆ ನಿಂತಿದ್ದಳು. ಸೋಲಲಿಲ್ಲ. ಅಷ್ಟೆ ಕೊಟಿದ್ದು ಕೂಡ. ವಿಚಿತ್ರವೆನಿಸಿತು ಜಗದೀಶ್‌ಗೆ.

ಹೋಟಲಲ್ಲಿ ಜಗದೀಶ್ ಅದೇ ವಿಷಯ ಎತ್ತಿದಾಗ ಅವಳ ಮುಖ ಗಂಭೀರವಾಯಿತು. "ಹಣವನ್ನು ಹೇಗೆ ಸಂಪಾದಿಸಬೇಕೆಂದು ಎಲ್ಲರಿಗೂ ತಿಳಿದಿದೆ. ಆದರೆ ಅದನ್ನು ಹೇಗೆ ವೆಚ್ಚ ಮಾಡಬೇಕೆಂದು ಲಕ್ಷಕ್ಕೊಬ್ಬರಿಗೂ ಗೊತ್ತಿಲ್ಲ. ಇದು ಒಬ್ಬ ಆಂಗ್ಲರ ಮಾತು. ನೂರಕ್ಕೆ ನೂರರಷ್ಟು ಸತ್ಯ" ಎಂದಳು. ಜಗದೀಶ್ ನಸುನಕ್ಕರು.

ಜಗದೀಶ್ ಊಟ ಮಾಡಿದಾಗ ಅವಳು ಬರೀ ಐಸ್‌ಕ್ರೀಂ ತಿಂದಳು.

* * *

ಎರಡು ಮೂರು ಸಲ ಹಳ್ಳಿಗೆ ಬಂದ ಮೇಲೆ ಭರಣಿಗೆ ಹೇಳಿದರು. "ನೀನು ಹೋಗೋಲ್ವೇನು?" ಅವನದು ನಿರುತ್ತರ, ಅವನಿಗೆ ಇಲ್ಲಿಂದ ಹೋಗಲು ಇಷ್ಟವಿಲ್ಲವೆಂದು

ಅವರಿಗೆ ಗೊತ್ತು.

ರಾತ್ರಿ ಊಟದ ಸಮಯದಲ್ಲಿ ಅದೇ ವಿಷಯ ಅಂಬಕ್ಕ ಎತ್ತಿಕೊಂಡರು. "ಭರಣಿ ಎರಡು ದಿನದಿಂದ ಸರ‍್ಯಾಗಿ ಊಟ ಮಾಡಿಲ್ಲ. ಅಲ್ಲಿಗೆ ಹೋಗಲು ಅವನಿಗೆ ಸುತರಾಂ ಇಷ್ಟವಿಲ್ಲ. ಬೇರೆ ಏನಾದ್ರೂ ವ್ಯವಸ್ಥೆ ಮಾಡಬಾರ್ದ ಅಲ್ಲಿ" ಜಗದೀಶ್ ಮಾತಾಡಲಿಲ್ಲ.

ಹೂ ಗಿಡಗಳು, ಕೊಂಡುತಂದ ವಸ್ತುಗಳು – ಭಾರವಾದ ಉಸಿರು ದಬ್ಬಿದರು.

ನಿಂತಿದ್ದ ಗೌರಿ ಅನ್ನ ಬಡಿಸಲು ಬಂದಳು. "ಬೇಡ..." ಕೈ ಅಡ್ಡ ಹಿಡಿದರು. ಹುಳಿಯಲ್ಲಿ ಕಲೆಸಿದ ಅನ್ನಕ್ಕೆ ಮೊಸರು ಹಾಕಿಸಿಕೊಂಡು ತಿಂದು ಎದ್ದರು.

ತೀರಾ ಸನಿಹದಲ್ಲೇ ನಿಂತಿದ್ದ ಅಂಬಕ್ಕ ಮತ್ತಷ್ಟು ಕಣ್ಣುಗಳನ್ನು ಕಿರಿದು ಮಾಡಿಕೊಂಡು, "ಅರೆ ಇದೇನು ವಿಚಿತ್ರ! ಒಂದು ನಾಲ್ಕು ನರೆಗೂದಲು ಬಂದಿತ್ತಲ್ಲ, ಕಾಣುತ್ತಾನೇ ಇಲ್ಲ" ವಿಸ್ಮಯವನ್ನು ವ್ಯಕ್ತಪಡಿಸಿದರು.

ಕೇಳಿಯೂ ಕೇಳದಂತೆ ಜಗದೀಶ್ ಹೋಗಿಬಿಟ್ಟರು.

ನರೆಗೂದಲು ಕಾಣಬಾರದೆಂದು ಬಣ್ಣ ಹಚ್ಚಿದ್ದರು. ಅದಕ್ಕೆ ಕಾರಣವನ್ನು ಸ್ಪಷ್ಟವಾಗಿ ಯಾರೊಂದಿಗೂ ಹೇಳಲಾರರು.

ತೋಟದಲ್ಲಿ ಸಾಕಷ್ಟು ಕೆಲಸವಿತ್ತು. ಹೊರಟಾಗ ಭರಣಿ ಹಿಂಬಾಲಿಸಿದ.

"ಏನು ಅಂದ್ಕೋಬೇಡಿ!" ಎಂದ ಭರಣಿ.

ಜಗದೀಶ್ ನಕ್ಕುಬಿಟ್ಟರು. "ಅಂದ್ಕೋಳ್ಳೋಕೇನಿದೆ? ನಿಂಗೆ ಇಷ್ಟವಿಲ್ಲಾಂದ್ರೆ.... ಬೇಡ ಬಿಡು. ಮತ್ತೇನಾದ್ರೂ ವಿಷ್ಯ ಉಂಟಾ? ಬೆಳಗ್ನಿಂದ ತೋಟದಲ್ಲಿ ಇದ್ದು ತಾನೇ ಬಂದಿದ್ದೀಯ, ಮತ್ಯಾಕೆ ಬರ್ತೀಯಾ, ಹೋಗು" ಎಂದು ಹೇಳಿದರು.

ಆದರೆ ಅವನು ತೋಟದವರೆಗೂ ಹಿಂಬಾಲಿಸಿ ಬಂದ. ಅವನ ಮುಖ ಚಹರೆಯನ್ನು ಗಮನಿಸಿ ಏನೋ ಹೇಳಲಿದ್ದಾನೆಂದುಕೊಂಡರು.

ಬಾಳೆಗೊನೆಗಳನ್ನು ಇಳಿಸಿ ಲಾರಿಗೆ ತುಂಬುತ್ತಿದ್ದ ಆಳುಗಳು ಓಡಿ ಬಂದರು. "ಟೈರ್ ಪಂಕ್ಚರ್ ಆಗಿದೆ. ಸ್ಟೆಪ್ನಿ ಸರಿ ಇಲ್ಲ" ಅವರುಗಳ ಜೊತೆ ಬಂದ ಕ್ಲೀನರ್ ಹೇಳಿದ.

"ಟೈರ್ ಬಿಚ್ಕೊಂಡ್.... ಹೋಗ್ಬನ್ನಿ" ಎಂದರು ಜಗದೀಶ್.

ಕೈಯಲ್ಲಿದ್ದ ಕಡ್ಡಿ ಅತ್ತ ಎಸೆದ ಡ್ರೈವರ್, "ಅಂಬಕ್ಕ ಬಂದರೇ.... ಸುಮ್ನೇ ಬಿಡೋಲ್ಲ. ಮೊದ್ಲೇ ಹೇಳಿ ಹೋಗಿದ್ದಾರೆ. ಸಂಜೆಯೊಳ್ಗೇ ನಿನ್ನ ಲಾರಿ ತುಂಬಿಕೊಂಡು ವಾಪ್ಸು ಹೋಗದಿದ್ರೆ, ನಿನ್ನ ಯಜಮಾನ ಕೊಟ್ಟ ಅಡ್ವಾನ್ಸ್ ಇಲ್ಲ, ಮಾಲು ಇಲ್ಲ ಅಂತ" ತೋಡಿಕೊಂಡ.

ಜಗದೀಶ್‌ಗೆ ನಗು ಬಂತು. ಅಂಬಕ್ಕನ ಮಾತು ಎಂದರೆ ಮುಗಿದು ಹೋಯಿತು.

ನಾಲಿಗೆ ಕಿತ್ತುಕೊಂಡು ಸಾಯುತ್ತಿದ್ದಾನೆಂದುಕೊಂಡರೂ ಒಂದಿಂಚು ಅತ್ತಿತ್ತ ಅಲುಗಾಡರು.

"ನಾನು ಹೇಳ್ತೀನಿ. ನೀವು ಟ್ಯೆರ್ ಬಿಚ್ಕೊಂಡ್ಹೋಗಿ ಪಂಕ್ಚರ್ ಹಾಕ್ಸಿಕೊಂಡ್ಬನ್ನಿ" ಅವರುಗಳನ್ನು ಕಳಿಸಿದ.

ಒಂದು ಸುತ್ತು ಹಾಕಿಕೊಂಡು ಬಂದ ಭರಣಿ, ಜಗದೀಶ್ ಪಂಪ್‌ನಿಂದ ನೀರು ಹಾಯಿಸುತ್ತಿದ್ದ ತೋಟದ ಮನೆಯ ಬಳಿ ಕೂತರು.

"ಅದೇನು ಮಾತಾಡೋದಿದೆಯೋ, ಅದ್ನ ಹೇಳು. ಎಂದೂ ಇಲ್ಲದ ಸಂಕೋಚ ಇಂದೇಕೆ? ನಿಂಗೆ ಇಷ್ಟವಿಲ್ಲ ಅಂದ್ಕೊಂಡ್ರೆ.... ಹೋಗ್ಲೇಬೇಡ. ನಾನೆಲ್ಲ ಮ್ಯಾನೇಜ್ ಮಾಡ್ಕೋತೀನಿ" ಎಂದರು ಅವನ ಮುಖವನ್ನು ಪರಿಶೀಲಿಸುತ್ತ. ಅವನಿಗೆ ಏನೋ ಹೇಳುವುದಿತ್ತು.

ಭರಣಿ ಕೈಗೆ ಸಿಕ್ಕ ಕಡ್ಡಿಯನ್ನು ಸಣ್ಣ ಸಣ್ಣದಾಗಿ ಮುರಿದು ದೂರಕ್ಕೆಸೆಯುತ್ತಿದ್ದ. ಮಾತುಗಳು ಅವನಿಂದ ಹೊರಬೀಳದಂತಾಯಿತು.

"ಏಯ್...." ಅಂಬಕ್ಕನ ಸ್ವರ ಎದ್ದ ಭರಣಿ "ಇನ್ನು ಬೈಗಳು ತಿನ್ನಬೇಕಾಗುತ್ತದೆ" ಎನ್ನುತ್ತ ಪಂಪ್‌ಹೌಸ್ ಹಿಂಭಾಗಕ್ಕೆ ಹೋಗಿಬಿಟ್ಟ.

ಅಲ್ಲೆಲ್ಲ ಮುಗಿಸಿಕೊಂಡು ಬಂದ ಅಂಬಕ್ಕ, ಜಗದೀಶ್ ಬಳಿ ಕೂತರು.

ಕರುಣೆಯಿಂದ, ಅಭಿಮಾನದಿಂದ, ಗೌರವದಿಂದ ಆಕೆಯತ್ತ ನೋಟ ಹರಿಸಿದರು. "ನೀವು ಯಾಕೆ ಬರೋದಿಕ್ಕೆ ಹೋದ್ರಿ. ಆಸ್ಪತ್ರೆಗೆ ಹೋಗಿದ್ರೆ..... ಕಟ್ಟು ಕಟ್ಟಿ ಒಂದೆರಡು ತಿಂಗಳಾದ್ರೂ ಮಲಗೋಕೆ ಹೇಳ್ತಾ ಇದ್ರು" ಆಕೆ ಪೂರ್ತಿ ಮಾಡೋಕೆ ಬಿಡಲಿಲ್ಲ. "ಆ ಮಾತುಗಳ್ನ ಬಿಡು. ಮುಖ್ಯವಾದ ವಿಷ್ಯವೊಂದಿದೆ ಮಾತಾಡೋಕೆ" ಒಂದು ನಿರ್ಧಾರಕ್ಕೆ ಬಂದಂತೆ ನುಡಿದರು.

ಹತ್ತು ಹಲವು 'ಮುಖ್ಯ' ಎನ್ನುವಂತೆ ಆಕೆ ಮಾತಾಡುತ್ತಿದ್ದರಿಂದ ಅವರೇನು ಕುತೂಹಲಗೊಳ್ಳಲಿಲ್ಲ. ಅದಕ್ಕೆ ಅವರನ್ನೇ ಪ್ರಾರಂಭ ಮಾಡಲು ಬಿಟ್ಟರು.

"ಗೌರಿ, ನಮ್ಮಲ್ಲಿಗೆ ಬಂದು ತಿಂಗಳೆರಡಾಯಿತು. ಅವ್ಳ ಬಗ್ಗೆ ಸ್ವಲ್ಪ ಯೋಚ್ಸಬೇಕಿತ್ತು" ಷುರು ಮಾಡಿದರು.

ತಕ್ಷಣಕ್ಕೆ ಜಗದೀಶ್‌ಗೆ ಹೊಳೆದದ್ದು ಅವಳ ಸಂಬಳದ ವಿಷಯ.

"ನೀನು ಇಷ್ಟು ಕೊಡೂಂದರೆ ಮುಗ್ದು ಹೋಯ್ತು. ಬೇಕಾದರೆ ಅವ್ಳ ಹೆಸರಿನಲ್ಲಿ ಬ್ಯಾಂಕ್‌ನಲ್ಲಿ ಒಂದು ಅಕೌಂಟ್ ಓಪನ್ ಮಾಡ್ತೀನಿ. ಅದಕ್ಕೆ ಜಮಾ ಮಾಡೂಂದರೂ ಸರಿಯೇ" ತಮ್ಮ ನಿಲುವನ್ನು ತಿಳಿಸಿದರು.

ಅಂಬಕ್ಕನ ಮುಖ ಕಂದಿಹೋಯಿತು. ದಷ್ಟಪುಷ್ಟವಾದ ತೊಂಡೆ ಹಣ್ಣಿನಂಥ ಹೆಣ್ಣು ಮನೆಯಲ್ಲಿದ್ದರೂ ಇವನಿಗೆ ಆಸೆಯಾಗದೆ? ಬಯಕೆ ಮೂಡದೇ?

"ನಿನ್ನ ದುಡ್ಡು ಕಾಸು ಕಟ್ಟಿಕೊಂಡು ಅವಳೇನು ಮಾಡ್ಕೋತಾಳೆ? ಸರ್ರ್ಯಾದ

ಒಂದು ಗಂಡು ದಿಕ್ಕು ಬೇಕು" ಸ್ವಲ್ಪ ಅಸಹನೆಯಿಂದಲೇ ನುಡಿದರು.

ತಟಕ್ಕನೆ ಅವರಿಗೆ ಭರಣಿಯ ನೆನಪಾಯಿತು.

"ಒಂದ್ಕೆಲ್ಸ ಮಾಡು, ನೀನು ಗೌರಿನ ಒಪ್ಸು. ಅವ್ಳು ಒಪ್ಪಿಕೊಂಡ್ರೆ... ಭರಣಿಗೆ ಕೊಟ್ಟು ಮದುವೆ ಮಾಡಿಬಿಡೋಣ. ಆಗ ಅವ್ಳು ಮನೆಯವಳೇ ಆಗ್ಬಿಡ್ತಾಳೆ" ಉತ್ಸಾಹದಿಂದ ತಮ್ಮ ಅಭಿಪ್ರಾಯ ವ್ಯಕ್ತಪಡಿಸಿದರು.

ಅಂಬಕ್ಕ ಕಟ್ಟಿಕೊಂಡ ಮರಳಿನ ಸೌಧ, ಅವರ ಮಾತುಗಳಿಂದ ಕುಸಿಯಿತು. ನಂತರ ಆಕೆಗೆ ಅರ್ಥವಾಯಿತು. ತಾನು ಕಟ್ಟಲು ಅಲ್ಲ, ಕಟ್ಟಿದ್ದು ಮರಳಿನ ಅರಮನೆ, ಅದು ನಿಂತೀತಾ?

"ಆ ಕಡೆ ಹೋಗ್ತರ್ತೀನಿ" ಎದ್ದು ಹೊರಟುಬಿಟ್ಟಳು. ಹೇಳಲು ಬಂದ ಮಾತುಗಳು ಆಕೆಯಲ್ಲಿಯೇ ಉಳಿದುಹೋಯಿತು. "ಇಂಥ ಗಂಡನ ಜೊತೆ ಸಂಸಾರ ಮಾಡೋಕೆ ಆ ಸರಸ್ವತಿಗೆ ಯೋಗವಿಲ್ಲ. ಆತುರಾತುರವಾಗಿ ಸತ್ತಳು. ಅವ್ಳು ಹೆತ್ತ ಮಗ್ಳು ಕೂಡ ಅಪ್ಪ ಅನ್ನೋ ಮಮಕಾರ ಬಿಟ್ಟು ಬೇರೆ ದೇಶಕ್ಕೆ ಓಡಿ ಹೋದಳು. ಆ ಎರಡು ಹೆಣ್ಣುಗಳಿಂದ ಇವ್ನಿಗೆ ಸುಖವಿಲ್ಲ" ಎಂದು ಜೋರಾಗಿ ವದರಿಕೊಳ್ಳುತ್ತ ಸತ್ತ ಸರಸ್ವತಿಗೂ, ಬದುಕಿದ್ದ ಗಾಯತ್ರಿಗೂ ಬೈದರು.

ರಾತ್ರಿ ಊಟಕ್ಕೆ ಮುನ್ನ ಗೌರಿಯನ್ನು ಕೋಣೆಗೆ ಕರೆದ ಜಗದೀಶ್, "ಕೂತ್ಕೋ ಗೌರಿ.... ಏನು ಸಂಕೋಚವಿಲ್ಲ. ನಾನೇನು ಹೊಸಬನಲ್ಲ. ಈ ಮನೆಗೆ ನಿಜ್ವಾದ ಯಜಮಾನಿ ಅಂಬಕ್ಕನೇ" ಎಂದರು.

ಅವಳು ತಲೆ ತಗ್ಗಿಸಿಕೊಂಡು ನಿಂತಿದ್ದಳೇ ವಿನಃ ಕೂಡಲಿಲ್ಲ.

"ನಮ್ಮ ಭರಣಿನ ನೋಡಿದ್ದೀಯಲ್ಲ. ಅವ್ನು ಈ ಮನೆಯವನೆ. ಇಷ್ಟು ದಿನದ ಬದ್ಕನ್ನು ಒಂಟಿಯಾಗಿಯೇ ಸವೆಸಿದ್ದಾನೆ. ನೀನು ಒಪ್ಪೋದಾದ್ರೆ ನಾನು ನಿಮ್ಮಿಬ್ಬರಿಗೂ ಮದ್ವೆ ಮಾಡ್ತೀನಿ. ಯೋಚ್ಸಿ ಹೇಳು" ಅತ್ಯಂತ ಮೃದು ಸ್ವರದಲ್ಲಿ ಹೇಳಿದರು.

ತಲೆಯೆತ್ತಿ ಅವರತ್ತ ನೋಡಿದ ಗೌರಿಯ ಕಣ್ಣುಗಳು ಕಣ್ಣೀರಿನ ಕೊಳಗಳಾಗಿದ್ದವು. ಅಳುವನ್ನು ನುಂಗುತ್ತಿರುವಂತೆ ಕಂಡಳು.

ಅವರಿಗೆ ಸ್ವಲ್ಪ ಅರ್ಥವಾಯಿತು. "ನಿಂಗೆ ಬೇರೆಯವ್ರು ಏನಾದ್ರೂ ಅಂತಾರೆ ಅನ್ನೋ ಭಯ ಬೇಡ, ಕೆಲವು ದುಷ್ಟ ಪದ್ಧತಿಗಳು, ವ್ಯವಸ್ಥೆಗಳು, ಇದ್ದರೆ ಅದ್ನ ನಾವು ಅನುಸರಿಸ್ಬೇಕೂಂತಲ್ಲ. ನಿಂಗೆ ಭರಣಿ ಇಷ್ಟವಾದ್ರೆ ಸಾಕು. ಅವ್ನು ಈ ಮನೆಯವ್ನೇ ಆದ್ರಿಂದ ಹಕ್ಕುಗಳು, ಬಾಧ್ಯತೆಗಳು ಎರಡು ಇವೆ. ಈ ಮನೆಯ ಸಮಸ್ತದ ಬಗ್ಗೆಯು. ರಾತ್ರಿಯೆಲ್ಲ ಯೋಚ್ಸಿ ಬೆಳಿಗ್ಗೆ ನಿನ್ನ ಇಷ್ಟ ತಿಳ್ಸು" ಮುಗಿಯಿತು ಎನ್ನುವಂತೆ ಪಕ್ಕದಲ್ಲಿ ಜೋಡಿಸಿಟ್ಟಿದ್ದ ಡಿ.ವಿ.ಜಿ.ಯವರ 'ಮಂಕುತಿಮ್ಮನ ಕಗ್ಗ' ತೆಗೆದುಕೊಂಡರು.

ಗೌರಿ ಅಂಬಕ್ಕನ ಕಾಲುಗಳ ಮೇಲೆ ಬಿದ್ದು ಅತ್ತಳು. ಸಾಂತ್ವನಿಸುವ ಮನ, ತಡಹುವ ಕೈ ಅವರದಾಯಿತು.

"ಸಮಾಧಾನ ಮಾಡ್ಕೋ. ನಂಗೆ ಅವನನ್ನು ಬಲವಂತ ಮಾಡೋ ಧೈರ್ಯ ಕೂಡ ಇಲ್ಲ. ನನ್ನ ಮಿತಿಗೆ ಸಿಕ್ಕದಷ್ಟು ಬೆಳೆದಿದ್ದಾನೆ. ಎಲ್ಲಾ ಕೇಳ್ದೆ. ನಿಂಗೆ ಇಷ್ಟವಾದ್ರೆ ಭರಣಿನ ಮಾಡ್ಕೊ. ಯಾವ್ದೂ ಬೆಳಿಗ್ಗೆ ಅಪ್ಪಿಗೆ ಹೇಳು. ತಡವಾದ್ರೆ ಅದು ಕೈಜಾರಿ ಹೋಗ್ಬಹ್ದು" ಎರಡು ಬುದ್ಧಿ ಮಾತುಗಳನ್ನು ಸೇರಿಸಿದರು.

ಬೆಳಿಗ್ಗೆ ಕಾಫೀ ಹಿಡಿದು ಬಂದ ಗೌರಿ ತಲೆ ತಗ್ಗಿಸಿ ನಿಂತಳು, ಜಗದೀಶ್ ಮುಂದೆ. ಏನು ಹೇಳಬಹುದು ಎಂದು ಯೋಚಿಸಲಿಲ್ಲ ಅವರು.

"ನಿನ್ನ ಮನಸ್ಸಿನಲ್ಲಿ ಏನಿದ್ಯೋ ಅದ್ನ ಹೇಳು. ಭರಣಿನ ನೀನು ಮದ್ವೆಯಾಗದಿದ್ರೂ ಈ ಮನೆಯಲ್ಲಿ ಇರ್ಬಹ್ದು. ನೀನು ಅವನನ್ನು ಮದ್ವೆ ಆಗೋಕು, ಆಗ್ದೇ ಇರೋಕು ಅಂಥ ವ್ಯತ್ಯಾಸವೇನಿಲ್ಲ" ಸ್ವಲ್ಪ ಬಿಡಿಸಿ ಹೇಳಿದರು.

"ನಿಮ್ಮಿಷ್ಟ..." ಕಾಫೀ ಲೋಟ ಅಲ್ಲಿಟ್ಟು ಹೋದಳು.

ಕಾಫೀ ಕುಡಿದಾದ ಮೇಲೆ ವಿಷಯವನ್ನು ಅಂಬಕ್ಕನಿಗೆ ಬಿಟ್ಟರು. "ಗೌರಿ ಮನಸ್ಸಿನಲ್ಲಿ ಏನಿದ್ಯೋ ತಿಳ್ಕೋ" ತಮ್ಮ ಪಾಡಿಗೆ ತಾವು ಸ್ನಾನಕ್ಕೆ ಹೋದರು.

ಅಂತು ಮೂರು ದಿನದಲ್ಲಿ ಗೌರಿ, ಭರಣಿಯ ವಿವಾಹವಾಯಿತು. ಬರೀ ಹಣೆಯಲ್ಲಿದ್ದ ಗೌರಿಯ ಹಣೆಯಲ್ಲಿ ಕುಂಕುಮ, ಕೊರಳಲ್ಲಿ ಮಂಗಳ ಸೂತ್ರ, ಮುಡಿಯಲ್ಲಿ ಹೂ, ತುಂಬ ಲಕ್ಷಣವಾಗಿ ಕಂಡಳು.

ಊರವರು ಗುಸುಗುಸು ಪಿಸಿಪಿಸಿ ಅಂದರೂ ಅಂಬಕ್ಕನ ಬಾಯಿಗೆ ಹೆದರಿ ಜೋರಾಗಿ ಮಾತಾಡಲಿಲ್ಲ.

ಜಗದೀಶ್ ಹರ್ಷಿತರಾಗಿ ಬಸ್ಸು ಹತ್ತಿದರು. ಸದ್ಯಕ್ಕೆ ಭರಣಿಯನ್ನು ಬಲವಂತ ಮಾಡಿ ಇಲ್ಲಿಗೆ ಕಳುಹಿಸುವಂತಿರಲಿಲ್ಲ.

ನಾಯರ್ ಮನೆಯ ಮುಂದೆ ಒಂದು ವಿದೇಶಿ ಬೆಂಜ್ ಕಾರ್ ನಿಂತಿತ್ತು. ವಿದೇಶದಿಂದ ಮಗಳೋ, ಮಗನೋ ಬಂದಿರಬೇಕೆಂದುಕೊಂಡರು.

ಇವರು ಕಾಂಪೌಂಡ್ ದಾಟುವ ವೇಳೆಗೆ ಹಾರಿಬಂದಳು. "ಹಲೋ... ಹ್ಯಾಂಡ್‌ಸಮ್... ನಾನು ಇಂದು ಹೊರಡ್ತಾ ಇದ್ದೀನಿ."

ಯಾಕೋ ಜಗದೀಶ್‌ಗೆ ತಲೆ ಸುತ್ತಿದಂತಾಯಿತು. ಸಾವರಿಸಿಕೊಳ್ಳಲೇ ಪ್ರಯಾಸಪಟ್ಟರು.

"ಸ್ವಲ್ಪ ಇರೀ, ಈಗ್ಬರ್ತೀನಿ" ಬಂದಷ್ಟೇ ವೇಗವಾಗಿ ಹಿಂದಿರುಗಿದಳು ನಾಯರ್ ಮನೆಯ ಬಾಗಿಲಲ್ಲಿ ನಿಂತು, "ನಿಮಗೋಸ್ಕರ ಒಂದು ಪುಟ್ಟ ಪ್ರೆಸೆಂಟೇಷನ್..." ಕೋರಿ ಹಿಡಿದಳು.

ಅವಳು ಕೊಟ್ಟಿದ್ದೇ ಆಯಿತು. ಲಕ್ಷ ಹಣವಿಟ್ಟುಕೊಂಡು ಅವಳಿಗಾಗಿ ಬೇಕಾದ್ದು ಖರೀದಿಸಲು ಸಿದ್ಧವಿದ್ದ ದಿನ ಅವಳಿಗಾಗಿ ತೆಗೆದುಕೊಂಡಿದ್ದು ಒಂದು ಗುಲಾಬಿಯ ಬೊಕ್ಕೆ. ಆದರೆ ಅವಳ ಭಾವನೆಗಳು ಮೇರುವಿನೆತ್ತರ 'ಹಾಟ್ಸಆಫ್'.

ಫ್ರೇಮ್ ಹಾಕಿದ, ಒಂದು ಬಿಡಿಸಿ ಬಣ್ಣ ಹಾಕಿದ ಗರಿಗೆದರಿದ ನವಿಲಿನ ಚಿತ್ರವಿಡಿದು ಬಂದಳು.

"ನಾನೇ ಬರೆದಿದ್ದು, ನಿಮ್ಗೆ ಇಷ್ಟವಾಯ್ತು?" ಅವರ ಮುಂದಿಡಿದಳು. ಅವರ ಕಣ್ಣುಗಳು ಮಿಂಚು ಹರಿದಾಡಿತು. "ಎಕ್ಸಲೆಂಟ್.... ತುಂಬಾ... ತುಂಬಾ ಚೆನ್ನಾಗಿದೆ" ಸಂತೋಷದಿಂದ ಉದ್ಗರಿಸಿದರು.

ಅಷ್ಟರಲ್ಲಿ ಕಾರಿನ ಹಾರನ್ ಸದ್ದು ಕೇಳಿಸಿತು. "ಬರ್ತೀನಿ... ಹ್ಯಾಂಡ್‌ಸಮ್" ಅವರಿಗೆ ಮಾತಾಡಲು ಅವಕಾಶ ಕೊಡದಂತೆ ಓಡಿಹೋದಳು.

ಷಾಕ್ ತಟ್ಟಿದವರಂತೆ ಬಾಗಿಲಿಗೆ ಬಂದರು. ನಾಯರ್ ಅವರ ಹೆಂಡತಿ ಬಾಗಿಲಲ್ಲಿ ನಿಂತಿದ್ದರು.

ಡ್ರೈವರ್ ಲಗೇಜ್ ಕಾರಿನಲ್ಲಿಡುತ್ತಿದ್ದ. ಐವತ್ತಕ್ಕೆ ಮೀರಿದ ವಯಸ್ಸಿನ ಫುಲ್ ಸೂಟು ತೊಟ್ಟ ವ್ಯಕ್ತಿಯೊಂದಿಗೆ ಲಾವಣ್ಯ ಕಾರನ್ನು ಹತ್ತಿದ್ದಳು. ಬಹುಶಃ ಆತ ಅವಳ ತಂದೆ ಇರಬಹುದು.

ಕಾರು ಹೊರಡುವ ಮುನ್ನ ಕೈ ಬೀಸಿದಳು. ಮುಖದಲ್ಲಿ ಮಂದಹಾಸ, ತುಟಿಗಳಲ್ಲಿ ಅದೇ ಚೆಂದದ ನಗು.

ನಿಧಾನವಾಗಿ ಕಾರು ಮರೆಯಾಯಿತು.

ಕೈಯಲ್ಲಿ ಹಿಡಿದ ಚಿತ್ರದ ಕಡೆ ನೋಡಿದರು. ಅದ್ಭುತ ಕಲಾಕಾರನ ಕೈಚಳಕದಲ್ಲಿ ಮೂಡಿ ಬಂದ ಸಂತೋಷದಿಂದ ನರ್ತಿಸುವ ಮನಮೋಹಕ ನವಿಲಿನ ಚಿತ್ರ.

ತಲೆಯ ಮೇಲೆ ಗರಿಗಳು ತುರಾಯಿಯಂತಿದೆ. ಬೆನ್ನಿನಲ್ಲಿ ಹಸಿರು ಬಣ್ಣದ ಗರಿಗಳು. ಅದರಲ್ಲಿ ಪ್ರಕಾಶಮಾನವಾಗಿ ಕಾಣುವ ಕಣ್ಣಿನಂಥ ಚಿತ್ರಗಳು. ಅದರ ಸೊಬಗಿಗೆ ಬೆರಗಾದರು.

ಮೇಲ್ಭಾಗದ ಒಂದು ಪಕ್ಕದಲ್ಲಿ ಸಣ್ಣ ಶೀರ್ಷಿಕೆ 'ಗಿರಿ ನವಿಲು', 'ವ್ಹಾ' ಎಂದುಕೊಂಡರು. ಅವರ ಮನಸ್ಸು ನೋವಿನಿಂದ ತುಂಬಿಹೋಯಿತು.

ಲಾವಣ್ಯ ಯಾರು? ಅವಳು ಬಂದಿದ್ದು ಎಲ್ಲಿಂದ? ಹೋಗಿದ್ದು ಎಲ್ಲಿಗೆ? ತನ್ನಲ್ಲಿ ಬೆಳೆಸಿಕೊಂಡ ಮಾನವೀಯ ಸಂಬಂಧಕ್ಕೆ ಅರ್ಥವೇನು?

ನಿಗೂಢವಾಗಿ ಅವರ ಬದುಕಿನಲ್ಲಿ ಉಳಿದುಹೋದಳು ಲಾವಣ್ಯ. 'ಗಿರಿನವಿಲು' ಆಗಿ. ಅವರಿಗೂ ಅದು ಇಷ್ಟವಾಯಿತು. ಏಕೆಂದರೆ ಬದುಕಿನ ರೋಮಾಂಚನ ಉಳಿಯುವುದು ಪ್ರಶ್ನೆಗಳಲ್ಲಿಯೇ ವಿನಃ ಉತ್ತರಗಳನ್ನು ಪಡೆಯುವಲ್ಲಿ ಅಲ್ಲ.

ಹಿಮಗಿರಿಯ ಮೇಲೆ ಕುಳಿತ ಈ ಚೆಂದದ ನವಿಲು ಬದುಕಿಗೊಂದು ಅರ್ಥ ಬರೆದು ಹೋಗಿದ್ದಳು.

* * *